பிரசாந்த் வே
ஊடகவியலாளர், கோவை.

'காடர்' என்ற சிறுகதைத் தொகுப்பையும், 'பறக்கும் யானைகள்' என்ற சிறார் கதை நூலையும் எழுதியுள்ள இவரது மூன்றாவது படைப்பு, 'ஆனைமலை'. இது இவரது முதல் நாவல்.

ஆனைமலை

பிரசாந்த் வே

எதிர் வெளியீடு

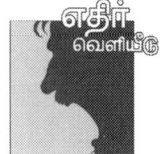

ஆனைமலை
பிரசாந்த் வே

முதல் பதிப்பு: ஜூலை 2024
இரண்டாம் பதிப்பு: செப்டம்பர் 2024
மூன்றாம் பதிப்பு: பிப்ரவரி 2025
நான்காம் பதிப்பு: செப்டம்பர் 2025

எதிர் வெளியீடு,
96, நியூ ஸ்கீம் ரோடு, பொள்ளாச்சி – 642 002
தொலைபேசி: 04259 226012, 99425 11302

விலை: ரூ. 350

AnaiMalai

Prasanth V

Copyright © Prasanth V
First Edition: July 2024
Second Edition: September 2024
Third Edition: February 2025
Fourth Edition: September 2025

Published by
Ethir Veliyeedu, 96, New Scheme Road, Pollachi – 2
email: ethirveliyedu@gmail.com
www.ethirveliyeedu.com

ISBN: 978-81-19576-93-7
Cover Design: Lark Bhaskaran
Printed at Jothy Enterprises, Chennai.

All rights reserved. No part of this book may be reprinted or reproduced or utilised in any form or by any electronic, mechanical or other means, now known or hereafter invented, including photocopying and recording, or in any information storage or retrieval system, without permission in writing from the Publisher.

*பழங்குடியினர் உரிமைகளுக்காகப்
போராடும்*
தோழர் பரமசிவத்திற்கு

நன்றி நவிலல்...

*"நம் உலகில் நம்மோடு வாழ்பவர்கள் தான்
என்றாலும், பழங்குடி சமூகங்கள் குறித்து
நமக்கு குறைந்தபட்ச அறிமுகம் கூட இல்லை"* - கணேஷ் தேவி.

தமிழ்நாட்டில் 37 வகையான பழங்குடிகள் மலைக்காடுகளிலும், சமவெளி நிலங்களிலும் வாழ்ந்து வருகின்றனர். அவர்களில் இருளர், மலையாளி தவிர்த்த பழங்குடிகள், சில ஆயிரங்கள் என்ற எண்ணிக்கைக்குள் மட்டுமே உள்ளனர். அதிலும் காடர், மலைமலசர் போன்ற 13 வகையான பழங்குடிகள் ஆயிரம் என்ற எண்ணிக்கையில் கூட இல்லை.

சங்க இலக்கியங்களில் 'உம்பற்காடு' (உம்பல் என்பதற்கு யானை எனப் பொருள்) எனக் குறிப்பிடப்பட்ட ஆனைமலை மலைத்தொடர்களில், வனத்துறை உருவாக்கப்படுவதற்கு முன்பிருந்தே இக்காடுகளைப் பூர்வீகமாகக் கொண்டு காடர், முதுவர், மலை மலசர், மலசர், இரவாளர், புலையர் (புலையர்கள் பட்டியல் இனத்தில் தவறுதலாக சேர்க்கப்பட்டவர்கள்) ஆகிய ஆறு வகையான பழங்குடிகள் வசித்து வருகின்றனர். தங்களது வாழ்விடங்களில் இருந்து பழங்குடிகளை வெளியேற்றுதல் என்பது உலகம் முழுவதும் உள்ள பழங்குடிகள் எதிர்கொள்ளும் சிக்கலாக உள்ளது. அதில் ஆனைமலை மலைத்தொடர்களில் வாழும் கானகப் பழங்குடிகளும் விதிவிலக்கு அல்ல.

ஆனைமலைப் பழங்குடிகள் தேக்கு மர வேட்டைகளுக்காகவும், தேயிலைத் தோட்டங்களுக்காகவும், அணைகள் கட்டுமானங்களுக்காகவும் தங்களது பூர்வீக நிலங்களையும், வாழ்வாதாரத்தையும் இழந்தவர்கள். 1976ஆம் ஆண்டில் அறிவிக்கப்பட்ட இந்திராகாந்தி வனவிலங்கு சரணாலயமும், அதனைத்தொடர்ந்து 2008ஆம் ஆண்டில் விரிவுபடுத்தப்பட்ட ஆனைமலை புலிகள் காப்பகமும் இந்த பூர்வக்குடி மக்களின் உரிமைகளைப் பறித்து, 'வனத்தை ஆக்கிரமித்திருக்கும்

குற்றவாளிகள்' என்ற நிலைக்கு மாற்றியுள்ளது. அதுமட்டுமின்றி அடிப்படை வசதிகள் இன்றி தவிக்கும் ஆனைமலை கானகப் பழங்குடிகளுக்குப் பாரம்பரிய வன உரிமைகளும் மறுக்கப்பட்டு வருகின்றன.

இத்தகைய சூழலில் சமூக, பொருளாதார ரீதியாக மிகவும் பின்தங்கிய நிலையில், மிக சொற்ப எண்ணிக்கையில் ஆனைமலை மலைத்தொடர்களில் மட்டுமே வாழ்ந்து வரும் மலை மலசர்களின் வாழ்வியலையும், அவர்கள் எதிர்கொள்ளும் சவால்களையும் பேசும் ஒரு புனைவு படைப்பே 'ஆனைமலை'. இக்கதையில் வரும் வேங்கைப்பதி என்ற பழங்குடி கிராமமும், மனிதர்களும் உண்மைச் சம்பவங்களின் அடிப்படையில் எழுதப்பட்டு இருந்தாலும், அவை முழுக்க முழுக்க புனைவே. இது ஆனைமலை என்ற ஒரு காட்டின் கதை மட்டுமல்ல. பல காடுகளின் கதை. அதனால் மற்ற புலிகள் காப்பகங்களில் நடந்த சில சம்பவங்களையும் இந்தக் கதைக்குள் கொண்டு வந்துள்ளேன்.

ஒரு முறை திரைப்பட இயக்குநர் ராஜூ முருகன் ஆனைமலைக் காடுகளைப் பற்றி என்னிடம் பேசியதே, இந்தப் புத்தகத்திற்கான பயணத்தின் துவக்கப்புள்ளியாக அமைந்தது. மலைமலசர் பழங்குடிகளை எனக்கு அறிமுகம் செய்து வைத்ததோடு, அனைத்து வகையிலும் நூலாக்கத்திற்கு உதவிய தோழர் பரமசிவத்தின் பங்களிப்பு இல்லையென்றால், இப்படைப்பு சாத்தியமாகி இருக்காது. குறுநாவலாக எழுதத் துவங்கிய இப்படைப்பு, இரண்டு ஆண்டுக் கால தொடர் தேடல்கள், பயணங்கள், வாசிப்பு எனப் பெரும் உழைப்பால் நாவலாக விரிந்திருக்கிறது.

தங்களது கதைகளையும், வாழ்வியல் அனுபவங்களையும் என்னுடன் பகிர்ந்து கொண்ட நாகரூத்துபதி - 1, நாகரூத்துபதி - 2 (சர்க்கார் பதி), சின்னார்பதி பழங்குடி மக்கள் இப்படைப்பு உருவாகத்திற்குப் பெரும்பங்காற்றியுள்ளனர். புதுமைப்பித்தன் எழுதிய 'தேக்கங்கன்றுகள்' என்ற சிறுகதையில் இடம்பெற்றிருந்த ஆங்கிலேய வன அதிகாரியான ஹியூகோ பிரான்சிஸ் அன்றேவ் வுட் பற்றிய புனைவை, அப்படியே இந்நாவலிலும் கையாண்டுள்ளேன்.

ஆனைமலை நாவல் உருவாக்கத்திற்குப் பேருதவியாக இருந்த தன்ராஜ், மனோஜ் குமார், ஒடியன் லட்சுமணன், இரா.முருகவேள், எஸ்.மோகன்குமார், பொள்ளாச்சி அன்பழகன், விக்னேஷ்

செல்வராஜ், சீனிவாசன் ஆகியோருக்கும், எனது அனைத்து படைப்புகளிலும் துணை நிற்கும் அ.கரீம், அருண், சுதாகர் ஆகியோருக்கும் பேரன்புகளை உரித்தாக்குகிறேன். இந்த நாவலை அக்கறையுடன் வாசித்து பல்வேறு வகைகளிலும் மேம்படுத்த உதவிய ரவிச்சந்திரன் அரவிந்தன், அ.பகத்சிங், முகமது யூசுப், ஜீவிதா, காமராஜ் ஆகியோருக்கும், பின் அட்டைப்படத்திற்காகச் சிறப்பான ஒரு அறிமுகத்தை எழுதித் தந்த எழுத்தாளர் ச.பாலமுருகன் மற்றும் இந்நூலைச் சிறப்பாக வடிவமைத்து வெளிக்கொண்டு வந்துள்ள எதிர் வெளியீட்டிற்கும் என் அன்பும், நன்றிகளும்!

நாகரீகச் சமூகம் இதுவரை அறிந்திராத காட்டின் பக்கங்களை 'ஆனைமலை' உங்களுக்குத் திறந்து காட்டும் என நம்புகிறேன்.

பிரசாந்த் வே
வெள்ளலூர்
prasanth.ve93@gmail.com
94447 30412

உலாந்தி

இளவேனில்காலம்

01

"மனுசங்களும் விலங்குகளும் ஒன்னா வாழுறது சாத்தியமே இல்ல. காடுன்னா அது விலங்குக வாழுறதுக்கு மட்டும்தான். மனிதர்கள் இல்லாத காட்டுலதான், புலிகள் நல்லா இருக்கும். அதற்கு நம்மனால ஆன முயற்சிகள தொடர்ந்து முன்னெடுக்கணும். அதுக்கு இப்போ ஆனைமலை வனவிலங்கு சரணாலயத்த புலிகள் காப்பகமா மாத்தியிருக்கிறது நமக்குக் கெடைச்ச நல்ல வாய்ப்பு" என அழுத்தமான குரலில் சொல்லி நிறுத்தினாள், அகிலா.

அரங்கின் கதவு திறக்கப்படும் சத்தம் கேட்டு முன்வரிசையில் அமர்ந்திருந்த வனக்காப்பாளர் இளன் திரும்பிப் பார்த்தான். அரங்கின் கதவைத் திறந்துகொண்டு உள்ளே நுழைந்த வேட்டைத் தடுப்புக் காவலர் பூனாச்சி, பள்ளி வகுப்பறை போல இரண்டு வரிசையாகப் போடப்பட்டிருந்த டேபிளில் ஒவ்வொருவர் இருக்கைக்கு முன்பும் தண்ணீர் பாட்டில்களை வைத்தபடி வந்தான். அந்த அரங்கம் முழுக்க வனத்துறை அதிகாரிகளாலும், என்.ஜி.ஓ.க்களாலும் நிறைந்திருந்தது. இளனைப் பார்த்து மெல்லிய புன்னகையுடன் கடந்து சென்ற பூனாச்சி, தனது பணியை முடித்துவிட்டுக் கதவைச் சாத்தியபடி வெளியேறினான்.

வேங்கை என்.ஜி.ஓ. அமைப்பின் நிறுவனர் அகிலா மீண்டும் தனது பேச்சைத் துவக்கினாள். இளன் சற்றே நிமிர்ந்து அவளைக் கவனித்தான். பச்சை நிற டிசர்ட், கருப்பு நிற ஜீன்ஸ் பேண்ட் அணிந்திருந்த அவள், மெலிந்த மாநிற தேகம், முகமெங்கும் சுருங்கிய தோலின் மீது அடர்த்தியாக அப்பியிருக்கும் முகப்பூச்சு, முகத்திற்குப் பொருந்தாத பெரிய மூக்குக் கண்ணாடி என்றிருந்தாள். "ஒரு டாக்குமெண்டரி. இருபது நிமிசம்தான் பாருங்க" எனப் பேச்சை நிறுத்திய அவள், இடதுபுறம் போடப்பட்டிருந்த ஒரு டேபிளின் மீது சாய்ந்து நின்றாள்.

விளக்குகள் அணைக்கப்பட்டன, அரங்கு முழுக்க இருள் படர்ந்தது. டேபிள் வரிசைகளுக்கு இடையே வைக்கப்பட்டு இருந்த மேஜையின் மீது இருந்த புரஜெக்டர் ஒளிர்ந்தது. புலிகள் பாதுகாப்பு தொடர்பான ஓர் ஆவணப்படம் திரையிடப்பட்டது. இளன் ஆர்வத்துடன் கவனித்தான்.

அடர் வனங்களில் பழங்குடி மக்கள் நெல்லிக்காய்களை மூட்டை மூட்டையாக விற்பனை செய்வதற்குக் கொண்டு செல்கிறார்கள். இதனால் புலிக்கு இரையாகக்கூடிய விலங்குகளுக்கு நெல்லிக்காய் கிடைப்பதில்லை. எனவே அந்த விலங்குகள் அழிகின்றன. கூடவே புலியும் அழிகின்றது என உணர்ச்சிப்பூர்வமாகச் சொன்ன அந்தப் படம், பழங்குடி ஒருவர் புலியை விஷம் வைத்து வேட்டையாடியதற்காகச் சிறையில் இருக்கிறார் என முடிந்தது. ஒரு நெல்லிக்காய் பறிப்பு, புலியின் அழிவுக்கு எப்படிக் காரணமாகும் என்பது இளனுக்கு ஆச்சரியமாக இருந்தது. அடுத்தடுத்து போடப்பட்ட விளக்குகள் ஒவ்வொன்றாக ஒளிர்ந்தன.

"மானுக்கு எப்படி நெல்லிக்கா கெடைக்கும்? அது இல்லனா புலி எப்படி அழியும்?" என இளன் கேட்டான்.

"மரத்துல இருக்கிற நெல்லிக்காய கொரங்குக பறிச்சு கீழ போடும். அந்த நெல்லிக்காய மான்கள் தின்னும். மான்கள புலிகள் தின்னும். புலி காட்டுல இருக்கணும்னா மான்கள் வேணும். அதுக்கு நெல்லிக்காய் வேணும்தானே?" என அகிலா விளக்கினாள். இதைக்கேட்டுத் தான் கற்றுக்கொள்ள வேண்டியது இன்னும் அதிகமிருக்கிறது என இளன் நினைத்துக்கொண்டான்.

புலிகள் பாதுகாப்பிற்குச் செய்ய வேண்டியவை குறித்து ஒவ்வொருவராக எழுந்து பேசினர். இறுதியாக மீண்டும் எழுந்து வந்து அரங்கின் நடுவில் நின்ற அகிலா, தனது மூக்குக் கண்ணாடியைச் சரிசெய்தபடி ஆங்கிலத்தில் பேசத் துவங்கினாள்.

"இருபதாம் நூற்றாண்டோட துவக்கத்துல இந்தியாவில நாற்பதாயிரம் புலிகள் இருந்துச்சாம். ஆனா இன்னிக்கு எவ்வளவு புலிகள் இருக்குது?... பெருவாரியான காடுகளில் புலிகள் இல்லாதது ஏன்னு தெரியுமா? புலிகள் கொல்லப்பட்டதை விட, அவைகளுக்கு உண்பதற்கு இரை இல்லாததுதான் காரணம். புலியினம் அழியாம பாதுகாக்க நடவடிக்கை எடுக்க வேண்டியது அவசியம். வீணா ஒப்பாரி வைச்சிட்டு உட்கார்ந்து இருக்கறதுல

எந்தப் பயனுமில்ல. புலிகள விலங்குக் காட்சி சாலைகளுல வைச்சு அழிவிலிருந்து பாதுகாக்க முடியாது. அதனால புலிகள பாதுகாக்க புலிகள் காப்பகம் அவசியம்.

இப்போ புதுசா வந்திருக்கிற வனநில உரிமைச் சட்டத்தக் கொண்டு ஆதிவாசிகள காட்டை விட்டு வெளிய கொண்டு வர சில பேரு கடுமையா ஆட்சேபிக்கிறாங்க. அதுக்கான காரணம் ஓரளவு நியாயமானது தான். ஆனா இங்க இருக்கிற ஆதிவாசிகளுக்கும், நமக்கும் பெரிய வித்தியாசம் கிடையாது. அவங்களும் நம்மோடு சேர்ந்து காலகாலமா சினிமா பாக்குறாங்க. தேர் திருவிழாவுக்கு வராங்க. ஓட்டு போடுறாங்க. வாரச் சந்தைக்கு வந்து எல்லாம் வாங்கிட்டு போறாங்க. அப்படி இருக்கிறவங்கள காடுகளுக்குள்ளேயே ஒடுக்கி உலகமறியாம செய்யுறது மனித நேயமல்ல.

இந்த நிலையில புலிகள் இருக்கிற காட்டுல, வன நில உரிமைச் சட்டத்தை அமல்படுத்துனா என்னாகும்? அதுல சொல்லியிருக்கிறதை எல்லாம் அமல்படுத்துனா மனித நடமாட்டத்துனால இருக்கிற சின்ன காட்டு பரப்பும் மிதிபட்டுக் குலையும். இயற்கை உயிரினச் சுழற்சியில புலி ஒரு முக்கியமான கண்ணி. அது அழிந்தா ஒட்டுமொத்த காடுகளும் அழியும். நதிகள் வற்றும். நதிகள நம்பி வாழுற இலட்சக்கணக்கான பேர் பாதிக்கப்படுவாங்க.

அடிப்படை வசதிகள் இல்லாம வறுமையில வாடுற ஆதிவாசிகள் காட்டுக்குள்ள இருக்குற வரைக்கும், அவங்களுக்கான தேவைகளைச் செய்து தருவது சாத்தியமே இல்லை. அதனால ஆதிவாசிகள நம்மோட குடியமர்த்தி, கல்வி, வேலை வாய்ப்புகளுல முன்னுரிமை கொடுக்கணும். இந்த நாட்டுல அரசியல்வாதிகள் ஒரு சாபக்கேடு. அவங்களுக்குப் புலிகள பாதுகாக்கணும்கிற அக்கறையும் கிடையாது. சூழல் அறிவும் இல்லை. ஓட்டுக்காக எதையும் பண்ண விடுறதும் இல்லை.

ஒரு காட்டுல எவ்வளவு புலி இருக்குனு கேட்குற கேள்விக்கு யாராலும் சரியான பதில் சொல்லுறது இயலாத காரியம். எல்லோரும் ஒரு தோராயமான கணக்கைத்தான் சொல்ல முடியும். இன்னும் அறிவியல் பூர்வமாகப் புலிகளைக் கணக்கெடுக்கணும். புலிகள் எண்ணிக்கை அதிகரிச்சாதான் அதிகமா நிதி வரும். நிறைய வசதிக பண்ண முடியும். ஆனைமலை வனவிலங்கு சரணாலயமா இருப்பதை விட, புலிகள் காப்பகமா மாறுனா

தா காடு முழுக்க முழுக்க பாரெஸ்ட் டிபார்ட்மெண்ட் கட்டுப்பாட்டுல இருக்கும். நிதி அதிகமா வரும். காட்டையும், காட்டுயிர்களையும் பாதுகாக்க முடியும்.

புலிகள் காப்பகமா மாத்துன இடங்களில் எதிர்பார்க்காத அளவுக்குப் புலிகளோட எண்ணிக்கை அதிகரித்து இருக்கு. புலிகள் காப்பகங்களூலதான் புலிகள் நிம்மதியா வாழ முடியும்கிறது இதுல இருந்து நிரூபணமாகியிருக்கு. நீங்கதான் ஆதிவாசிகளுக்குக் காட்டுக்கு வெளிய வர பணம், வசதிகள் செய்து தருவதை எடுத்துச் சொல்லி காட்ட விட்டு வெளியே கொண்டு வரணும். அப்போதான் புலிகள் எந்தத் தொந்தரவும் இல்லாம காட்டுல நிம்மதியா இருக்க முடியும்.

காட்டுல இருந்து ஆதிவாசிகள் வெளியேற மாட்டேனு சொல்லுறதைக் கேட்க நியாயம் இருக்குற மாதிரி இருக்கும். ஆனா அதுக்கு நா பார்த்த ஒரு உணர்ச்சிப்பூர்வமான சம்பவத்தைச் சொன்னா சரியா இருக்கும்னு நினைக்குறேன். முதுமலை யானைகள் முகாம்ல அம்முனு ஒரு வளர்ப்பு யானை இருந்துச்சு. அந்த யானைக்கு ஒரு குட்டி பொறந்துச்சு. கொஞ்ச நாள் அம்மாவும், குட்டியும் ஒன்னாவே இருந்துச்சு. குட்டிய தன் காலுக்குக் கீழயே வைச்சு அம்மு பார்த்துக்கிச்சு. ரெண்டும் ரொம்ப பாசத்தோட இருந்துச்சு.

முகாமில ஒரு பாகன் ஒரு யானையைத்தான் பாக்கணும்னு ரூல்ஸ் இருப்பதால ஒரு கட்டத்துல அம்மாவையும், குட்டியையும் பிரிக்க வேண்டிய சூழல் வந்துச்சு... குட்டியை அம்மாகிட்ட இருந்து பிரிக்கிறதுக்குள்ள ஒரு வழியாயிடுச்சு. அது பிரிய மறுத்துக் கத்தி கதறுச்சு. தாயும், குட்டியும் கண்ணீர் வடிச்சது. முரண்டு பிடிச்ச குட்டியை இழுத்துப் போக முடியாம பாகன்க திணறுனாங்க. கொஞ்ச கொஞ்சமா அதை ரெண்டையும் பிரிக்க பாகன்க படாதபாடு பட்டாங்க. அதைப் பார்க்க ரொம்ப பாவமா இருந்துச்சு. எல்லோரது கண்ணுலயும் தண்ணீ வந்திடுச்சு. அம்மு ரெண்டு நாளு சாப்பிடாம பிளிறிட்டே இருந்துச்சு" என்ற அகிலா சிறு இடைவெளி விட்டு மீண்டும் தொடர்ந்தாள்.

"அப்புறம் ஒரு வருசம் கழிச்சு அம்மாவையும், குட்டியையும் ஒருநாள் பாக்க முடிஞ்சது. ரெண்டும் அருகருகேதான் மேய்ந்திட்டு இருந்தாலும், வேற வேற யானைக மாதிரி கண்டுக்கவே இல்ல. கொஞ்ச நேரத்துல பாகன்க வந்து கூப்பிடவும், ரெண்டும் திரும்பிக்கூடப் பாக்காம போயிட்டுச்சுக. இவ்வளவுதான்

அம்மாவுக்கும், குட்டிக்குமான பாசம். இதேமாதிரி ஆரம்பத்துல கஷ்டமா இருந்தாலும், வெளி உலகம் போகப்போகப் பழகிடும்கிறதை பழங்குடிகளுக்குப் புரிய வைக்கணும். ஏன்னா, மனுசங்களும் விலங்குகளும் ஒன்னா வாழுறது சாத்தியமே இல்ல. காடுனா அது விலங்குக வாழுறதுக்கு மட்டும்தான்."

நீண்டதொரு உரையை நிகழ்த்தி முடித்த அகிலா தண்ணீர் பாட்டில் மூடியைத் திறந்து தண்ணீரைக் குடித்தாள். அரங்கம் முழுவதும் எழுந்த கரவொலி வெகுநேரம் நீடித்தது.

அகிலாவின் பேச்சு இளனுக்குள் பெரும் தாக்கத்தை ஏற்படுத்தியது. கூட்டம் முடிந்த பின்னர் அகிலாவிடம் சென்று பேசிய இளன், அவனுக்குள் இருந்த சந்தேகங்களை எல்லாம் கேள்விகளாக அடுக்கித் தீர்த்துக் கொண்டான். புலிகள் காப்பகம் குறித்த ஒரு பெரும் புரிதல் உருவாகியது போல இளனுக்கு இருந்தது. "எப்படியோ, மனுசங்களும் விலங்குகளும் எந்தப் பிரச்சினையும் இல்லாம, நல்லா இருக்கக் காடு நல்லாயிருக்கணும். அதைப் புலிகள் காப்பகம் மூலமாதான் பண்ண முடியும்" என்றபடி இளன் அரங்கிலிருந்து வெளியேறினான்.

02

காட்டானை கால் நீட்டிப் படுத்திருப்பதைப் போல, ஆனைமலை மலைத்தொடர் நீண்டு கிடந்தது. மலைத் தொடர்களையும், காட்டின் திறந்தவெளியையும் வெண்ணிற உடையால் மூடியிருந்தது மூடுபனி. பாதையோரத்தில் பச்சையும் இளமஞ்சளுமாக நீண்டு வளர்ந்திருந்த மூங்கில்கள் வளைந்து நின்றிருந்தன. மூங்கில் இலைகளில் இருந்து பனித்துளிகள் சொட்டின. ஆங்காங்கே காய்ந்த மூங்கில்கள் உடைந்து தொங்கின. பறவைகள் இடைவிடாது கீச்சொலிகளை எழுப்பிக் கொண்டிருந்தன.

"கீச்ச் கீகிகிகீச்.... ச்ட்ரிக் ச்ட்ரிக்... கூக் கூக் கூக்"

பெரும் பாம்பொன்று விட்டுச்சென்ற தடம் போல வளைந்து, நெளிந்து செங்குத்தான மேட்டின் மீது ஏறி நீளும் மலையேற்றத்தில் கால்கள் நடக்கச் சிரமப்பட்டன. மனிதப் புழக்கம் அதிகம் இல்லாத அப்பாதையில் அவை தடுமாறி தடுமாறி நடந்தன. கால்களின் நடை வேகம் குறைந்துகொண்டே வந்தது. ஓரிடத்தில் நடக்க வேண்டுமென்றால் மனிதர்களுக்குத்தான் பாதை வேண்டியதாக இருக்கிறது. ஆனால், காட்டுயிர்கள் பாதைகளுக்காக ஒருபோதும் காத்திருப்பதில்லை. அவை போகிற போக்கில் தமக்கான பாதைகளை உருவாக்கிக்கொண்டே செல்லும். இந்த மண் பாதையும் ஏதோவொரு விலங்கு நடந்ததால்தான் உண்டாகியிருக்கக் கூடும் என நடக்க முடியாமல் நடந்த இளனுக்குத் தோன்றியது.

பள்ளத்தில் இறங்கிய பாதை, வளைந்து மீண்டும் மேடேறித் தொடர்ந்தது. புலிகள் கணக்கெடுப்பிற்காகப் பயிற்சியளிக்கப்பட்ட வனப் பணியாளர்கள் மற்றும் தன்னார்வலர்களுடன் இளன் சென்றுகொண்டிருந்தான். இளனுக்கு வயது முப்பதுக்குள்தான் இருக்கும். ஆறு அடிக்கும் சற்றே குறைவான உயரம். மாநிறம். எப்போதும் மலர்ச்சியுடன் இருக்கும் முகம். மெலிந்தும் இல்லாமல், குண்டாகவும் இல்லாமல் சற்று சதை கொண்ட

உடல்வாகு. வலது கையில் ஏற்றிவிடப்பட்டிருந்த வெள்ளிக் காப்பு. காக்கி உடையில் அதிகாரிகளுக்கு உரிய தோரணையில் இருந்தான். நெடுக வளர்ந்திருந்த தேக்கு மர உச்சிகளின் இடையிலிருந்து கதிரொளிக் கீற்றுகள் ஆங்காங்கே ஊடுருவிக் கண் சிமிட்டின.

கோவில் யானைகளையே எப்போதாவது அபூர்வமாகப் பார்க்கும் சமவெளியில் பிறந்து வளர்ந்த இளன், எங்கோ தொலைதூரத்தில் தெரியும் மலைகளுக்குப் பின்னால் காடுகளுக்குள் வேலை செய்ய வேண்டியிருக்கும் என நினைத்துக்கூடப் பார்த்திருக்கவில்லை. ஊருக்குள் வீதி வீதியாக வரும் கோவில் யானைகள் போடும் சாணத்தை மிதித்தால் முள் குத்தாது என யானைச் சாணங்களின் மீது குதியாட்டம் போட்டவனுக்கு, யானைச் சாணங்களின் மீதுதான் ஒவ்வொரு அடியையும் வைக்க வேண்டியிருக்கும் எனத் தெரிந்திருக்கவில்லை.

இளன் என்னவோ சிவில் இன்ஜினியரிங் படித்திருந்தாலும், அவனுக்கு சீருடைப் பணிகள் மீதுதான் ஆர்வமிருந்தது. அடிக்கடி வாங்கிய கடன்களைப் போல வைத்திருந்த அரியர்களை எல்லாம், மொத்தமாக இறுதி செமஸ்டரில் அடைத்துத் தீர்த்தான். இராணுவம், காவல் துறை பணிகளுக்காகத் தேர்வுகள் எழுதி எழுதி வெறுத்துப் போனான். காட்டைப் பற்றி எதுவும் தெரியாது என்றாலும், எழுதித்தான் பார்ப்போமே என வனக்காப்பாளர் பணிக்கான தேர்வினை எழுதினான். அவனே எதிர்பாராத வகையில் முதல் முயற்சியிலேயே தேர்ச்சியும் பெற்றான்.

வண்டலூரில் 4 மணி நேரத்திற்குள் 25 கிலோ மீட்டர் தூரம் நடையாக நடந்து உடல் தகுதித் தேர்விலும் தேர்ச்சி பெற்று பணிக்குத் தேர்வானான். எங்கோ ஏற்பட்ட பெருங் காட்டுத் தீ மூன்று மனித உயிர்களையும் சுருட்டிச் செல்ல, அதற்கு வனத்துறையில் ஆட்கள் பற்றாக்குறைதான் காரணமென நாளிதழ்கள் செய்திகள் வெளியிட்டதும், அதனால் அவசர அவசரமாக காலிப் பணியிடங்களை நிரப்ப அதிகாரிகளுக்கு எழுந்த நெருக்கடியும் அவன் நினைத்தது போல ஒரு ரூபாய் கூட இலஞ்சம் தராமல் வேலையில் சேர்வதற்குக் காரணமாக இருந்ததை அவன் அப்போது அறிந்திருக்கவில்லை. விரட்டி விரட்டி வாழ்க்கையைத் தொலைக்கச் செய்யும் கடன் தொல்லை இல்லாத வாழ்வும், பேராசை இல்லாத உள்ளமும் அவனுள் நேர்மையை விதைத்திருந்தது.

பணி ஆணை வந்த கையுடன் வெள்ளைச் சட்டையும், காக்கி பேண்டும் அணிந்தபடி உலாந்திக்கு வந்தவன், "யூனிஃபார்மில் வந்தாதான் வேலையில சேர முடியும்" என விரட்டப்பட்டான். பொள்ளாச்சியில் இரண்டு நாட்கள் காத்திருந்து புதிதாகத் தைத்த சீருடையை அணிந்தபடி வந்து பணியில் சேர்ந்தான். தனக்குள் சுடர்விடும் நேர்மையைத் தன்னளவில் மட்டுமே வைத்துக் கொண்ட அவன், மற்றவர்கள் செய்யும் எந்த விஷயத்திலும் மூக்கை நுழைத்துத் தனது பணிக்கு ஆபத்தை ஏற்படுத்திக் கொள்ளாத பக்குவத்தையும், தனக்குக் கொடுக்கப்படும் பணிகளை எப்பாடு பட்டாவது செய்து முடித்துவிட வேண்டுமென்ற வேட்கையையும் பெற்றிருந்தான்.

சுட்டெரிக்கும் வெயிலில் கோடையின் உக்கிரத்தைக் காடெங்கும் இளனால் காண முடிந்தது. தரையைக் காய்ந்த இலைச் சருகுகள் ஆக்கிரமித்திருந்தன. கோடையைச் சமாளிக்கப் பல காட்டு மரங்கள் இலைகளை உதிர்த்துவிட்டு ஆடைகளற்ற வெற்றுடலாகக் காய்ந்தன. மீதமிருக்கும் மரங்களோ காய்ந்த இலைகளை முடிவற்ற கண்ணீர்த் துளிகளைப் போல உதிர்த்துக் கொண்டிருந்தன. சற்றுத் தொலைவில் காய்ந்திருந்த புற்களுக்கு மேலே மரக்கிளைகள் முளைத்திருப்பது போலப் புள்ளிமான்களின் கொம்புகள் நீண்டிருந்தன. நடை சத்தத்தைக் கேட்டுக் கூட்டமாக மான்கள் ஓடி மறைந்தன. மரத்தடியில் இருந்து தைரியமாகக் கழுத்தைத் திருப்பியபடி நடந்து வரும் ஆட்களைப் பார்த்துக்கொண்டிருந்த சில மான்கள் திடீரென காட்டிற்குள் பாய்ந்தோடின.

ஆண்டுதோறும், மழைக்காலத்துக்கு முந்தைய புலிகள் கணக்கெடுப்பு மே மாதமும், மழைக் காலத்துக்குப் பிந்தைய கணக்கெடுப்பு டிசம்பர் மாதமும் நடக்கும். இந்த முறை ஆனைமலைப் புலிகள் காப்பகமாக அறிவிக்கப்பட்ட பின்னர் நடத்தப்படும் முதல் புலிகள் கணக்கெடுப்பு என்பதால், கூடுதல் கவனத்துடன் பணிகள் நடந்தன. ஆங்காங்கே மரங்களில் நவீன வசதிகள் கொண்ட 'கேமரா டிராப்' பொருத்தப்பட்டிருந்தது. மனிதக் கைரேகை போலப் புலித் தோலில் காணப்படும் வரிகள் ஒன்றுக்கொன்று மாறுபடும். அந்த வரிகளை அடையாளம் காணக் கணினி மென்பொருள் பயன்படுத்தப்பட்டது.

பொள்ளாச்சி கோட்டத்தை 54 'பீட்'*களாகப் பிரித்து, ஒரு பீட் 2 கி.மீ. என இரண்டு நேர்க்கோட்டுப் பாதையில் அமைக்கப்பட்டு, மொத்தம் 108 நேர்கோட்டு பாதைகளில் கணக்கெடுப்பு நடத்தப்பட்டது. புலிகளின் காலடித் தடங்கள், கழிவுகள், மரங்களில் ஏற்பட்டுள்ள நகக்கீறல்கள், எச்சம், நேரடியாகப் பார்த்தல் உள்ளிட்டவற்றை ஜி.பி.எஸ் கருவி மற்றும் செயலி மூலம் பதிவு செய்தபடி அக்குழுவினர் வந்தனர். இளனுக்கு அருகே வனச்சரகர் கிருஷ்ணன் நடந்து வந்தார். ஆறடிக்கு வளர்ந்திருந்த அவர், ஐம்பது வயதிற்கு உரிய தோற்றத்தில் இருந்தார். அடர்த்தியான தலைமுடியில் சிறு நரை கூடத் தென்படவில்லை. அதே அடர்த்தியுடன் மீசையும் இருந்தது.

"இந்தக் காட்டுல எவ்வளவு புலி இருக்குமுங்க சார்?"

"இவ்வளவு பெரிய காட்டுக்குள்ள எத்தன புலி இருக்கு? எத்தன மானு இருக்குனு எப்படிக் கண்டுபிடிக்க முடியும்? குத்து மதிப்பா ஒரு நம்பரைப் போட்டு ரிப்போர்ட் அனுப்ப வேண்டியது தான்" என்ற கிருஷ்ணன், குச்சிகளால் மண்ணை நோண்டி புலி காலடித் தடம் வரைந்தும், '7 அப்' பாட்டிலை மண்ணில் பதித்து கழுதைப்புலி காலடித்தடம் என்றும் புகைப்படம் எடுத்து கணக்கு காட்டும் வித்தைகளை விளக்கினார். இதைக்கேட்ட இளனுக்கு கொஞ்சம் அதிர்ச்சியாக இருந்தது.

"இப்படியெல்லாமா செய்யுவாங்க சார்?"

"அட என்னய்யா நீ? இந்தக் காட்டுல எப்படியும் இருபதுல இருந்து இருபத்தஞ்சு புலிகள் இருக்கும்னு நினைக்குறேன். கணக்கெடுப்பு முடிந்த பின்னால நாற்பது புலி இருக்குனு தேசியப் புலிகள் ஆணையத்துக்கு விபரங்களை அனுப்பி வைக்கணும். அப்பத்தான் அவார்ட்டு, பண்ட் எல்லாம் கிடைக்கும். இல்லனா நாம சரியா வேலெ செய்யலனு சொல்லிடுவாங்க. இப்படித்தான் எல்லாப் பக்கமும் நடக்குது" என்ற கிருஷ்ணன் இளனிடம் இருந்து விலகிச் சென்றார்.

காட்டு மலர்களின் நறுமணத்தைச் சுமந்து வந்த ஈரக்காற்று பட்டவுடன், இளனின் உடல் சிலிர்த்தது. கணக்கெடுப்புப் பணி துவங்கி மூன்று மணி நேரத்திற்கும் மேலாகியிருக்கும். புள்ளிமான்கள் கூட்டம், குரங்குக் கூட்டங்கள், முகம் தவிர்த்து உடலெங்கும் அடர்ந்த கருப்பு நிற முடிகளுடன் இரண்டு

★ ஒரு குறிப்பிட்ட பகுதி.

குட்டிகளை முதுகில் சுமந்துகொண்டு, இருபுறமும் பார்த்தபடி மெல்ல நடை போட்டுச் சென்ற தாய்க் கரடியைத் தவிர வேறெந்த விலங்கும் கண்களில் படவில்லை.

காடு காய்ந்து கிடந்தாலும் ஓடையின் ஓரத்தில் சற்றே பெரிய அளவிலான பச்சை இலைகளுடன் பசுமை செழிப்புடன் நீர்மத்தி மரங்கள் அடர்ந்திருந்தன. ஓடை வருகிற இடத்தைத் தவிர்த்த பெரும்பாலான மரங்கள் காய்ந்து விட்டிருந்தன. சூரிய ஒளி தரையில் படாதவாறு மரங்களின் கொப்புகளும், இலைகளும் ஒன்றோடு ஒன்று குடை போலச் சூழ்ந்திருந்தது. எப்போதும் குளிர்த்தன்மை நிலவும் அவ்விடத்தில், தரைப்பகுதி எப்போதும் ஈரப்பதமாகவே இருக்கும். கடும் கோடையிலும் குளிர்க் காற்று வீசும். பளிங்கு போன்ற தண்ணீர் ஓடையில் ஒழுகிக் கொண்டிருந்தது.

"ட்ரீ.. ட்ரீ.. ட்ரீ.." என ஒலியெழுப்பியபடி பச்சை பஞ்சுருட்டான்கள் கறுப்பு நிற இறகுகளைக் காற்றில் அடித்தபடி பறந்துகொண்டே ஓடை நீரில், பச்சை நிற உடலின் கீழ்ப்பகுதியை நனைத்துச் சென்றன. அதன் தலையின் மேற்புறம் தங்கம் கலந்தது போல இருந்ததைப் பார்த்தபடி, இரு கைகளிலும் ஓடை நீரை அள்ளி இளன் முகத்தில் அடித்துக்கொண்டான். பின் நீரை அள்ளிப் பருகினான். நீர் குளிர்ச்சியாகவும் சுவையாகவும் இருந்தது.

ஓடையோரம் ஈரமான தரையில் அமர்ந்திருந்த பல வண்ணப் பட்டாம்பூச்சிகள் காற்றில் சுற்றியலைவதும், மீண்டும் அதே இடத்திற்கு வருவதுமாக இருந்தன. ஓடைக்கருகே இரண்டு இடங்களில் ஒரே புலியின் காலடித் தடங்கள் இருப்பதைப் பார்த்துப் பதிவு செய்துகொண்டான். ஓடையோரத்தில் காட்டு மாடு, சிறுத்தை, மான்களின் குளம்படிகளும் இருந்தன. உடன் வந்தவர்கள் முகத்தில் அதற்குள் சோர்வு குடிகொண்டுவிட்டது தெரிந்தது. சோர்வாக இருந்தாலும் அதிகமாகத் தண்ணீர் குடிக்க வேண்டாம். பிறகு மலையேற்றம் இன்னும் கடினமாக மாறிவிடும் என இளன் சொன்னதை மற்றவர்களும் கேட்டுக்கொண்டார்கள்.

சிறிது நேர ஓய்வுக்குப் பின்னர், மீண்டும் நடைப்பயணம் துவங்கியது. வெயிலின் தாக்கம் மெல்ல மெல்ல அதிகரித்தது. காட்டுச்சேவல் ஒன்று தனது சிறகுகளைச் சிலிர்த்தபடி "கிக்... யா... கிக்... கிக்..." எனக் கூவியது. அங்கிருந்த ஒரு மஞ்சணத்தி மரக்கிளையில் இரண்டு குரங்குகள் பெரும் சத்தத்துடன்

சண்டையிட்டுக் கொண்டிருந்தன. மரத்தில் இருந்து இறங்கிய ஒரு குரங்கு புல்வெளியில் தப்பி ஓடியது. அதனைத் துரத்திக்கொண்டு பின்னால் மற்றொரு குரங்கு ஓடியது.

கண நேரத்தில் அபயக்குரல் எழுப்பியபடி துரத்திக்கொண்டு ஓடிய குரங்கு, கூடுதல் வேகத்தோடு திரும்பி ஓடி வந்தது. தப்பியோடிய குரங்கு பின்னால் ஓடி வந்தது. கூட்டமாக நீர்மத்தி மரத்தில் அமர்ந்திருந்த பச்சை பஞ்சுருட்டான்கள் திடீரென ஒரே நேரத்தில் வெடிப்பது போலப் பறந்து மீண்டும் மரத்தில் வந்தமர்ந்தன. அங்கிருந்த ஆண் மயில் ஒன்று அச்சக் குரலெழுப்பியபடி எழும்பிப் பறந்து மறைந்தது. எதிர்த்திசையை நோக்கி மான்கள் கூட்டம் கூட்டமாகப் பாய்ந்தோடின. திடீரெனக் காடு பரபரப்பானது. இச்சத்தங்களைக் கேட்டுப் புல்வெளிக்குள் இளன் பார்வையைச் செலுத்தினான். அடுத்த நொடி அவனின் விழிகள் ஆச்சரியத்தில் விரிந்தன.

புல் தடத்தில் சற்றுத் தொலைவில் இச்சத்தங்களை எல்லாம் கேட்காதது போல, பெண் புலி ஒன்று கால்களை நீட்டிப்படுத்திருந்தது. அதன் உடல் நீண்டு வளைந்திருந்தது. அதில் அடர்த்தியான மஞ்சள் நிறமும், கருங்கோடுகளும், ஆங்காங்கே வெள்ளை நிறமும் இருந்தன. அகன்றும், பருத்தும் இருந்த புலியின் தலையில், மூக்கிற்குக் கீழே இருபுறமும் கம்பிகள் போல இருந்த வெள்ளை நிற முடிகள் பக்கவாட்டில் நீட்டியிருந்தன. வளைந்து மேலே நீண்டு உயர்ந்திருந்தது வால். அதன் வயிற்றுத் தசைகள் ஏறியிறங்கிக் கொண்டிருந்தன. சிவந்த நாக்கைச் சுழற்றி உதடுகளை நக்கியது.

ஒவ்வொருவர் முகத்திலும் அச்சமும், ஆர்வமும் கூடியிருந்தது. அதன் நீண்ட உடலும், வசீகரமும் அச்சத்தைத் தந்தது. இளனின் நெற்றியில் வியர்வை வடிந்தது. அப்புலி கலவரப்படாமல் அமைதியாகக் கண்ணெடுக்காமல் கண்காணித்தபடி இருந்தது. ஒருவன் கேமராவில் புலியைப் படம் பிடித்துக்கொண்டான்.

பெண் புலி சிறு உறுமலுடன் மெல்ல எழுந்து நின்றது. அதன் நீண்ட கோரைப் பற்கள் வெளியே தெரிந்தன. புல் தரையின் மீது வனப்புமிக்க உடலை அசைத்தபடி கம்பீரமாகக் கண்களை இடமும், வலமுமாக வீசியபடி மெல்ல நடந்தது. தீயின் ஒளிர் நிறம் கொண்ட மஞ்சள் நிற உடல், புற்களுக்கு நடுவே அசைந்து நகர்ந்தது. கருங்கோடுகள் நெளிந்தன. அதன் முன்னங்கால்களில் பின்னங்கால்களை விடத் தசைப்பற்று

மிகுந்திருந்தது. பின்னங்கால்கள் முன்னங்கால்களை விடச் சற்று நீளமானவையாக இருந்தன.

வலது புறமாகச் சில அடி தூரம் புலி நடந்து சென்றது. சட்டென அருகிலிருந்த பாறையின் மேல் புலி ஏறி நின்றது. அது எழுப்பிய கனத்த உறுமலில், ஒரு கணம் காடு அதிர்ந்து நடுங்கியது. மீண்டுமொரு முறை உறுமல் இன்னும் உக்கிரத்துடன் ஒலித்து அடங்கியது.

மெல்ல நடந்து சென்ற புலி மூங்கில் காட்டிற்குள் புகுந்து மறைந்தது. புலியைப் பின்தொடர்ந்து இளன் மூங்கில் காடுகளுக்குள் சற்று தூரம் சென்றான். அவனுக்குப் பின்னால் மற்றவர்களும் சென்றனர். திடீரென எழுந்த பெரும் பிளிறல் சத்தம், ஒட்டுமொத்தக் காட்டையும் உலுக்கியது. மூங்கில் காட்டிற்குள் இருந்து பிளிறியபடி காட்டு யானை வெளிப்பட்டது, அதுவும் தந்தங்கள் இல்லாத ஒற்றை யானை. கூட்டத்தில் இருந்து விரட்டப்பட்ட விரக்தியும், தனிமையும், கோபமும் கொண்ட 'மக்னா'*. எதிர்ப்படும் மனிதர்களை எல்லாம் தாக்கும் குணம் கொண்ட மக்னா, ஒற்றை ஆண் யானையை விட ஆபத்தானது. அதனை விட அதிக மூர்க்கமும், வலிமையும் கொண்டது. அதனிடம் இருந்து அவ்வளவு எளிதில் தப்பிக்க முடியாது என்பதை உணர்ந்த இளனுக்குத் தூக்கி வாரிப்போட்டது.

மக்னா தும்பிக்கையைத் தூக்கிப் பிளிறியது. அதன் பிளிறல் இளனின் காதை அடைத்தது. அதன் ஆஜானுபாகுவான உடலெங்கும் செம்மண் பூசியிருந்தது. யானையின் வால் முறுக்கேறியிருந்தது. யானையின் ஆக்ரோசமான உடல் மொழியும், தொடர்ந்து எழுப்பிய பிளிறல்களும் அச்சத்தை உண்டாக்கியது. காட்டில் அலைந்து திரிந்து பெற்றிருந்த அதன் முரட்டுத்தனத்தைப் பார்த்துக் கூட்டத்தினர் மிரண்டு நின்றார்கள்.

திடீரென மக்னா அதிவேகமாகக் கூட்டத்தை நோக்கி வந்தது. மக்னாவிடம் இருந்து தப்பிக்க வேண்டி இளன் வேகமாக ஓடினான். கூட்டத்தினர் ஆளுக்கொரு பக்கமாகக் கலைந்து சிதறி ஓடினார்கள். மனிதர்கள் ஓடுவதைப் பார்த்ததும் அதன் வேகம் அதிகமாகியது. உடலைக் குலுக்கியபடி ஓடி வந்ததில் நிலம் அதிர்ந்தது. கால் இடறி இளன் மண்ணில் விழுந்து புரண்டான். அவனது உடல் பலவீனமுற்றுத் தளர்ந்து சோர்ந்தது. அவனால் எழுந்து அங்கிருந்து ஓட முடியவில்லை. அவன் கீழே விழுந்த

★ மரபணு குறைபாட்டால் தந்தம் வளராத ஆண் யானை.

சத்தம் மக்னாவின் கவனத்தைத் திருப்பியது. அவனை நோக்கி மக்னா வேகம் கூட்டியது. யானையின் நடையில் தெரிந்த ஆக்ரோசம், இளனை கிலி கொள்ள வைத்தது.

'க்ளோஸ் என்கவுண்டர்'★ என நினைத்த இளனின் உடல் சிலிர்த்து நடுங்கி, குப்பென வியர்த்துக் கொட்டியது. இதயம் படபடத்தது. பயத்தில் கை, கால்கள் ஓடவில்லை. நாக்கு வறண்டு உதடுகள் ஒட்டிக்கொண்டன. எச்சிலைக் கூட விழுங்க முடியவில்லை. செய்வதறியாது தவித்தான்.

மக்னா இளனை நெருங்கி வந்தது. மேலும் மேலும் நெருங்கி வந்தது. அதன் ஒவ்வொரு அடி முன் நகர்விலும் இளனுக்கு உயிர் பயம் கூடியது. இன்னும் நான்கைந்து அடிகள் முன்னால் எடுத்து வைத்துத் தும்பிக்கையை நீட்டினால், இளன் வசமாகச் சிக்கி விடுவான். அப்படியே தூக்கி வீசி மிதித்துவிட நேரிடும். அவனால் நினைத்துப் பார்க்கவே முடியவில்லை. அவனது உடல் நடுக்கம் கண்டது. சட்டென அமர்ந்த நிலையிலேயே கால்களை மண்ணில் தேய்த்தபடி வேகவேகமாகப் பின்நகர்ந்து சென்றான். சில அடி தூரத்தில் முதுகில் தட்டுப்பட்ட தேக்கு மரம் தடுத்து நிறுத்தியது. அதற்கு மேல் என்ன செய்வது எனத் தெரியவில்லை.

மக்னா நெருங்கிவிட்டது. கரும்பாறை போல இருந்த மக்னாவைப் பக்கத்தில் பார்த்த இளனுக்குத் திக்கென்று இருந்தது. 'இனியும் தப்பிக்க முடியுமா?' பயத்தில் உறைந்து போனான். உயிரச்சத்தில் கண்களை இறுக மூடிக்கொண்டான்.

திடீரென ஏதோ சத்தம் கேட்பதாக உணர்ந்த இளன் கண்களைத் திறந்து திரும்பி பின்னால் பார்த்தான். எங்கிருந்தோ சட்டென வந்த காட்டான் ஒருவன் எதையெதையோ உளறிக்கொண்டு, அவனுக்குப் பின்னால் இருந்து வந்தான். 'யானை மிரட்டி' இலைகளை இரண்டு கைகளிலும் தேய்த்து மக்னாவை நோக்கித் தூக்கிப் போட்டபடி, இளனுக்கு முன்னால் சென்று நின்றான். இளன் அவனை இதுவரை எங்கும் பார்த்ததில்லை. எங்கிருந்து வந்தான் எனவும் தெரியவில்லை. அதுகுறித்து எல்லாம் யோசிக்கும் நிலையிலும் அவனில்லை. இளனின் உடல் நடுக்கம் கூடியது.

மக்னா அவனை என்ன செய்யுமோ என்ற அச்சத்தோடு இளன் பார்த்தான். அடுத்த நொடி இளனின் கண்கள்

★ காட்டிற்குள் எதிர்பாராத வகையில் வனவிலங்குகளால் தாக்கப்படும் நிகழ்வு.

ஆச்சரியத்தில் மிளிர்ந்தன. அவன் நினைத்ததற்கு மாறாகக் காட்டானிடம் இருந்து சில அடி தூரத்தில் மக்னா ஆக்ரோசம் அடங்கி அமைதியாக நின்றது. அக்காட்சியை அவனால் நம்ப முடியவில்லை. "போ... அப்பாத்தி போ..." என உரக்கக் கத்தியபடி காட்டான் மக்னாவை விரட்டினான். அவனையே பார்த்தவாறு இடது பக்கமாகச் சற்று தூரம் சென்ற மக்னா, பிளிறியபடி மீண்டும் முன்னால் வந்தது. சற்று பின்னால் வந்த அவன் ஒரு செடியைப் பிடுங்கி முன் நகர்ந்தவாறு நிலத்தில் தட்டியபடி "போ... போ..." எனக் கத்தினான். மக்னா திரும்பி வனத்திற்குள் சென்றது.

தாயின் சொல்லைக் கேட்கும் சிறுபிள்ளை போலச் சிறு பிளிறலோடு மக்னா திரும்பிச் சென்றதைப் பார்த்து, உயிரச்சத்தில் உறைந்து கிடந்த இளனுக்கு ஆச்சரியம் தாளவில்லை. சற்று நேர ஆசுவாசத்திற்குப் பின்னர் மெல்ல எழ முயன்றான். அவனால் எழ முடியவில்லை. அவனது கண்கள் யானையிடம் இருந்து காப்பாற்றிய காட்டானைத் தேடியது. அவனை எங்கும் காணவில்லை. எப்படி வந்தானோ அப்படியே மறைந்தும் போனான். அவனது உடல் நடுக்கம் குறையவில்லை. உடல் அனலாகக் கொதித்தது. வலி மிகுந்த காயங்களில் இருந்து இரத்தம் வடிந்தது. ஓடி வந்த வனப்பணியாளர்கள் இளனைத் தூக்கிக் கொண்டு மருத்துவமனை நோக்கி விரைந்தனர்.

"யார் அது?"

"வேங்கப்பதி மூப்பனோட மகன் காட்டுராசா" என வனப்பணியாளர்களில் ஒருவன் பதிலளித்தான். உயிர் பயத்தில் நடுங்கிக்கொண்டிருந்த இளனுக்கு, நடந்தவை கனவா? இல்லை நனவா? எனப் புரியவில்லை.

03

சித்திரை மாத வெயில் காட்டின் மீது பொழிந்தது. கொளுத்தும் வெயிலிலும் கூடக் காற்றில் ஈரப்பதம் கலந்திருந்தது. வெயிலின் பொன்னொளியில் உச்சி மரங்களின் இலைகள் பளபளத்தன. காற்றின் வருடலில் வேங்கை மரங்களில் இருந்து அசைந்து ஆடியபடி விழுந்த காய்ந்த இலைகள் மலை மலசர்களின் வேங்கைப்பதி 'சாளை'*களின் மீது உதிர்ந்தன. மேற்கூரையின் ஓட்டை வழியாக ஒழுகிய வெளிச்சத்தில் சாளைக்குள் சம்மணமிட்டு அமர்ந்திருந்த இருள் மூலையில் ஓடி ஒழிந்தது.

செவ்வக வடிவச் சாளைகளுக்கு மூங்கில்களைப் பிளந்து சுவராக்கப்பட்டிருந்தது. மேற்கூரை புற்களால் வேயப்பட்டிருந்தது. மலையிறக்கத்தில் குலுக்கிப் போடப்பட்ட சோழிகளைப் போல 42 சாளைகள் ஒரு ஒழுங்கு இல்லாமல் பெரும் இடைவெளி உடன் அங்கொன்றும், இங்கொன்றுமாக இருந்தன. ஆங்காங்கே இலவம் மரங்களும், கவுண்டர் தோட்டத்துத் தென்னைகளும் வளர்ந்திருந்தன. மின்வசதி கொடுக்க ஏதோவொரு காரணம் சொல்லி முட்டுக்கட்டை போடும் வனத்துறையினர் இரக்கப்பட்டு கொடுத்த, ஒன்றிரண்டு சோலார் மின் கம்பங்கள் நின்றிருந்தன. பதியில் இருந்து வனத்திற்குள் செல்லும் பாதையில் வெள்ளையும், ஆங்காங்கே பழுப்பு நிறமும் சேர்ந்திருந்த நாய் வேகமாக ஓடியது.

நாயினைப் பின் தொடர்ந்து வனப்பாதைக்குள் இரண்டு கால்கள் நடந்தன. கருத்திருந்த அந்தக் கால்கள் காட்டு மரத்தைப் போலிருந்தன. அதில் புடைத்திருந்த நரம்புகள் சிறு வேர்களைப் போல ஊடுருவியிருந்தன. செருப்பு இல்லாத பாதங்கள் கல், மண், மேடு, பள்ளம் எனப் பார்க்காமல் சீரான வேகத்தில் சென்றுகொண்டே இருந்தன. உறங்கும், உண்ணும் நேரம் தவிர்த்து பெரும்பாலும் அக்கால்கள் ஓரிடத்தில் நிற்காமல், நடந்துகொண்டேயிருக்கும். அப்படிக் காட்டிலும்,

---

★ வீடு. (வீட்டினை மலை மலசர்களும், மலசர்களும் சாளை என்றழைப்பது வழக்கம்).

மலைமேட்டிலும் ஓய்வில்லாமல் நடந்து நடந்து காட்டினை நன்கு அறிந்திருந்த கால்கள் அவை. எத்தகைய செங்குத்தான சரிவுகளிலும், மலைமேடுகளிலும் அக்கால்கள் அலட்சியமாக ஏறியிறங்கும். தரைதளத்தில் நடக்கச் சிரமப்பட்ட அக்கால்கள் பள்ளிக்கூடத்திற்குச் செல்லாமல் மலை மீது ஓடியவை. யாருக்கு எது என்றாலும், ஓடோடிச் செல்பவை. எந்நேரத்திலும் அச்சமின்றி அடர் வனத்தடங்களுக்குள் ஊடுருவிச் செல்லும் சாமர்த்தியம் கொண்டவை. அந்த மண்ணிற்கும், அந்தக் கால்களுக்கும் ஒரு பிணைப்பு இருந்தது. அக்கால்கள்தான் காட்டுராசாவைக் காட்டானாக மாற்றியிருந்தது.

காட்டுராசாவின் கறுத்த மெலிந்த உறுதியான உடல், காட்டுழைப்பால் இறுகியிருந்தது. அகலமான மார்புகள். தலை முடி சுருட்டை சுருட்டையாகச் சுருண்டிருந்தது. கன்னத்தில் அடர்த்தியாக வளர்ந்திருந்த தாடி என அவனது உடலெங்கும் காட்டின் பூச்சு. காட்டுராசாவின் கையிலிருந்த அரிவாள் புதர்களை வெட்டியபடி சென்றது. அரிவாளின் கூர்மையில் செடி, கொடிகள் துண்டாகிச் சிதறி விழுந்தன. மறுகையில் வைத்திருந்த குச்சியை ஆங்காங்கே ஊன்றியபடி நடந்தான். கால்கள் தொடர்ந்து நடந்துகொண்டே இருந்தன.

பதியின் எல்லையைக் கடக்கும் போது, காட்டுராசா வனதேவதையை வணங்கியபடி சென்றான். வேங்கைப்பதியின் நான்கு திசைகளிலும் வனதேவதை வீற்றிருந்தாள். எதிர்வரும் ஆபத்துகளிலிருந்து அவள் காப்பாற்றுவாள் என்பது பதியினர் நம்பிக்கை. மரங்களும், காடும், சூரியனும் அவர்கள் வணங்குபவையாக இருந்தன.

கண்ணுக்கெட்டிய தூரம் வரை காடும், மலையும் பரந்து விரிந்திருந்தன. நகரும் மேகங்கள் நிலத்தில் நிழலிட்டுச் சென்றன. தரையில் விழுந்து கிடந்த காய்ந்த இலைகள் பாதங்களில் மிதிபட்டு, 'சறுக், சறுக்' எனச் சத்தத்தை எழுப்பின. மலைச்சரிவுகளில் காய்ந்து போன புற்கள் காற்றில் இசையை உருவாக்கிக் கொண்டிருந்தன. மலைப்பகுதிகளில் அங்கொன்றும், இங்கொன்றுமாகச் சில மரங்களும் பெரும்பகுதி காய்ந்த புற்களுமாக மண்டிக் கிடந்தன. தொலைவில் கோடையின் உக்கிரத்திற்குச் சாட்சியாய் நூறடிக்கும் மேல் வளர்ந்து உயர்ந்திருந்த இலுப்பை மரம் இலைகளை உதிர்த்துவிட்டு நிர்வாண கோலத்தில் காட்சியளித்தது. ஏதாவதொரு பகுதியில்

தீப்பற்றினாலும் கண நேரத்தில் வீசும் காற்றுக்குக் காய்ந்த புற்கள் எரிந்து அனைத்தையும் விழுங்கிவிடும். புற்களை மண்ணோடு மண்ணாகச் சிதைத்து விட்டால், தீயின் பரவல் தடைப்படும் எனப் புற்களை மிதித்தபடி காட்டுராசாவின் கால்கள் சென்றன. நாய் வேகமாக முன்னால் செல்வதும், பின்னர் காத்திருந்து காட்டுராசா உடன் சேர்ந்து நடப்பதுமாக இருந்தது.

புள்ளிமான்களும், கடமான்களும் தவிர்த்து, வேறெந்த விலங்குகளும் அகப்படவில்லை. மழைக்காலமாக இருந்திருந்தால் கணக்கிலடங்கா மான்கள் சுற்றிக்கொண்டிருக்கும். காட்டுப்பாதையின் மரக்கிளைகளில் அமர்ந்தபடி ஓயாது ஒலி எழுப்பிக்கொண்டிருக்கும் பறவைகள், நீர் இருக்கும் இடம் தேடிப் பறந்துவிட்டிருந்தன. விலங்குகளும் நீர்ப் பங்கான இடங்களில் மட்டுமே சுற்றியலைந்தன. கோடையில் பச்சையம் தொலைத்த காடு, சாம்பல் நிற ஆடையை அணிந்திருந்தது.

இந்தக் காட்டிற்குள் பலமுறை காட்டுராசா குறுக்கும் நெடுக்குமாக அலைந்து திரிந்துகொண்டிருந்தாலும், காடு ஒவ்வொரு முறையும் ஏதோவொரு புதிய வசீகரத்தைக் கொடுத்துக் கொண்டேயிருந்தது. காடு எப்போதும் ஒரே மாதிரியாக இருப்பதில்லை. பருவ காலத்திற்கு ஏற்ப காடு தன்னை உருமாற்றிக்கொள்ளும் என்பதை அவனது அனுபவத்தில் அறிந்து வைத்திருந்தான்.

வேகமாக முன்னால் சென்ற நாய் மேடான ஓரிடத்தில் அமைதியாக நின்றிருந்தது. காட்டுராசா வந்து சேரும் வரை அது அங்கேயே நகராமல் நின்றது. ஏதோ சத்தம் கேட்பது போல இருந்தது. அங்கிருந்து காட்டுராசா சுற்றும் முற்றும் பார்த்தபடி, உன்னிப்பாகக் கவனித்தான். விசில் அடிப்பதைப் போன்ற சத்தம் கேட்டது. அவன் நாயை ஒரு பார்வை பார்த்ததும், அது சத்தம் எதுவும் இல்லாமல் வனத்திற்குள் புகுந்து ஓடி மறைந்தது.

காட்டுராசா தொடர்ந்து நடந்தான். செவிகளை நெருங்கி அச்சத்தம் வந்த திசையில் மேடேறி பார்க்கும் போது, அடர்ந்த புங்கன் மரங்களுக்கு அடியே குளிர்ச்சியான நிழலில் படுத்து உறங்கிக்கொண்டிருந்த காட்டு யானைகளிடம் இருந்து அந்த விசில் போன்ற குறட்டைச் சத்தம் வந்தது தெரிந்தது.

கரும் பாறைகளைப் போலக் கிடந்த நான்கு யானைகள் கால்களை நீட்டியபடி, தரையில் படுத்து உறங்கிக்கொண்டிருந்தன. பெண் யானை படுத்திருந்த இடத்திற்கு எதிர்ப்புறமாக ஆண்

யானை படுத்திருந்தது. அந்த யானைகளிலிருந்து சற்று தள்ளி ஒரு குட்டியும், ஒரு நடுத்தர யானையும் ஒரே இடத்தில் படுத்திருந்தன. யானைகள் நல்ல உறக்கத்தில் இருந்தன. யானைகளுக்கு இடையே செல்லும் ஒற்றையடிப் பாதையில் காட்டுராசாவின் கால்கள் நடந்தன. பாதி தூரம் சென்ற நிலையில், திடீரெனக் கால்கள் நடப்பதை நிறுத்தின. முன்னால் படுத்திருந்த யானைகளில் ஒன்று காதுகளை மெல்ல அசைத்தது. குட்டி யானை லேசாகப் புரண்டது. குட்டியோடு யானைக் கூட்டம் இருந்ததால், காட்டுராசாவின் கால்கள் லேசாக நடுங்கின.

யானை எழுந்தால், தும்பிக்கையை நீட்டிப் பிடித்துவிடும் இடைவெளிதான் இருந்தது. காட்டுராசா அசையாமல் நின்று கவனித்தான். யானைகள் அசைவற்று இருந்தன. சற்றே வேகமாக அவ்விடத்தை விட்டுக் காட்டுராசாவின் கால்கள் நடந்து கடந்தன. சற்றுத் தள்ளியிருந்த மேட்டில் கால்கள் ஏறும்போது, ஒரு யானை மெல்லச் சிறிதாகப் பிளிறியது. அந்தப் பிளிறல் அந்த இடத்தை விட்டு அவன் கடந்து விட்டதை மற்ற யானைகளுக்கு அறிவிப்பது போலிருந்தது. சிறிது தூரம் சென்றதும், மீண்டும் நாய் அவனுடன் இணைந்துகொண்டது.

மேற்குத் திசையில் மலைகளுக்குள் சூரியன் கீழிறங்க மலை உச்சியில் ஒளிக்கதிர்கள் பட்டதால் ஏற்பட்ட பிரகாசத்தில், காடு செந்நிறமாக மின்னிக்கொண்டிருந்தது. காட்டுராசாவின் வருகைக்காக ஆறு பேர் கருமருது மரத்தடி நிழலில் காத்திருந்தனர்.

“காட்டா ஏன்னா இத்தினா நேரமாயி?” சின்னான் கேட்டான்.

“படுகாட்டு’★ல ஆனெக் கூட்டம் குஞ்சு குட்டியோட கிடந்து உறங்குனது. அதக் கடந்து வரியாலுக்கு நேரமாச்சு”

இவர்கள் பேசிக் கொண்டிருப்பதைக் கவனிக்காமல் பாபு பிராந்தி பாட்டிலின் மேலும், கீழும் ஒரு தட்டு தட்டி மூடியைத் திருகி எடுத்துத் தூக்கியெறிந்தார். பாட்டிலில் இருந்ததை ஒரே மிடறில் உள்ளே இழுத்துவிட்டு உள்ளங்கையில் உதடுகளைத் துடைத்துக் கொண்டார்.

“ஏந்தியானு மாமே, எப்பாலும் குடிசோண்டி இருக்குனது?” எனக் காட்டுராசா கேட்டதற்கு, பற்களைக் காட்டி இளித்தபடி எதுவும் பேசாமல் தள்ளாடியபடி நடந்தார். ஆளாளுக்குப் பேசியபடி தேனெடுக்கக் கிளம்பினர். ஒவ்வொருவர் தோளில் இருந்த

★ அடர் வனம். (மலைமலசர் மொழியில் காட்டைக் குறிப்பிடும் வார்த்தை)

பைகளிலும் தேவையான பொருட்களும், உணவும் இருந்தன. மலரின் மகரந்தத்தைச் சேகரித்து வரும் தேனீக்களைக் கவனித்துப் பின்தொடர்ந்து அக்கூட்டத்தினர் வந்திருந்தனர். பாறைகளில் மஞ்சள் நிறத்தில் படிந்திருந்த ஈக்களின் எச்சம் தேனீக்கள் பக்கத்தில் இருப்பதைக் காட்டியது.

அக்கூட்டத்தினர் மாமா, மச்சான் உறவு முறையினர் என்பதால், பேச்சில் கேலியும், கிண்டலும் விளையாட்டுத்தனமும் சேர்ந்திருந்தது. அதனால் உற்சாகம் கலையாமல் இருந்தது. மந்திப்புறாக்களும், நீல இறகு கிளிகளும் தாங்கள் சென்றடைய வேண்டிய மரங்களைத் தேடிப் பறந்து சென்றுகொண்டிருந்தன. மாலை மயங்கி இருள் கவிழத் துவங்கியது.

இரவாடிகள் வேட்டையைத் துவங்கும் நேரம். பரம்பை மரக்கிளையின் ஓரத்தில் அமர்ந்திருந்த ஆந்தை, அடர்ந்த இருட்டிலும் அதன் பெரிய கண்களை உருட்டியபடி எதையோ கூர்ந்து பார்த்துக்கொண்டிருந்தது. மலையில் உயரமான பாறை இடுக்கில் தொங்கிக்கொண்டிருந்த தேனடையின் கீழ் பதியினர் நின்றனர். அவர்கள் கொளுத்திய மூங்கில் பந்தங்கள் சுற்றும் முற்றும் திரண்டிருந்த இரவின் இருளை விலக்கி வைத்தன. ஒண்டு கட்டுதல் துவங்கியது. அக்கூட்டத்தில் இளவயதாக இருந்த காட்டுராசா 'கண்ணேணி'*யை எடுத்து வந்து பாறை மீது சாய்த்து வைத்தான். நீளமான மூங்கிலில் இருந்த கணுக்களில், கால்களை வைத்துச் செல்லும் அளவிற்கு இருந்தது. கண்ணேணி மீதேறி காட்டுராசா உச்சிக்குச் சென்றான்.

கீழே நின்றிருந்த சின்னான் இன்னொரு கணுவுள்ள மூங்கிலை எடுத்துக்கொடுத்தான். மூங்கில் மேலே நின்றுகொண்டிருந்த காட்டுராசா அந்த மூங்கிலை வாங்கி, ஏற்கெனவே உள்ள மூங்கிலுடன் காட்டுக் கொடிகளை வைத்துக்கட்டினான். இப்படிக் கட்டப்பட்ட மூங்கில்களின் மீதேறி காட்டுராசா தேனடையை நெருங்கிச் சென்று, நெருப்பைக் காட்டியதும் தேன் பூச்சிகள் தேனடையில் இருந்து கலைந்து பறந்தன. தேனடையை எடுத்து முதுகிலிருந்த தகர டின்னில் பிழிந்து தேனை எடுத்தான். காட்டுராசா ஒரு சொட்டு தேனை எடுத்துச் சுவைத்தான். அதன் சுவை நாக்கில் தித்திப்பாக இறங்கியது. பின்பு கண்ணேணி மூலம் காட்டுராசா கீழிறங்கி வந்தான்.

★ உயரமான இடங்களில் உள்ள தேனடைகளை எடுக்கப் பயன்படுத்தப்படும், கணுக்களிலேயே அடிவைத்து ஏறிச் செல்லும் வகையில் அமைந்துள்ள மூங்கில்.

தேனின் மணத்தைப் மோப்பத்திறனால் உணர்ந்த ஒரு கரடி, இருட்டில் இருந்து மெல்ல நகர்ந்து வந்தது. தேன் எடுத்து முடித்ததும் கிளம்பத் தயாரானவர்களுக்கு எதிரே கரடி. அதுவும் முன்னங்கால்கள் இரண்டையும் கைகளைப் போல வைத்து, முகத்தை மறைத்தபடி இரண்டு கால்களில் முன்னோக்கி வந்தது. கரடி தாக்கத் தயாராகி வருவதைக் கண்டவர்களின் உடலில் அச்சம் படர்ந்தது. கரடி ஆட்களின் முகத்தைத்தான் முதலில் தாக்கும். ஒரே அடியில் முகம் சிதைந்துவிடும். அதன் முகம் தவிர்த்து உடலெங்கும் அடர்ந்திருக்கும் முடியில் அரிவாளால் வெட்டினாலும் அவ்வளவு சீக்கிரம் வெட்டு விழாது.

சற்று யோசித்த காட்டுராசா இரண்டு மூங்கில் பந்தங்களைக் கையில் ஏந்தியபடி கரடியை நோக்கித் துணிந்து முன்னேறினான். மற்றவர்கள் ஆளுக்கு ஒரு பக்கமாக நின்று உரக்க ஏதேதோ கத்தியபடி மரக்கட்டையால் மரங்களை அடித்தனர். காட்டுராசா முன் நகர்ந்து செல்ல கரடியும் எதிர்த்து வந்தது. காட்டுராசாவின் கைகளில் தீப்பந்தங்கள் சுழன்றன. சற்று தூரம் எதிர்த்து வந்த கரடி, சட்டென இடது புற இருளுக்குள் புகுந்து தொலைந்தது.

பதியினர் நிம்மதிப் பெருமூச்சு விட்டபடி கிளம்பினர். பாறையிலிருந்த தேன் கூட்டில் பகுதித் தேன் இன்னும் மிச்சமிருந்தது. எப்போதும் முழுமையாக எதையும் எடுத்து விடாமல் தனக்குக் கொஞ்சம், மற்றவைகளுக்குக் கொஞ்சம் என விட்டுவிட்டு வருவது அவர்களின் வழக்கம். அதன்படி விடப்பட்ட அந்தக் கூட்டைத் தேனீக்கள் வந்து மீண்டும் புதுப்பித்துக் கொள்ளவும் செய்யும்.

ஒற்றையடி வனப்பாதையில் ஒருவர் பின் ஒருவராக நடந்து சென்றனர். வரிசையில் முதல் ஆளாகச் சின்னான் செல்ல, அவனுக்குப் பின்னால் காட்டுராசாவும் மற்றவர்களும் நடந்தனர். முந்தைய நாள் இரவில் தேன் சேகரித்துவிட்டு, இரவுப் பொழுதை மரப்பொந்துகளில் கழித்திருந்தனர். விடிந்ததும் காடுகளுக்குள் சேகரித்த குச்சிக் கிழங்குகளை நெருப்பில் வாட்டி உண்ட பின்னர் நடைப்பயணத்தைத் துவக்கியிருந்தனர்.

இடைவிடாமல் கீச்சிட்டபடி தவிட்டுக் குருவிகள் அங்கொன்றும் இங்கொன்றுமாகப் பறந்துகொண்டிருந்தன. சில குருவிகள் தரையில் கிடந்த காய்ந்த இலைகளுக்கு அடியில் கிடக்கும் பூச்சிகளை அலகால் தேடிக் கொத்தித் தின்றபடியிருந்தன. மேற்புறத் தோல் கருப்பு நிறத்திலும், கழுத்தின் அடிப்பகுதி

ஆரஞ்சு நிறத்திலும், நீண்ட புதர் நிறைந்த வாலோடும் இருந்த மலுங்கப் புலி (கரும் வெருகு) குதித்து குதித்து பாதையைக் கடந்து மகிழம் மரத்தில் ஏறியது. வெயில் கொளுத்தியது. சுற்றிலும் வெப்பம் தகதகத்தது. அதனால் ஏற்பட்ட வெக்கையில் உடல்கள் தளர்வடைந்து கொண்டிருந்தன. நடந்து நடந்து கால்கள் சோர்வடைந்து இருந்தன. வறண்ட நாக்குகள் தண்ணீருக்காக ஏங்கின. பல நீரோடைகள் வற்றியிருந்தன. கோடைக் காலத்தில் நீரோடைகள் குறைவாகவே இருக்கும் என்பதால், தண்ணீர் ஊற்றைக் கண்டறியும் தேடல் துவங்கியது.

சிறு தேடலுக்குப் பின் ஆட்டுக்கால் கிழங்குச் செடி பாறையில் விளைந்திருப்பதை காட்டுராசா பார்த்தான். அதனைப் பார்த்ததும் அவனது முகம் மலர்ந்தது. அந்த முக மலர்ச்சியில் கூட்டத்தினர் முகத்தில் மகிழ்ச்சி தண்ணீராக ஊற்றெடுத்தது. பாறைக்குக் கீழ் வெடிப்பு ஓரிடத்தில் இருந்தது. அங்கிருந்து தேடியதில் நூறு மீட்டர் தூரத்தில் ஒட்டுச் செடிகள் இருந்தன. அந்த இடத்தில் ஈரப்பதமும், குளுமையும் இருந்தது.

காட்டுராசாவும், சின்னானும் மண்ணில் குத்தீட்டியால் நான்கைந்து அடி தோண்டினர். தண்ணீர் ஊற்றெடுத்து வந்தது. வட்டக் கண்ணி இலையைச் சுருட்டி குவளை போலச் செய்தனர். அதில் தண்ணீரை அள்ளிப் பருகித் தாகம் தீர்த்தனர்.

மீண்டும் நடை துவங்கியது. சற்று தூரம் சென்ற நிலையில் சின்னானின் தோளில் கை வைத்த காட்டுராசா, “அணங்காதே” என்றான். சின்னான் அசையாமல் அப்படியே நின்றான். காட்டுராசாவிற்குப் பின்னால் வந்துகொண்டிருந்தவன் கீழே பார்த்தான்.

சின்னானின் கால்களுக்கு அடியில் ஒன்றரை அடி நீளமும், கட்டை விரல் அகலமும் கொண்ட கொடிய ‘சப்பைத் தலை’ பாம்பின் உடல் இருந்தது. அந்த விஷப்பாம்பின் சப்பையான தலை கால்களுக்கு வெளியே நீட்டிக்கொண்டிருந்தது. அது சின்னானின் கால்களைக் கொத்தும் நோக்கில் சீற்றத்துடன் இருந்தது. காட்டுராசா கையிலிருந்த குச்சியால் பாம்பைத் தூக்கிய மாதிரி எடுத்து, செடிகளுக்குள் தள்ளினான். கீழே குனிந்து மண்ணை அள்ளி எடுத்துச் சாமி கும்பிடுவது போல வணங்கி நெற்றியில் வைத்துக்கொண்டு, “போ... அப்பாத்தி போ” எனப்

பாம்பின் மீது வீசினான். பாம்பு 'ஆனைமலை நெல்லி'* புதருக்குள் ஓடி மறைந்தது. வனப்பாதையில் நடை தொடர்ந்தது.

வரும் வழியில் கடப்பாரை, மண் வெட்டி உடன் பதியின் வேறொரு குழுவினர் நிலத்தைத் தோண்டிக் கொண்டிருப்பதைப் பார்த்தபோது, மாகாணிக் கிழங்கு எடுக்கும் பணிகள் நடப்பது தெரிந்தது. கொளுத்தும் வெயிலிலும் வியர்க்க விறுவிறுக்கப் பணிகள் நடந்தன. மாகாணிக் கிழங்கு எடுப்பது அவ்வளவு எளிதான வேலை அல்ல.

ஒரு மொட்டைப் பாறையில் மாகாணிக்கிழங்குச் செடி வளர்ந்திருந்தது. அதில் துளிர்விட்டு இருந்த 3 வெட்டு இலைகள் சிறியதாக இருந்தன. பெண் தலை மயிர்களை மண்ணிற்குள் கோதி விட்டது போல அதன் வேர்கள் சென்றிருந்தன. செடி ஓரிடத்தில் இருந்தது. அதன் தாய் வேர் ஓரிடத்தில் இருந்தது. அதன் கிளை வேர் பிடித்துப் பல நூறு மீட்டருக்குத் தோண்டியிருந்தனர். மண்ணுக்குள் கிழங்குகள் குவியல் குவியலாக விளைந்திருந்தன.

பெரும்பாலும் மரங்களின் மீது படர்ந்திருக்கும் அச்செடி, பாறைச் சந்திலும் புகுந்து தளைக்கும் தன்மை கொண்டது. ஒரே செடியில் 20 கிலோவும் கிடைக்கலாம், 200 கிலோவும் கிடைக்கலாம். மண் வெட்டியால் மண்ணைத் தோண்டி மாகாணிக்கிழங்குகளை எடுத்தனர். ஆங்காங்கே பறித்தது போக, பல கிழங்குகளைச் செடிக்கும் கொஞ்சம் விட்டிருந்தனர்.

மஞ்சணத்தி மரங்களில் சிறிய வெண்ணிற மலர்கள் பூத்திருந்தன. அதனைப் பார்த்தபடி காட்டுராசாவின் கூட்டம் கடந்து சென்றது.

இக்கூட்டத்திற்கு முன்பாக மற்றொரு வனத்தடத்தில் இருந்து இறங்கிய ஒரு தம்பதியும், நான்கைந்து வயதுள்ள சிறுமியும் காய்ந்த சீமார் புற்களைத் தலையில் சுமந்தபடி நடந்து சென்றனர். பெண்ணின் முதுகில் கட்டியிருந்த வெள்ளைத் துணிக்குள் ஒரு குழந்தை உறங்கிக்கொண்டிருந்தது. மலையுச்சியில் இருந்து சீமார் புல்லை வெட்டிப் பாறைகளில் காயவைத்துச் தலைச்சுமையாக சீமார் கட்ட எடுத்து வந்து கொண்டிருந்தனர். தம்பதியினருக்கு இணையாகச் சிறுமியும் மேடு பள்ளங்களில் ஏறியிறங்கிக் கொண்டிருந்தாள்.

★ புதர் வகையை சேர்ந்த ஆனைமலையின் ஓரிட வாழ்வி தாவரம்.

காற்றில் மிதந்து வந்த துர்நாற்றத்தைக் காட்டுராசா உணர்ந்தான். காற்று மேற்கு நோக்கி வீசியதால், கிழக்குப் பக்கத்தில் இருந்து அந்த நாற்றம் வருவது தெரிந்தது. மற்றவர்களும் துர்நாற்றத்தை உணர்ந்து சுற்றும், முற்றும் கண்களைச் சுழலவிட்டனர். வனத்தடத்தில் இருந்து நாற்றம் வந்த திசையை நோக்கிக் காட்டுராசா நடக்க, மற்றவர்களும் உடன் நடந்தனர்.

ஓரிடத்தில் அழுகிய நிலையில் காட்டு யானையின் உடல் கிடப்பது தெரிந்தது. யானை உயிரிழந்து நான்கைந்து நாட்களாகி இருக்கும் எனக் காட்டுராசா நினைத்தான். அதனைப் பார்த்ததும் ஆண் யானை என்பதை அறிந்துகொண்ட காட்டுராசா, அதன் தந்தங்கள் இல்லாமல் இருப்பதைப் பார்த்ததும் பதறிப் போனான். உடலில் காயங்கள் எதுவும் இல்லாததால், உயிரிழந்து கிடந்த யானையின் உடலில் இருந்து தந்தங்கள் திருடப்பட்டு இருக்கும் என அவன் யூகித்தான்.

காட்டு யானையைச் சுற்றிச் சற்று தூரம் வரை பதியினர் தேடிப் பார்த்தனர். தந்தம் எங்கும் அகப்படவில்லை. அனைவருக்கும் தூக்கி வாரிப் போட்டது. காட்டிற்குள் என்ன நடந்தாலும், யாரென்ன செய்தாலும் வனத்துறையினர் பதிக்குத்தான் வந்து நிற்பார்கள். அவர்களைத்தான் சந்தேகப்படுவார்கள். யார் இதைச் செய்திருப்பார்கள் என ஆளாளுக்கு யோசித்துப் பார்த்தனர். யாருக்கும் எதுவும் பிடிபடவில்லை.

"சின்னா 'மடாலு'* போயி 'சணாம்'** சொல்லிவிடு" எனக் காட்டுராசா கூறியதும் சின்னான் வனத்தடத்தில் ஓட்டம் எடுத்தான்.

★ வனத்துறை

★★ சீக்கிரம்

04

காடு காரிருளைப் போர்த்திப் படுத்திருந்தது. தூக்கக் கலக்கத்தில் இருக்கும் குழந்தை தூங்கித் தூங்கி விழிப்பது போல, சோலார் விளக்குகள் விட்டு விட்டு எரிந்தன. காட்டுராசாவின் சாளையின் வாசலில் உடலைக் குறுக்கிக்கொண்டு நாய் படுத்திருந்தது. சாளைக்குள் காட்டுராசா ஆழ்ந்த உறக்கத்தில் இருந்தான். சேவல் கூவியது. அச்சத்தம் கேட்டுத் தூக்கம் கலைந்த அவன், விலகியிருந்த போர்வையை இழுத்துப் போர்த்திக் கொண்டான். சிறிது நேரம் உருண்டு புரண்டு படுத்தபடி இருந்த காட்டுராசா எழுந்து அமர்ந்தான். பெரியசாமி கவுண்டர் தோட்டத்து வேலைக்கு வரச்சொல்லி இருந்ததால், முகத்தைக் கழுவிக்கொண்டு துணியை மாற்றியபடி தயாராகி வந்தான்.

விடிவதற்கான நேரமாகிவிட்டாலும் இருட்டு இன்னும் வடியவில்லை. காட்டுராசா சாளையில் இருந்து வெளியேறி நடந்தான். நடைச் சத்தம் கேட்டுக் கண் விழித்த நாய், காட்டுராசா உடன் சேர்ந்து நடந்தது. நான்கைந்து மாணவ, மாணவிகள் சாளைகளுக்குள் இருந்து வந்தனர். புத்தகப் பையை தோளில் சுமந்தபடி வந்த சுந்தரி, காட்டுராசாவைப் பார்த்துப் புன்னகைத்தாள்.

"நீ ஏன்னு பள்ளி போகயா?"

"அதெ"

"செரி. வா போகாம்" என்றபடி எல்லோரும் ஒன்றாகச் சேர்ந்து வனப்பாதையில் நடந்து செல்ல, நாய் அவர்களுக்கு முன்னால் சென்றது. சுந்தரி ஒன்பதாம் வகுப்பு படித்துக்கொண்டிருந்தாள். அவள் தன் சீருடையில் அழுக்கு பட்டுவிடாமல் இருக்க முழங்கால் வரை பேண்ட்டை மடித்து விட்டிருந்தாள். முன்தினம் பெய்த மழையால் மண் தடத்தில் ஏற்பட்டு இருந்த சேறு, சகதிகள் உடை மீது பட்டுவிடாதபடி, பார்த்துப் பார்த்துக் கவனமாக நடந்து சென்றாள்.

பதியில் இருந்து மேடு பள்ளம், மலையிறக்கம், வனப்பாதை, வண்டிப்பாதை, தோட்டச்சாலை கடந்து நடந்து நடந்து 8 கிலோ மீட்டர் தூரம் கால்கள் ஓய பள்ளிக்குச் செல்வது வெகு சிரமம். உண்டு உறைவிடப் பள்ளியில் தங்கி படிக்கலாம் என்றாலும், பெற்றோரையும், காட்டையும் பிரிந்து இருப்பது அதைவிடச் சிரமம். இதனாலேயே பலரும் பள்ளிக்குச் செல்வதில்லை. அதைமீறிச் செல்பவர்களும் பாதியிலேயே பள்ளிக்குச் செல்வதை நிறுத்திவிடுகின்றனர். பின்னால் வேகமாக வந்த சின்னான் அவர்களுடன் சேர்ந்து நடந்தான்.

"எந்தானு ஆனெ தந்தம் கேசு?"

"ஒன்னும் சம்பவிக்கானில்ல."

இருளைத் துளைத்து வெளிச்சம் மெல்ல இறங்கியது. ஒற்றையடி வனப்பாதையில் மேடு பள்ளம் ஏறியிறங்கி, செங்குத்துச் சரிவுகளைக் கடந்து நடந்தனர். சில்லென்ற குளிர் காற்று முகங்களை வருடிச் சென்றது. காட்டுராசா மற்றவர்களுக்கு முன்னால் நடந்து சென்றான். மாணவர்கள் தங்களுக்குள் பேசியபடி நடந்தனர்.

மாமரத்தில் இருந்த பச்சைக் குக்குறுவான் மாம்பழத்தை அலகால் கொத்திச் சாப்பிட்டுக் கொண்டு "குட்ரூ.. குட்ரூ.." எனக் கூவியது. அதன் தலை, கழுத்து, மார்பு என உடல் பழுப்பு நிறத்திலும், எஞ்சிய சிறகுப் பகுதி பச்சை நிறத்திலும் இருந்தது. கண்ணைச் சுற்றியிருந்த செம்மஞ்சள் வட்டம் அலகின் அடிவரை பரவியிருந்தது. மேய்ந்து கொண்டிருந்த புள்ளிமான்கள் ஆட்களின் கூட்டம் பேச்சு சத்தத்தைக் கேட்டதும், துள்ளிக் குதித்துக் காட்டிற்குள் ஓடியது.

நீண்டு போகும் அந்தக் காட்டு வழியில் ஓரிடத்தில் கிளைகள் முறிந்து கிடந்தன. செடிகொடிகள் இழுத்து எறியப்பட்டிருந்தன. யானைச் சாணத்தின் பச்சை வாசம் மூக்கைத் துளைத்தது. ஆங்காங்கே குட்டுக்குட்டாக யானைச் சாணங்கள் கிடந்தன. அதில் பட்டாம்பூச்சிகள் மொய்த்துக் கொண்டிருந்தன. சற்றுத் தொலைவில் பாதையில் ஒரு காட்டு யானை நின்று கொண்டிருந்தது. பாதையோரத்தில் இருந்த 'யானைப் புற்களை'★ (டெமிடாஸ் இன்பெரியா) அந்த யானை தும்பிக்கையால் பிடுங்கி அதைத்தனது காலில் அடித்துச் சுத்தப்படுத்திச் சாப்பிட்டுவிட்டு, விலகிச் செல்லும் வரை காத்திருந்து நடந்தனர்.

★ யானைகள் விரும்பி உண்ணும் ஒரு புல் வகை.

ஓயாத நடையால் மலையிறங்கி காடுகளைத் தாண்டினர். காண்டூர் கால்வாய் வரை உடன் வந்த நாய் மீண்டும் பதியை நோக்கி ஓடியதைத் திரும்பிப் பார்த்தபடி காட்டுராசா நடந்தான். கால்வாயில் பாய்ந்தோடும் தண்ணீர் மலையைக் குடைந்து அமைக்கப்பட்ட சுரங்கத்திற்குள் நுழைந்து கொண்டிருந்தது. சர்க்கார் பதியில் இருந்து திருமூர்த்தி அணை வரை பாய்ந்தோடும் இந்த நீரில் பலர் விழுந்து அடித்துச் செல்லப்பட்டுள்ளார்கள். சில சமயங்களில் யானைகள் கூட அடித்துச் செல்லப்படுவதுண்டு. கால்வாயைக் கடந்து கீழிறங்கிய பாதையில் நடந்தனர்.

மலைகளுக்கும், சரிவுகளுக்கும் இடையே நீண்டு சென்ற, வண்டித் தடத்தில் தொடர்ந்து நடந்தனர். மலையிறங்கி அடிவாரத்திற்கு வந்தபோது, பீட்டர் கால்வாய்ப் பாலம் வரவேற்றது. கைப்பிடி எதுவும் இல்லாத கால்வாய்ப் பாலத்தில் சற்று அசந்தாலும், தண்ணீரில் வீழ நேரிடும். கவனமாக அடியெடுத்து வைத்தனர். அதனைத் தாண்டியதும் காட்டுராசாவும், சின்னானும் மாணவர் கூட்டத்தை விட்டுப் பிரிந்து தோட்டத்திற்குள் நுழைந்து வேலைக்குச் சென்றனர். மாணவர்கள் வண்டிப்பாதை, தோட்டச்சாலை ஊடாகத் தார்ச்சாலையைப் பிடித்துப் பள்ளிக்குச் சென்றனர்.

வியர்வை ஒழுக பசியோடு பள்ளிக்கு வருவதற்குள் சுந்தரிக்கு ஒரு வழியாகிவிட்டது. பள்ளிக்கு அருகே வரும்போது சாலையில் தேங்கியிருந்த சகதி நீரை, வேகமாக வந்த ஒரு கார் சுந்தரி மீது வாரியிறைத்துச் சென்றது. சுந்தரி கோபத்தோடு காரில் சென்றவனைத் திட்டித் தீர்த்தாள்.

சுந்தரி பள்ளியை அடைந்த போது, பல மாணவர்களை அவர்களது பெற்றோர் வாகனங்களில் கொண்டு வந்து விட்டுச் சென்றுகொண்டிருந்தனர். எந்தச் சிரமமும் இல்லாமல் பள்ளிக்கு மற்றவர்கள் வந்ததைச் சுந்தரி ஏக்கத்துடன் பார்த்தபடி பள்ளிக்குள் சென்றாள்.

"டிங்.... டிங்ங்... டிங்ங்ங்" பள்ளியில் மணி அடித்தது. சுந்தரி அவசர அவசரமாகத் தண்ணீரை ஊற்றி சேற்றைக் கழுவியபடி வகுப்பறைக்குள் ஓடினாள்.

"குட் மார்னிங் மேடம்" என மாணவ, மாணவிகள் ஒரே குரலில் வகுப்பறைக்குள் வந்த ஆசிரியையிடம் சொன்னார்கள். முதல் வரிசையில் நின்றிருந்த சுந்தரியின் சீருடையில் சேறும், சகதியும்

இருப்பதன் மீது ஆசிரியையின் பார்வை சென்றது. முகம் சிடுசிடுவென மாறியது.

“நீங்க ஏன் டீசண்ட் இல்லாம ஸ்கூலுக்கு வரீங்க? எப்பப் பாத்தாலும் அழுக்கோடயும், சேத்தோடயுமே ஸ்கூலுக்கு வரதே உங்களுக்கு வேலையா போச்சு. நல்லா டிரெஸ் போட்டு வாங்கனு எவ்வளவு முற உங்களுக்குச் செல்லுறது? கெட் அவுட்” என வகுப்பறைக்குள் வெளியே சுந்தரியை நிற்குமாறு கூறினாள். மற்ற பறவைகளைத் தங்களது இடத்தில் இருந்து துரத்துவதில் குறியாகவும், எப்போதும் சண்டையிடத் தயாராகவும் இருக்கும் நாகணவாய் (மைனா) போல அந்த ஆசிரியர் சுந்தரிக்குத் தெரிந்தாள். சுந்தரிக்குத் திருப்பிப் பேச வார்த்தைகள் எதுவும் வரவில்லை. கண்ணீர் சிந்தியபடி, வகுப்பறைக்கு வெளியே சென்று நின்றாள்.

ஆனைமலை மலையடிவாரத்தில் வன எல்லையோரத்தில் பெரியசாமி தோட்டம் இருந்தது. கண்ணுக்கெட்டிய தூரம் வரை தென்னை மரங்களாகக் காட்சியளித்தது. பரம்பிக்குளம் - ஆழியாறு நீர்ப்பாசனத் திட்டமும், தண்ணீரைக் கொண்டு செல்லும் காண்டூர் கால்வாயும் சமவெளி நிலங்களைப் பசுமையாக்கி இருந்தன. சர்க்கார் பதியில் உள்ள நீர்மின் உற்பத்தி நிலையத்தில் இருந்து மலை இடுக்குகளின் வளைவுகளில் நுழைந்து பள்ளத்தாக்கு நெளிவுகளில் பாய்ந்து பத்துச் சுரங்கங்கள் வழியாகப் பயணித்து ஆனைமலை தொடர் முழுவதும் ஊடுருவிச் செல்லும் காண்டூர் கால்வாய், தென்னையையும், வாழையையும் செழித்து வளரச் செய்திருந்தது.

தோட்டத்திற்குள் சென்ற காட்டுராசா, தென்னை மரத்தின் மீது ஏறி தேங்காய் பறிக்கும் வேலையைச் செய்யத் துவங்கினான். பெரியசாமியின் தோட்டம் ஐம்பது ஏக்கருக்கும் மேல் இருக்கும். அவர் ஊருக்குள் செல்வாக்கு மிக்க நபராகவும், ஆளுங்கட்சி பிரமுகராகவும் இருந்தார். அத்தோட்டத்தில் வேங்கைப்பதியினர் மட்டுமின்றி மற்ற பதியினரும் வேலை செய்து வந்தனர். தோட்டத்தில் தேங்காய் போடுதல், களைப் பறித்தல், நாற்று நடுதல், சாணி வழித்தல், ஆடு, மாடுகளுக்குத் தீனி போடுதல், யானை விரட்டுதல், காவல் காத்தல் எனப் பதியினருக்கு வேலை இருந்து கொண்டேயிருக்கும். ஆளுக்கு ஏற்பச் சம்பளம் என்றாலும், வாரந்தோறும் சனிக்கிழமையானால் சம்பளம் கைக்குக் கிடைத்துவிடும்.

சுற்றுவட்டாரத் தோட்டங்களில் சிலர் தங்கியிருந்து வேலை பார்த்து வந்தனர். பகலில் வேலை முடித்து இரவில் சிலர் பதிக்குத் திரும்பினர். பகலில் பதியிலும், இரவில் தோட்டங்களிலும் சிலர் வேலை பார்த்தனர். அடுக்கடுக்காக வேலைகள் கொடுத்தாலும் ஒருபோதும் அவர்கள் முகம் கோணியோ மறுப்பு தெரிவித்தோ யாரும் பார்த்ததில்லை. சொல்லும் வேலைகளை இழுத்துப் போட்டுச் செய்வதால் அவர்களின் ஒத்தாசை எப்போதும் தோட்டக்காரர்களுக்குத் தேவையாக இருந்தது.

பதியினரைப் பகைத்துக் கொண்டால் விடிய விடியக் காவல் காத்து யானை விரட்டவும், குறைந்த கூலிக்கு உடலுழைப்பைக் கொட்டவும் ஆள் கிடைக்கமாட்டார்கள். வேலையை விட்டுப் பதியினர் சென்றுவிட்டால், வேறொரு தோட்டத்தில் வேலை கிடைக்கும். அவர்களுக்கு எந்த இழப்பும் இல்லை. ஆனால் தோட்டத்திற்குள் யானைகள் புகுந்து கபளீகரம் செய்தால் எதுவும் மிஞ்சாது. வனத்துறையும் எட்டிப் பார்க்காது என்பதை அனுபவப்பூர்வமாகத் தெரிந்து வைத்திருந்தனர். அதனால் ஆதிக்கம் காட்டிப் பதியினரைத் பகைத்துக் கொள்ளத் தோட்டத்துக்காரர்கள் விரும்புவதில்லை.

காட்டுராசா தேங்காய் போட்டு முடித்துவிட்டு, தோட்டத்தில் தண்ணீர் பாய்ச்ச வரப்பு போடும் வேலையைச் செய்யத் துவங்கினான். ஆங்காங்கே ஆடுகளும், மாடுகளும் மேய்ந்து கொண்டிருந்தன. ஒரு வெள்ளை நிற ஆட்டின் மீது வால்பகுதி நுனி இரண்டாகப் பிரிந்து இரட்டை வாலுடன், கறுப்பு நிறத்தில் இருந்த கரிச்சான் குருவி அமர்ந்திருந்தது. “ட்டீ.. ற்றீ” என ஓசை எழுப்பியபடி பறந்து சென்று பூச்சிகளைக் கொத்திச் சாப்பிட்டு விட்டு மீண்டும் ஆட்டின் மீது அமர்ந்தது. சிறிது நேரத்தில் ஒரு ஆடு தொடர்ந்து பலமாகக் கத்தத் துவங்கியது. அந்த ஆட்டைக் காட்டுராசா கவனித்தான். அதன் வயிறு பெரியதாக இருந்தது. எந்த நேரத்திலும் அந்த ஆடு குட்டி ஈனலாம் என்பது தெரிந்தது.

பிரசவ வலியிலிருந்த ஆட்டைக் காட்டுராசா அவ்வப்போது கவனித்துக்கொண்டே வேலைகளைச் செய்தான். சற்று நேரத்தில் அந்த ஆடு பலமாகக் கத்தியது. விலங்குகள் பிரசவம் பார்க்க மனிதர்கள் எந்த உதவியும் செய்யத் தேவையில்லை என்பது காட்டுராசாவிற்குத் தெரியும். இருந்தாலும் புதிதாக ஒரு உயிரை ஈனுவதைப் பார்க்கும் ஆர்வம் அவனுக்கு ஒருவித ஈர்ப்பை

அளித்தது. வேலையை விட்டு விட்டு ஆட்டினைக் கவனிக்கத் துவங்கினான். குட்டி ஆட்டின் தலை மெல்ல வெளியே வந்தது.

சற்று நேரத்தில் ஆட்டுக் குட்டி முழுமையாக வெளியே வந்தது. பிறந்த குட்டியின் கருப்பு நிற உடலெங்கும் பிசுபிசுப்பாக இருந்தது. ஆட்டின் நஞ்சுக்கொடியை நீக்கி ஒரு பையில் காட்டுராசா போட்டான். அதற்குள் குட்டி ஆட்டின் தலையையும், உடலையும் தாய் ஆடு நக்கிச் சுத்தம் செய்திருந்தது.

சிறிது நேரத்தில் குட்டி ஆடு, ஆடி ஆடி எழுந்து நிற்க முயன்றது. முதலிரண்டு முயற்சிகள் தோற்ற நிலையில், மெதுவாக எழுந்து நின்றது. அம்மாவின் மடியைத் தேடிப் போய் பால் குடித்தது. நாய்கள் தீண்டாமல் இருக்க நஞ்சுக்கொடியிருந்த பையைத் தூக்கிக்கொண்டு சென்ற காட்டுராசா, தோட்டத்திற்கு வெளியே ஒதுக்குப்புறமான இடத்தில் இருந்த கருவேல மரத்தில் கட்டிவிட்டு வந்தான். பூச்சிகளைப் பிடித்து உண்பதற்காக வெண்ணிறத்தில் இருந்த உண்ணிக் கொக்குகள் மாடுகளுக்கு அருகாமையிலேயே சுற்றிக்கொண்டிருந்தன.

காட்டுராசா தோட்டத்திற்கு வந்து கைகளைக் கழுவிக் கொண்டு சாப்பிட்டுவிட்டு, தேங்காய்களை உரித்து, மட்டைகளை எடுத்துப் போடுவதற்குள் மாலையாகிவிட்டது. அன்று இரவுக் காவலுக்கு யானைகளை விரட்ட வர வேண்டிய ஆள் வரவில்லை என்பதால், காட்டுராசா அங்கேயே தங்கிவிட்டான். ஒரு வேப்ப மரத்தின் மீது போடப்பட்ட பரணில் அமர்ந்தபடி சுற்றும் முற்றும் பார்த்தபடி இருந்தான். தரையில் இருந்து 50 அடிக்கு மேல் மரத்தின் கிளைகள் மூன்று, நான்காகப் பிரியும் இடத்தில் மூங்கில்களைக் கொண்டு இருவர் தாராளமாகப் படுத்துக்கொள்ளும் அளவிற்குப் பரண் அமைக்கப்பட்டிருந்தது. பரணுக்குச் செல்ல நீளமான மூங்கிலைக் கொண்டு அதன் பக்கவாட்டுக் கிளைகளைப் படிகளாக வெட்டி நேர்த்தியாகச் செய்யப்பட்டிருந்தது.

ஏதேனும் சத்தம் கேட்டால் காட்டுராசா கையில் வைத்திருந்த டார்ச் லைட்டினை அடித்துப் பார்த்தான். தோட்டக் காவலில் இருந்த மணி பரண் மேலேறி வந்து அமர்ந்தான். மணி பிளாஸ்கில் வைத்திருந்த டீயை இரண்டு டம்ளரில் ஊற்றிக் காட்டுராசாவிடம் ஒன்றைக் கொடுத்தான். மற்றொன்றை அவன் வைத்துக் கொண்டான். அதைக் குடித்த பின்னர் இருவரும் ஆளுக்கொரு பீடியைப் பற்ற வைத்து ஊதினர்.

"ஆனெகள பாத்துப் பயம் இருக்காதா உங்களுக்கு?"

"எந்த ஆனெ அடிக்கும். எது அடிக்காதுனு பாக்குற பார்வையிலையே தெரியும். வெரட்டுற யானை எதிர்க்கப் பாக்கும். நமக்கு அறிவு இருக்குற மாதிரி, ஆனெக்கும் ஒரு அறிவிருக்கும். அது சாப்பிடத்தான் வரும். வயித்துக்கு நல்லா சாப்பிடுச்சுனா அதுபாட்டு போயிட்டே இருக்கும்.

அதைச் சாப்பிட விடாம தொந்தரவு கொடுத்தா தா டேஞ்சர். ஒரு யானை வந்தா அது ஒரு குருத்து, ரெண்டு குருத்து தா சாப்பிடும். சாமி உனக்கு வேணுகிறதைச் சாப்பிட்டு போயிட்டே இரு. எனக்குத் தொந்தரவு கொடுக்காதனு சொன்னா அதுபாட்டுக்குப் போயிடும். அதைச் சாப்பிட விடாம விரட்டினா கோபம் வந்து எல்லாத்தையும் பூந்து அடிக்க ஆரம்பிச்சுடும். ஆனெ வந்தா மரத்தைக் கட்டையால தட்டி கத்தி சத்தம் போட்டாலோ, இல்ல தீ வெளிச்சம் காட்டுனாலோ விலகிப் போயிடும்" என்ற காட்டுராசா அணைந்திருந்த பீடியைப் பற்ற வைத்தான்.

"காட்டுக்குள்ள ஆனெ எதுக்க வந்தா என்ன பண்ணுவீங்க?"

"தனியா சுத்துர ஆண் ஆனெ, குட்டியோட இருக்குற பெண் ஆனெ எப்பவும் மூர்க்கமா கோவப்படும். அதுக ஏதும் குறுக்க வந்துட்டா நேருக்கு நேரா நிக்காம, இடது பக்கமாவோ, வலது பக்கமாவோ வேகமா ஓடிடுவோம். இல்லனா ஓடிப்போயி பெரிய மரமா பார்த்து ஏறியிடுவோம். அது போனதுக்கு அப்புறமா இறங்கி போவோம். நேரா நின்னா சண்டைக்கு வந்து இருக்கோம்ன்னு நினைச்சு கோவமாயிடும். அதுக்கு நாம தொந்தரவு கொடுக்காத வரிக்கும் அதுவும் நம்மால ஒன்னும் பண்ணாது" பேசப்பேச வாயிலிருந்து புகை வெளியேறியது. பேச ஆரம்பித்த சிறிது நேரத்திலேயே இருவரும் ஒட்டிக்கொண்டனர். தொடர் பேச்சுகளின் மூலம் தங்களைப் பற்றிய விபரங்களை இருவரும் பரிமாறிக் கொண்டனர்.

"இங்க புதுசா வேலைக்குச் சேர்ந்திருக்கியா?"

"ஆமா. ரெண்டு நாளாச்சு."

"நீ எந்த ஊரு?"

"மலெபதி."

"ஓ... மலசன் உனக்கெ ஆனெக பத்தி எல்லா தெரிஞ்சியிருக்கனுமே?"

"அதெல்லா காட்டுல இருந்து கவுண்டருக தோட்டத்து மாடுகள மேய்ச்சு பொழச்சுக்கலாம்னு கீழ வந்த காலத்தோட போச்சு. முன்னெ மலையில எங்கக் காலத்துல இருந்த சுதந்திரமும், வசதியும் கூட இப்போ கீழ இல்லனு சொல்லுவாங்க" வருத்தத்தோடு மணியின் வார்த்தைகள் வந்தன.

இருவரும் பேசியபடி யானைகளின் வருகையை எதிர்பார்த்துக் காத்திருந்தனர்.

05

இளமஞ்சள் நிறப் பந்து போலத் தொடுவானத்தில் இருந்து சூரியன் மேலெழுந்தது. அடர்ந்த தேக்கு மரங்களுக்குள் கிடைத்த இடைவெளிகளில் புகுந்து ஊடுருவிய பொன் கதிர்களால் உலாந்தி காடு புது வண்ணம் பூசியிருந்தது. பனி மெல்ல விலகத் துவங்கியது. "ட்ரிச்... ட்ரிச்..." என நீலச்சிட்டு சத்தமிட்டது. புல் தரையில் மான்கள் கூட்டம் கூட்டமாக மேய்ந்து கொண்டிருந்தன. தூரத்தில் ஒரு கடமான் மேட்டிலிருந்த பங்களாவின் சுவரில் ஒரு புலி கால்களை நீட்டியவாறு படுத்திருக்கும் படத்தை அச்சத்துடன் பார்த்தபடியே மேய்ந்தது. மேய்ந்து கொண்டிருந்த மான்கள் கூட்டத்திற்கு இடையில் நான்கு காட்டுப் பன்றிகள் சாவகாசமாக நடந்து சென்றன.

புல் தரையின் ஓரத்தில் 'டாப்சிலிப் காடுகளுக்கு வரவேற்கிறோம்' என்ற வரவேற்புப் பலகை இருந்தது. அப்பலகை 1856ஆம் ஆண்டில் தேக்கு பயிரிடப்பட்டதையும், அப்பணிகளில் பழங்குடியினத் தொழிலாளர்கள் ஈடுபடுத்தப்பட்டதையும், ஒரு நூற்றாண்டு காடு மற்றும் நீர் பாதுகாப்பு இன்று பரம்பிக்குளம் திட்டத்திற்கு அடித்தளமாக அமைந்ததையும் தெரிவித்தது. இறுதியாக 1961ஆம் ஆண்டில் பிரதமர் பார்வையிட்டதைக் குறிப்பிட்டிருந்தது. அப்பலகையை மறைத்தபடி பரம்பிக்குளம் செல்லும் தமிழ்நாடு அரசு பேருந்து வந்து நின்றது. அப்பேருந்து நடத்துநர் "டாப்சிலிப்ப்... டாப்சிலிப்ப்... இறங்குங்க" எனக் குரலெழுப்பினார். ஆட்களை இறக்கிவிட்டு, புகையைக் கிளப்பியபடி பரம்பிக்குளம் நோக்கிப் பேருந்து சென்றது.

மரங்களின் உச்சியில் வெயில் பூத்தது. புல் தரைக்கு எதிரே இருந்த உலாந்தி வனச்சரக அலுவலகம் முன்பு பெரிய ஆலமரம் ஒன்று விழுதுகளைத் தொங்கவிட்டிருந்தது. அம்மரத்தின் கிளைகளில் குரங்குகள் தொங்கிக்கொண்டிருந்தன. ஆலமரத்திற்கு அடியில் அட்டையில் வடிவமைக்கப்பட்டு இருந்த ஆண் காட்டு யானை பிளிறிக்கொண்டிருந்தது. அதன் தும்பிக்கையோடு பிணைந்தபடி,

மறுபக்கம் அட்டை மரம் இருந்தது. அதற்கு அருகே மூன்று அட்டை காட்டு யானைகள் இருந்தன. அதற்கருகே ஒரு அட்டை புலி உறுமியது. அதற்குப் பின்னால் உணவகம், அருங்காட்சியகம், கூட்டுறவு பண்டகசாலை, வன ஊழியர்கள் குடியிருப்பு, பழங்குடியினர் பள்ளி ஆகியவை அடுத்தடுத்து இருந்தன.

அட்டை புலியையும், யானைகளையும் பாதி மறைத்தபடி, வெள்ளை நிற ஜீப் இருந்தது. அதில் சாய்ந்தபடி இளன் நின்றிருந்தான். மக்னா விரட்டிய காயத்திலிருந்து மீண்டு, இரண்டு வாரத்திற்குப் பின்னர் பணிக்கு வந்திருந்தான். பெரிய அளவில் காயங்கள் எதுவும் இல்லை என்பதால், எந்தச் சிக்கலும் இருக்கவில்லை. காட்டு யானையிடம் இருந்து தனது உயிரைக் காப்பாற்றிய காட்டுராசாவிற்கு 5 ஆயிரம் ரூபாயையும், சில மளிகைப் பொருட்களையும் கொடுத்து நன்றி தெரிவித்தான். அதை எதையும் காட்டுராசா வாங்க மறுத்துவிட்டான். அந்தப் பணத்தில் வேங்கப்பதி குழந்தைகளுக்கு நோட்டுப் புத்தகங்களை வாங்கிய இளன், பூனாச்சி மூலம் கொடுத்து அனுப்பினான். இது வனப் பணியாளர்களிடம் இளனின் மீது கூடுதல் மரியாதையை ஏற்படுத்திக் கொடுத்தது.

இளனுக்கு அருகே வந்த வேட்டைத் தடுப்புக் காவலர் ஆறுமுகம் வணக்கம் வைக்க, அவனும் பதிலுக்கு வணக்கம் சொன்னான்.

“என்னண்ணா, மதுக்கரையில இருந்து கொம்பன பிடிச்சிட்டு வரப்போ தூம்பிக்கையில பிடிச்சு இழுக்க வந்திடுச்சாமே?”

“ஆமாங்க சார். ஜன்னல் வழியா தூம்பிக்கைய விட்டு இழுக்க பாத்துச்சு. நல்ல வேலையா வண்டியில இருந்து குதிச்சு தப்பிச்சோம். அது ஒரு பக்கமா சாய்ந்ததுல ரெண்டு எடத்துல வண்டிய கவுத்தி விட்டுருக்கும். சமாளிச்சு ஓட்டிட்டு வரதுக்குள்ள போதும் போதும்னு ஆயிடுச்சு.”

“அய்யய்யோ... எதுக்கும் ஜாக்கிரதையா இருங்க.”

“செரிங்க சார். இதக்கேட்டதுல இருந்து இவ்வளவு ரிஸ்கான வேலையே வேணாம், விட்டிட்டு வந்திடுங்க. அப்படி என்ன சம்பளம் கொட்டியா கொடுங்கறாங்கனு கேட்டு வீட்டுல ஒரே அழுகை. சீக்கிரம் பர்மனெண்ட் ஸ்டாப்பாக ஆக்கிடுவாங்கனு சொல்லி சமாளிச்சேன். ஆனெய விட அவளச் சமாளிக்க தா படாதபாடு பட வேண்டியதா போச்சு” எனச் சிரித்தபடி சென்றார்.

இளனுக்கு யாழினியின் நினைவு வந்தது. அவனது செல்போன் அலறியது. அவன் நினைத்தபடி அவளேதான் அழைத்திருந்தாள். அங்குமிங்குமாக நடந்தபடி யாழினியிடம் இளன் பேசினான். பள்ளியில் பூத்த நட்பு, கல்லூரியில் காதலாக மலர்ந்தது. வேறு வேறு சாதியினர் என்பதால் திருமணத்திற்கு இரு வீட்டிலும் துவக்கத்தில் ஒத்துக்கொள்ளவில்லை. யாழினி நான்கு நாட்கள் உண்ணாவிரதப் போராட்டம் நடத்தி, அவளது பெற்றோரைச் சம்மதிக்க வைத்து இளனைக் கரம் பிடித்தாள்.

திருமணமான இரண்டு ஆண்டுகளுக்குப் பின்பு மேகா பிறந்திருந்தாள். குழந்தையைத் தூக்கிக்கொண்டு காட்டில் அலைய முடியாது என்பதால், யாழினி அவளின் அம்மா வீட்டில் தஞ்சமடைந்தாள். இளன் தினமும் இரண்டு முறையாவது ஃபோனில் பேசிவிட வேண்டும். நேரம் கிடைக்கும் போது நேரில் வந்து பார்த்துவிட வேண்டும். இளனுக்கு எல்லாமுமாக அவள் மட்டுமே இருக்க வேண்டுமென அவள் விரும்பினாள். அவள் சொல்லுவதை அவன் கேட்கவில்லை என்றால் சண்டை வெடிக்கும். சில நாட்களுக்கு மௌனப் போராட்டத்தில் இறங்கிவிடுவாள்.

இளனை யானை தாக்க வந்ததைக் கேட்டுப் பதறி அழுது தீர்த்தாள். வேலையை ராஜினாமா செய்யுமாறு மன்றாடினாள். எந்த வேலைக்குச் சென்றாலும் ஏதாவது ஒரு பிரச்சனை இருக்கத்தான் செய்யும் என்பதை அவளுக்குப் புரியவைத்துச் சமாளிப்பதற்குள் அவன் படாதபாடு பட்டுப்போனான். இதுவே வேறொரு விஷயமாக இருந்திருந்தால், அவள் சொன்னதை அப்படியே கேட்டிருப்பான். ஆனால் இந்த விஷயத்தில் மட்டும் பிடிவாதமாக மறுத்துவிட்டான். இந்த வேலையை எக்காரணம் கொண்டும் அவன் விடமாட்டான் என்பது யாழினிக்கும் தெரியும். இருந்தாலும் ‘உனக்கு ஏதாவது ஒன்று நடந்தால் நானும் இறந்து விடுவேன்’ என்பாள். ‘அப்படி எல்லாம் பண்ணக்கூடாது’ என அவன் அவ்வளவு திட்டினாலும், அவள் அதையே சொல்லிக் கொண்டிருப்பாள்.

“கார்டு சார் போலாங்களா?”

“ம்ம்... போலாம்.”

“செரி. நா அப்புறம் கூப்பிடுறேன்” என இளன் ஃபோனை வைத்தபடி பூனாச்சியுடன் வேட்டைத் தடுப்பு முகாம் நோக்கி நடந்தான்.

வெகுதூரம் அடர்ந்த காட்டிற்குள் சென்ற 'ஆனெ பாதை'யில் நடந்து இருவரும் வேட்டைத் தடுப்பு முகாமிற்குச் சென்றனர். காடுகளுக்கு இடையே தீ பரவாமல் இருக்க மரங்களையும், செடி, கொடிகளையும் சிலர் வெட்டி அகற்றித் 'தீத்தடுப்பு கோடுகள்'★ அமைத்துக் கொண்டிருந்தனர். ஓரிடத்தில் தீப்பற்றினாலும் இந்த இடைவெளியைத் தாண்டி தீ மற்ற பகுதிகளுக்குப் பரவாது. இளனைப் பார்த்ததும் வேலை செய்துகொண்டிருந்த இருவர் "வணக்கம் கார்ட் அய்யா" என்றனர். பதிலுக்கு வணக்கம் வைத்த இளன் வேட்டைத் தடுப்புக் காவலர்கள் சிலர் சீருடை இல்லாமல், வேறு உடையணிந்தபடி வேலை செய்வதைக் கவனித்தான். மரங்களில் ஆங்காங்கே வேட்டைத் தடுப்புக் காவலர்களின் சீருடைகள் தொங்கிக்கொண்டிருந்தன.

"இந்த வேலெ எல்லா லோக்கல் டிரைபல்ஸ் தானே பண்ணனும்?"

"ஆமாங்க சார். ஆனா எங்களையே சட்டையைக் கழட்டிட்டு பண்ணச் சொல்லி ஃபோட்டோ எடுத்து கணக்கு காட்டிடுவாங்க. இத நீங்க எதும் கேட்டிடாதீங்க. ஏற்கெனவே ரெண்டு, மூணு மாசத்துக்கு ஒருக்கா தா சம்பளம் வருது. அப்புறம் அந்தச் சம்பளமும் வராதுங்க."

"செரி செரி. தீத்தடுப்பு கோடு போடுற வேலெய டிசம்பர் மாசத்துலயே முடிச்சு இருந்தாதானே வெய காலத்துல தீ பரவாமத் தடுக்க முடியும். இப்போ எதுக்குப் பண்ணுறாங்க?"

"எப்போ சொல்லுறாங்களோ அப்பத்தானே நாங்க பண்ண முடியும்? வெய காலத்துல அப்பப்போ காட்டுல தீப்பிடிக்கும். ரெண்டு ஹெக்டேர் காடு எரிந்தா தா சேட்டிலைட்டுல காட்டுமாம். அதுக்குக் கீழ பிடிக்கிற தீயெல்லா கணக்கு காட்ட மாட்டாங்க."

"ரொம்ப அநியாயம் பண்ணுறாங்கய்யா. என்ன பண்ணுறது?"

"நம்ம என்ன சார் பண்ண முடியும். அதிகாரிக சொல்லுறத செய்யுறதுக்குத்தானே நாம இருக்கோம்" எனப் பூனாச்சி சொன்னதைக் கேட்ட இளன் விரக்தியான புன்னகையை உதிர்ந்தபடி நடந்தான்.

வேட்டைத் தடுப்பு முகாம் தனித்தீவு போல அடர்ந்த காட்டிற்குள் இருந்தது. கருங்கல்லால் கட்டப்பட்ட ஒரு கட்டடமும், அதற்கு முன்பாக ஒரு வேப்ப மரமும் இருந்தது. முகாமைச் சுற்றி

★ காடுகளுக்கு இடையே தீ பரவாமல் இருக்க குறிப்பிட்ட அகலத்திற்குச் செடி, கொடிகளை வெட்டி அப்புறப்படுத்துதல்.

மூன்றடி அகலத்திற்கு மண்ணை ஆழமாகத் தோண்டி 'அகழி' வெட்டப்பட்டு இருந்தது. அதனைத் தாண்டி அவ்வளவு சீக்கிரம் எந்த விலங்கும் வர முடியாது. முகாமின் முன்புறம் அகழியைக் கடக்க போடப்பட்டு இருந்த மரங்களின் மீதேறி இருவரும் சென்றனர். ஒருவேளை ஏதாவதொரு யானை கால் வைத்தால் உடைந்து விழும் அளவிற்குப் பலவீனமாக இருந்த மரங்களின் மீது கவனமாகக் கால்களை வைத்துச் சென்றனர்.

கட்டடத்திற்குள் சென்ற இளன் கொஞ்சம் அரிசிகளை எடுத்து வந்து வேப்ப மரத்தடியில் பறவைகளுக்குத் தூவினான். தவிட்டுக் குருவிகளும், கொண்டைக் குருவிகளும் வந்து அரிசிகளைக் கொத்திச் சாப்பிட்டன. ஒரு டப்பாவில் கொஞ்சம் தண்ணீரைப் பிடித்து வைத்தான்.

"என்ன சார் பண்ணுறீங்க?"

"வெய காலங்கிறதனால பறவைகளுக்குத் தண்ணீயும், அரிசியும் வைச்சேன்" என இளன் சொன்னதைக் கேட்டுப் பூனாச்சி சத்தமாகச் சிரித்தான். இதைப் பார்த்து இளனின் முகம் சுருங்கியது.

"சார் சொல்லுறேனு தப்பா நெனச்சுக்காதீங்க. காட்டுல எந்த விலங்குக்கும் நாம சாப்பாடு போட வேண்டியதில்ல. அதுக்கு வேணும்கிறத கொடுக்க காடு இருக்கு. நம்ம சாப்பிடுறத அதுக்குப் போட்டு அதுக பழக்கத்தைக் கெடுக்கக் கூடாதுங்க."

"சாரி பூனாச்சி."

பூனாச்சியின் காட்டறிவின் முன்பு தனது சமவெளி அறிவு ஒன்றுமே இல்லை. காட்டை உணர்ந்து கொள்ளக் காட்டில் இருந்து கற்றலைத் துவக்க வேண்டுமென நினைத்தபடி இளன் காட்டிற்குள் ரோந்து சென்றான். ஆங்காங்கே பார்த்த புள்ளி மான்கள் கூட்டத்தையும், இலைதழைகளுக்கும், காய்ந்த சருகுகளுக்கும் இடையே அதீத வேகத்துடன் சென்ற சருகுமானையும், பறக்கும் மலை அணிலையும் பார்த்தான். திடீரெனக் கிறீச்சிட்டுச் சிரிப்பது போலச் சத்தம் கேட்டது. அச்சத்தம் வந்த பக்கத்தில் இருந்து பொன் நிறமான உடலோடு, கழுத்தில் கறுப்பும், வயிற்றில் வெள்ளையும், நெற்றி, தொண்டையில் குங்குமச் சிவப்பு நிறமும் கொண்ட பொன்முதுகு மரங்கொத்தி, அசைந்து அசைந்து அலை போல எழுந்தும் தாழ்ந்தும் பறந்து வந்து அரச மரக்கிளையில் அமர்ந்தது. சிறிது நேரத்தில் தத்தி தத்தி செங்குத்தாகக் கிளையில் மரமேறியது. ஓரிடத்தில் "டக்... டக்... டக்...." என மரத்தைக்

கொத்தியது. புலி, சிறுத்தை போன்ற ஊன்னுண்ணி கால்தடங்களை ஜிபிஎஸ் வைத்து பாயிண்ட் போட்டு, கைப்பேசி செயலியில் பதிவு செய்துகொண்டான்.

'பீட்' என ஒதுக்கப்பட்ட 2300 ஹெக்டர் வனத்தைப் பாதுகாப்பதே வனக்காப்பாளரான இளனின் அடிப்படையான முதல் பணி. அவனுக்குக் கீழ் ஐந்து பேர் கொண்ட ஒரு வேட்டைத் தடுப்பு முகாமோடு, கூடுதலாக இன்னொரு வேட்டைத் தடுப்பு முகாம் அவனது பொறுப்பு. அடைமழைக் காலத்தைத் தவிர்த்து காலை, மாலை, இரவு என என்றில்லாமல், அடர் வனப்பகுதிக்குள் ரோந்து செல்ல வேண்டும். செங்குத்தான மலையேற்றங்களிலும், மலைச்சரிவுகளிலும் தட்டுத்தடுமாறி விழுந்து, உருண்டு நடை பயில்வதற்குள் ஒரு வழியாகிவிட்டது.

நாள்தோறும் சென்று பார்த்த விலங்குகளையும், மனிதர்களால் ஏற்பட்ட இடர்களையும் வாராந்திர நாள்குறிப்பு என ஒரு தாளில் எழுதித்தருவான். வாராந்திர நாள்குறிப்பு புத்தகம் பலமுறை கேட்டுப் பார்த்தும் கிடைக்கவில்லை என்றாலும், முறையாக வாரவாரம் அக்குறிப்புகளை ஒப்படைத்து வந்தான். மற்றவர்கள் போலக் காடுகளுக்குள் போகாமலேயே மாதத்திற்கு ஒருமுறை ஒரு புலி, மூன்று கரடி, எட்டு யானை, பத்து மான் கூட்டம் பார்த்ததாக எழுதமாட்டான். பார்த்ததை மட்டுமே எழுதினான். மற்றவர்களையும் எழுதச் சொன்னான். அது மற்றவர்களிடம் புகைச்சலைக் கிளப்பியிருந்தது.

வேலையை முடித்துக் கொண்டு இளனும், பூனாச்சியும் தேக்கு மரக்காட்டின் வழியாக வனச்சரக அலுவலகத்திற்குத் திரும்பினார்கள்.

"ப்பா... எவ்வளவு பெரிய காடு. எவ்வளவு மரங்க? விலங்குக? எவ்வளவு உயிரினங்க? இந்தக் காடு உருவாக எத்தன வருசமாயிருக்கும்? இந்தக் காடு இல்லனா கீழ யாரும் தண்ணீயும் குடிக்க முடியாது. வெவசாயமும் பாக்க முடியாது."

"சார்... இங்க இருந்த முக்காவாசி காட்ட வெள்ளக்காரங்க எப்பவோ வெட்டி அழிச்சுட்டாங்க. டாப்சிலிப்ல இருக்குற எல்லா தேக்கு மரமும் ஹியூகோ வுட்டுனு ஒருத்தர் வைச்சு வளர்த்த மரங்க தானுங்க சார்."

பூனாச்சி சொன்னதைக் கேட்டு ஆச்சரியம் அடைந்த இளனுக்கு, ஆனைமலைக் காடுகளின் வரலாற்றை அறிந்துகொள்ள வேண்டுமென்ற ஆசை துளிர்த்தது.

06

பத்தொன்பதாம் நூற்றாண்டு அந்திம காலத்தில் தள்ளாடிக் கொண்டிருந்த நேரம். காடும், நாடும் ஆங்கிலேயர் பிடியில் இருந்தது. உலாந்தியில் இருந்து வெகுதொலைவில் தேக்கு மரக்காடுகளை ஒட்டி, மலை மலசர்களின் பதி இருந்தது. அங்கிருந்து கண்ணுக்கு எட்டும் திறந்த வெளியில், காடெரித்து நிலத்தைச் சீர்படுத்தி வேங்கையன் ராகி பயிரிட்டு இருந்தார். அதைச்சுற்றி மற்றவர்களும் ராகி பயிரிட்டு இருந்தனர். பருவ மழை பொய்த்த போதும், ராகி தப்பிப் பிழைத்து விளைந்திருந்தது. அதனைத் தனது சாளைக்கு வெளியே நின்றபடி வேங்கையன் பார்த்துக்கொண்டிருந்தார். கறுத்த மெலிந்த உறுதியான உடலமைப்புடன் இருந்த அவரது முகத்தில் முடிகள் கொஞ்சம் முளைக்க ஆரம்பித்திருந்தன. புதிதாக முளைத்திருந்த மீசை அவரை அழகாக்கியிருந்தது.

வனத்திற்குள் பதியினர் காடெரித்து ராகி, கம்பு, சோளம் விளைவிப்பது வழக்கம். ஒருமுறை பயிரிட்டு அறுவடை செய்தால், அவ்விடத்தைச் சில காலத்திற்குத் தரிசாக விட்டுவிட்டுச் சென்று விடுவார்கள். ராகி ஒரு முறை போட்டால், மறு முறை சோளம் போடுவார்கள். இப்படி இடம் மாறி மாறி பருவத்திற்கு ஏற்ப விளைச்சலை அறுவடை செய்து உணவாக்கிக் கொண்டிருந்தனர்.

எல்லா உயிர்களையும் காப்பதுவே காட்டின் குணம். காட்டில் வாழப் பழகிய எல்லா உயிர்களுக்கும் தம்மைப் பாதுகாத்துக் கொள்ளத் தெரியும். யாரும் இதைக் கற்றுத்தரத் தேவையில்லை. காடு தன் நினைவுகளின் வாயிலாக அதைச் சார்ந்த எல்லா உயிர்களுக்கும் அதைக் கற்றுக்கொடுக்கிறது. அப்படி காடு தங்களையும் பாதுகாத்து வருவதாகப் பதியினர் நம்பிக்கை கொண்டிருந்தனர்.

ஆனைமலைக் காடுகளில் காற்று போல எந்தத் தடையுமின்றி மனதிற்குத் தோன்றும் இடங்களுக்குப் பதியினர் சென்றுவிடுவதும், 'திங்க எங்க அதிகமாக இருக்கிறதோ' அங்கே தங்கிவிடுவதும்

உண்டு. வலசை போகும் காட்டு யானைகளைப் போல ஆனைமலைக் காடெங்கும் ஓரிடத்தில் நிற்காமல் உலாவிக் கொண்டிருப்பது அவர்களின் வழக்கம். கோடை காலத்தில் தண்ணீர்ப் பாங்கான இடங்களைத் தேடிச் செல்லும் காட்டு யானைகளைப் போல, பருவ காலத்திற்கு ஏற்ப உணவிருக்கும் இடத்தை உறைவிடமாக்கிக் கொள்வார்கள். அப்படி இந்த மலையில் ஆறு மாதம், அந்த மலையில் ஒரு வருடம் எனப் பதியினர் இடம் பெயர்ந்து சென்று கொண்டே இருப்பார்கள்.

எந்தெந்தப் பகுதிகளில் எங்கெங்கு என்னென்ன கிடைக்கும் என்பதை உணர்ந்து அறிந்திருக்கும் யானையின் குணாதிசயங்கள் அவர்களுக்கு இருந்தது. அந்தளவு காலங்காலமாக ஆனைமலைக் காட்டினை நடந்து நடந்து அவரது மூதாதையர்கள் அறிந்து வைத்திருந்தனர். வேங்கையன் எந்த ஆசையும் இல்லாத காட்டு மனிதன். தேவைகள் இருந்தால்தானே ஆசைகள் இருக்கும்? காட்டில் விளைந்திருக்கும் கிழங்குகளும், ஓடை நீரும் கிடைத்தால் போதும், எதைப் பற்றியும் கவலையில்லாமல் பகலிரவு பாராமல் காடு மலைகளை ஏறியிறங்கிக் கொண்டிருப்பார்.

ராகி பயிரைப் பார்த்துக்கொண்டிருந்த வேங்கையனுக்கு அருகே வெற்றிலையைக் குதப்பிக் கொண்டு சுக்கன் வந்தார். வேங்கையனுக்கு அருகில் நின்ற சுக்கன் குதப்பிக் கொண்டிருந்த வெற்றிலை பேசும்போது சிந்திவிடாமல் இருக்கச் சற்றே தலையைத் தூக்கிக்கொண்டு பேசினார்.

"அங்காவியே பாத்து இருக்கிய நீயு?"

"எந்துமில்ல. செரிப்போகயா?"

"ம்ம்ம்... போகாம்" என்றபடி இருவரும் நடந்தனர்.

சற்றுத் தொலைவில் நடைபாதையில் இருந்து கீழிறங்கிய பள்ளத்தில், பெண் காட்டு யானை ஒன்று நின்றிருப்பதைப் பார்த்தனர். ஓடைப் படுகையில் தும்பிக்கையை வைத்து ஒவ்வொரு இடமாகச் சோதித்துப் பார்த்தது. ஓரிடத்தில் காட்டு யானை தும்பிக்கையால் மண்ணைக் கிளறியது. சற்று நேரத்தில் கொஞ்சம் கொஞ்சமாக ஊற்றெடுத்து வந்த தண்ணீரை உறிஞ்சி தாகம் தீர்த்தது.

வாழ்விடம் பறிக்கப்பட்டு விரட்டியடிக்கப்பட்டு, உயிரச்சத்தில் அலைமோதிக் கொண்டிருக்கும் விலங்குகளின் நிலை நமக்கும்

வருமோ என்ற கலக்கம் வேங்கையனுக்குத் தோன்றியது. காடு அவர்களின் காடாக இருந்தவரை எந்தப் பிரச்சினையும் இருந்திருக்கவில்லை. காடு இப்போது அவர்களின் காடாய் இல்லாமல் போய்க்கொண்டிருந்ததே அக்கலக்கத்திற்குக் காரணம்.

திடீரென மரங்கள் முறித்து விழும் சத்தம் கேட்டது. யானைகளால் முறிக்கப்படும் சத்தம் போல அல்ல அது. வெட்டி வீழ்த்தப்படும் மரம் மண்ணில் விழுவதால் எழும் பேரிரைச்சல். அந்த இரைச்சல் ஒரு அழுகுரலைப் போலவே இருந்தது. பறவைகளின் ஓயாத அபயக் கீச்சொலிகள் ஒப்பாரியைப் போலக் கேட்டன. வேங்கையன் கைகளால் காதுகளை மூடிக்கொண்டார். இது இப்போது அடிக்கடி கேட்கும் சத்தம்தான் என்றாலும், வேங்கையன் மனம் தவியாய்த் தவித்தது. மரம் விழுந்த பக்கம் செல்வதைத் தவிர்த்து பதியினர் வேறொரு பாதையில் சென்றனர்.

அனைத்துத் திசைகளிலிருந்தும் ஆட்கள் மரங்களை வெட்டிக் காட்டை அழித்துக் கொண்டிருக்கிறார்கள் என்பது முதலில் ஒரு செய்தியாக மட்டுமே பரவியது. பின்னர் அது ஒரு அச்சமாக அந்தக் காட்டிலிருந்த ஒவ்வொரு பதிக்கும் பரவிச் சென்றது. தூரத்தில் எங்கோ கேட்டுக்கொண்டிருந்த தேக்கு மர வெட்டுச் சத்தங்கள் செவிகளுக்கு அருகாமையில் கேட்கத்துவங்கியிருந்தன.

குதிரைகளில் வெள்ளைக்கார துரைகள் வருவதும், அவர்களுக்குப் பின்னால் வரிசை கட்டி மலையேறி வரும் மாட்டு வண்டிகளில் வெட்டு மரங்கள் மலையிறங்கிச் செல்வதும் அன்றாடக் காட்சிகளாக இருந்தன. காட்டையே நம்பி வாழும் பழங்குடிகளும் அவர்களுக்குத் துணையாக இருந்து புதிய புதிய காடுகளைக் காட்டுதல், மரங்களை வெட்டுதல், யானைகளைப் பிடித்துப் பழக்கி மரங்களைச் சுமந்து செல்லுதல் எனப் பணிகளைச் செய்து கொண்டிருந்தனர்.

தங்களது சொந்த நிலத்தில் யாரோ முகம் தெரியாத ஆட்களுக்கு அடிமைகளாக நாளும் நான்கணா கூலியை முன் பணமாகப் பெற்றுக்கொண்டு வேலை செய்துகொண்டிருக்கிறோம் என்ற எந்தக் கவலையுமின்றி இருந்தனர். காட்டின் மீது நிகழ்த்தப்படும் அத்தனை வன்முறைகளையும் எதிர்க்கத் திராணியற்றவர்களாக, குரல்வளை அறுக்கப்படும் காட்டை ஏக்கத்துடன் பதியினர் பார்த்துக்கொண்டிருந்தனர்.

மாலைப்பொழுது மயங்கி, இருள் காடெங்கும் பரவியது. நிலவை மேகம் மறைத்திருக்க இருண்ட வானில் விண்மீன்கள் மின்னின. இரவுக் காவலுக்காகப் பதி ஆண்கள் ஓரிடத்தில் நெருப்பு மூட்டி சுற்றி அமர்ந்து பேசிக் கொண்டிருந்தனர். கனன்று பற்றிய நெருப்பில் தழல்கள் மேலெழுந்தன. வேங்கையன் உள்ளங்கைகளை நீட்டி வெம்மையை ஏற்றிக்கொண்டு குளிர் காய்ந்தார். அது கடுமையான குளிருக்கு இதமாக இருந்தது.

"மகையுமில்ல (மழையுமில்ல) வெளச்சலுமில்ல. இதானு இது ஆன சேலியமானு வேறு" எனச் சுக்கன் வெறுப்புடன் சொன்னார்.

"சுக்கா, வெள்ளக்கார தொரைகளும், ஊர்நாட்டானும் ஒருமிச்சு புல்லுகளும், மரமக்கவும், தண்ணீயும் இருந்த படுகாட ஒக்க வெட்டி அழிச்சிது. இப்போல் ஆனெக வயித்துக்கு எந்துமில்லாம அலைமோதி திரியுது. இல்ல பின்ன இக்கடு வருன்னு? இதானு காலம் அதுக பதிக்கு வன்னாலோ?"

"அதே, நீ சொல்லியதானு செரியானு. புதுமனா வந்த மடாலு கேடாகுக செய்யுனு. படுகாடு அவரோடோப்பம் போல், அத மெடுக்காத இத மெடுக்காதனு சொல்லுகாரு. இப்போல் படுகாடு பொருளுகள மடாலு சொல்லியானு ஆளுக்கு தா விற்கணுமாம்."

"எங்கட இருந்து வந்தாருக்கு இக்கட எந்து அறியுமு? அவர்க்கறியாவுன்னது நம்மாவு தூரத்திப் படுகாட நாசிப்பிக்கனானு."

"இங்கனே போயால் எந்து செய்யுமின்னு எனிக்கறியில்லா. காடருக போலே இந்தக் கூப்புக்காடுக்கு வேலெக்கு போகாம் கருதுனு."

"எமக்கு வேணுண்டது படுகாடு கொடுக்கனம். என்னு பின்ன அப்படி ஜிவிக்கான் நமுக்கு எந்தானு வேண்டது? படுகாடுக வேறாளு வந்து பொழங்குகாரு. நம்து ஆளு அதாளுக்குப் பின்துணைக்குனு. அவரு பாத்த எல்லாதவும் 'அணாவு'* செய்யவு நினைக்குனு. அவருக்குப் படுகாடும், முடியும், மரமும் கடவுளில்ல. நம்கு அதுதா கடவுள். வனதேவதைக்குக் கோவம் வந்ததுனா பதியே அழிக்குமு."

"ஆ வனதேவதை தா நம்கு 'பெருவை'** காணிக்கான்."

★ பணம்

★★ வழி

ராகி அறுவடை முடிந்ததும், வேறொரு புதிய இடத்திற்கு இடம் பெயர்ந்து செல்லலாம் என்ற வேங்கையனின் முடிவை அனைவரும் ஏற்றுக்கொண்டனர். அப்போது எங்கே செல்வது என்ற புதிய குழப்பம் வந்தது.

"இத்தன காலம் முடியில காடரும், சரிவுல புலையரும், முடி அடிதட்டில் மலசர்களும், அதினும் மேலு நம்மும் ஜீவிச்சு. எடம் வெளாக்கிப் போனாலும், எந்த இடஞ்சலும் வந்ததில்ல. இப்ப வெள்ளக்கார துரைக படுகாச வெட்டித் தீர்க்காரு. வேறாளு படுகாடுக்குள்ள வரான் நாம வெளாக்கி கீக போகாம்" என்றார் வேங்கையன்.

"இனி ஏங்க போகியா?"

"வெள்ளக்கார தொரைக கண்ணுக்குப் படாம மகையில 'களி'* பறயத்த எடமா, மிருகங்கள் சலனமில்லா எடமா இருகி புதுமன பதிய எடான்."

"நம்ம போகினிடதுக்கு அவர் வரில்லே?"

"வரும். ஆனா கொறச்சு நேரமாகும். அவரு வருககுள்ள அக்கட போகவது" என்ற வேங்கையனின் வார்த்தைகளை அனைவரும் ஆமோதித்தனர். சிறிது நேரம் மாறி மாறி பேசிக் கொண்டிருந்தனர். இரவு வானம் நட்சத்திரங்களை விதைத்திருந்தது. நிலா நடு வானத்திற்கு வந்திருந்தது. அடுத்தடுத்து கொட்டாவி விட்ட வேங்கையனுக்கு, தூக்கம் வருவது போல இருந்தது. தூக்கத்தைத் தொலைக்க வேங்கையன் துத்தியை அடிக்க, சுக்கன் 'கரும்பு'** எடுத்து ஊதினார். அந்த இசையில் அனைவருக்கும் தூக்கம் தொலைந்து, உற்சாகம் தொற்றிக்கொண்டது. அந்த இசை இரவுப் பொழுது முழுவதும் வனமெங்கும் அலைந்துகொண்டிருந்தது.

★ மண் சரிவு

★★ ஊதும் இசைக்கருவி

07

உலாந்தி பள்ளத்தாக்கு முழுவதும் தேக்கு மரங்களின் அழுகுரல்கள் தொடர்ந்து கேட்டுக்கொண்டே இருந்தன. பறவைகள் கீச்சொலிகளால் ஓயாது ஒப்பாரி வைத்தபடி, கிழக்கு நோக்கி அலறிப் பறந்தன. காற்று வெளியெங்கும் அவற்றின் கதறல்கள் கரைந்துகொண்டிருந்தன. மரங்களைப் பிரியமுடியாத பெருந்துயரோடு மரங்களையே சுற்றிச் சுற்றி வருவதும், ஒரு மரத்திலிருந்து இன்னொரு மரத்திற்குப் பறப்பதுமாக இருந்தன.

மரக் கைப்பிடியும், இரும்பினாலான கூரிய வெட்டுப் பகுதியையும் கொண்ட கோடாரிகளைச் சுமந்தபடி, தினமும் நூற்றுக்கணக்கான கூலி ஆட்கள் காடுகளுக்குள் சென்று கொண்டேயிருந்தனர். கோடாரிகள் எழுப்பிய பேரிரைச்சலில் காடு அதிர்ந்தது. வெட்டப்பட்ட தேக்கு மரமொன்று மற்ற மரங்கள் மீது சாய்ந்து சடசடவெனச் சரிந்து வீழ்ந்தது. அதில் நிலம் அதிர்ந்து ஓய்ந்தது. பகல் பொழுது முழுவதும் கோடாரிகளும் ஓய்ந்தபாடில்லை. மரங்களின் அழுகுரலும் ஓய்ந்தபாடில்லை.

மரக்கட்டைகள் பிணங்கள் போல ஆங்காங்கே கிடந்தன. பெரிய பெரிய மரக்கட்டைகளை மரத் துகள்கள் சிதற இரண்டு இரண்டு ஆட்களாகச் சேர்ந்து ரம்பத்தால் கொஞ்சம் கொஞ்சமாக அறுத்தனர். கூலியாட்களின் இடுப்பில் ஒரு வேஷ்டியும், தலையில் ஒரு துண்டும் மட்டும் இருந்தது. மரக்கட்டைகளைக் கூலி ஆள்கள் வியர்க்க விறுவிறுக்கக் கோடாரியால் வெட்டிக் கொண்டிருந்தனர். கோடாரியின் கூரிய வெட்டுப்பட்டு ஓரே வெட்டில், சாதாரண கட்டைகள் இரண்டாகப் பிளந்தன. பலமுறை வெட்டுப்பட்டும் பிளவுபடாத வலுவான பெரிய கட்டைகளை, வசவுச் சொற்களை உதிர்த்தபடி வெட்டினர். தோலின் வாசனையை ஒத்த வாசம் வெட்டு முகாம் எங்கும் பரவியிருந்தது.

வெட்டப்பட்ட மரக்கட்டைகளைச் சமவெளி ஆட்கள் தலையிலும், காடர்கள் சுமைகளைக் கயிற்றால் கட்டி முதுகுப்

பக்கமாகத் தோளிலும் தூக்கிச் சென்றனர். நான்கைந்து பேர் சேர்ந்தும் தூக்க முடியாத கட்டைகளை யானைகள் தும்பிக்கையால் சுமந்து சென்றன. எடைகூடிய கட்டைகளை இரண்டு யானைகள் சேர்ந்து எடுத்துப் போயின. வெட்டு முகாம் பரபரப்பாக இயங்கிக் கொண்டிருந்தது.

மலை முகட்டிலிருந்து 'டார்பிடோ' சுருட்டை ஊதியபடி வனச்சரகர் வில்லியம் பார்த்துக்கொண்டிருந்தான். சுருட்டு புகைந்து அந்தப் பகுதி முழுக்க வாசம் பரப்பியது. இராணுவத்தில் பணியாற்றிய அனுபவத்தில் வனச்சரகராக அவன் ஆனைமலைக்கு வந்திருந்தான். வில்லியமிற்கு அருகே வந்த வனவர் மைக்கல் சற்றுத் தள்ளி நின்றபடி வணக்கம் வைத்தான்.

"வா. மைக்கல். வேலையெல்லா எப்படி போகுது?'

"நல்லா போகுது சார்."

"ஆனைமலைக் காடு பழகிடுச்சா?"

"வந்து கொஞ்ச நாளுதானே ஆச்சு சார்... போகப்போகப் பழகிடும்."

"குட்" என்ற போது, வாய்க்குள் அடக்கி வைத்திருந்த புகை வெளியேறியது.

"எப்படி இந்தப் பகுதி எல்லா நம்ம கைக்கு வந்துச்சு சார்?"

"எல்லாத்துக்கும் இண்டியன் ஓக்தான் காரணம்" என்றபடி புகையை உள்ளிழுத்த வில்லியம் மைக்கலைக் கவனித்தான். அவன் கதை கேட்கும் ஆர்வத்துடன் காத்திருந்தான்.

"டச்சு வியாபாரிகளோட ஏற்பட்ட மனக்கசப்புல லண்டன் வியாபாரிக 24 பேரு சேர்ந்து வெளிநாடுகளுக்குப் போயி வியாபாரம் பண்ண ஆரம்பிச்ச கம்பெனிதான், கிழக்கிந்திய கம்பெனி. 72 ஆயிரம் பவுண்ட் முதலீட்டுல ஆரம்பிச்ச இந்தக் கம்பெனிக்கு அரசு உதவி பண்ணுச்சு. வாசனைத் திரவிய வணிகம் செய்ய இந்தியா போக மாட்சிமை தாங்கிய மகாராணி அனுமதி அளித்தாங்க" என்ற வில்லியம் பயபக்தியுடன் மகாராணி என்ற வார்த்தையை வெளிப்படுத்தினான்.

மீண்டும் சுருட்டின் புகையை உள்ளிழுத்தபடி பேசினான். "வில்லியம் ஹாக்கின்ஸ்கிற மாலுமி இந்தியாவுல சூரத் வந்து இறங்கினப்போ 500க்கும் அதிகமான சிற்றரசர்கள் இந்திய

துணைக்கண்டத்தைத் துண்டு துண்டா ஆட்சி பண்ணிட்டு இருந்தாங்க. இந்தியா சிறந்த சந்தைனு புரிஞ்சுகிட்ட கம்பெனி அவங்களை ஒவ்வொருத்தர வசப்படுத்தியும், எதிர்த்தவங்கள கொன்னும் நம்ம கைக்குக் கொண்டு வந்தாங்க. ஆனா இந்தப் பகுதி நம்ம கைக்கு அவ்வளவு எளிதா கிடைத்திடல."

"ஏன் சார்?"

"மைசூர் புலி திப்பு சுல்தான் இருந்த வரை இந்தப் பகுதியெல்லாம் அவன் கட்டுப்பாட்டுலதான் இருந்துச்சு. அவனோட ஏவுகணை தாக்குதலுக்கு முன்னால கம்பெனி குலை நடுங்கிப் போச்சு. ஒரு வழியா திப்புவ கொன்ன பின்னாலதான், இந்தப் பகுதி நம்ம கைக்கு வந்துச்சு."

"இப்படி வலிமையான தேக்கு மரங்கள் குவிந்து கிடக்கிற எடத்த எப்படி நம்ம ஆளுக கண்டுபிடிச்சாங்க?"

"அதைத்தான் சொல்ல வந்தேன். கொஞ்சம் விரிவாகச் சொன்னாத்தான் உனக்குப் புரியும்."

"மெட்ராஸ் மாகாணத்தோட ஒரு பகுதியாக இருக்கிற கோயம்புத்தூர் மாவட்டம் ஏழாயிரத்து எண்ணூற்று நாற்பத்து இரண்டு (7842) சதுர மைல் பரப்பளவு கொண்டதாகப் பரந்து விரிந்து இருக்கு. இம்மாவட்டத்தின் வடக்கு எல்லை மைசூர் மாவட்டத்தையும், மற்றொரு புறம் சேலத்தின் காவிரி ஆற்றையும் தொட்டுக்கொண்டிருக்கிறது. தென் கிழக்கே ஒரு பகுதி திருச்சிராப்பள்ளி மாவட்டத்தையும், தெற்கே மதுரை மாவட்டத்தையும், மேற்குப் பகுதிகள் கொச்சி, மலபார் ஆகிய மாவட்டங்களையும் எல்லைகளாகக் கொண்டிருக்கிறது.

மெட்ராஸ் மாகாணத்தைப் பற்றி பிரான்சிஸ் புக்கானன் நடந்தே ஊர் ஊராக போயி ஆய்வு செய்தார். அப்போ கோயம்புத்தூர் மாவட்டத்தின் தெற்குப் பகுதியில் இருந்த ஆனைமலை மலைத் தொடருக்கு வந்தாரு. பாலக்காடு கணவாயில இருந்து மதுரையின் பழநி மலை வரைக்கும், தென்பகுதி திருவிதாங்கூர் மலைகளைத் தொட்டிட்டு இருக்கிற ஆனைமலையில தேக்கு, வேங்கை, ஈட்டினு 69 வகையான வலிமையான மரங்கள் இருக்கிறதா ரிப்போர்ட் தந்தாரு.

பின்னாளுல வார்ட், கொன்னர் ஆகியோர் ஆய்வு செய்து, ஓக் மரங்களுக்கு இணையான 'இண்டியன் ஓக்' என்ற தேக்கு மரங்கள்

இருக்குனு சொன்னாங்க. அப்புறம் பொள்ளாச்சியில இருந்து ஆனைமலை அடிவாரம் வரை தெற்காகவும், மேற்காகவும் சாலை போட்டு வெளியாட்களை ஏற்றி மரங்கள வெட்ட ஆரம்பிச்சது, இப்போ வரைக்கும் நடந்திட்டு இருக்கு."

வில்லியமின் கழுத்தில் ஊறிய எறும்பைத் தட்டிவிட்டபடி தொடர்ந்து பேசினான். "கோயம்புத்தூர் தெற்கு வனக்கோட்டத்தில் கோயம்புத்தூர், பல்லடம், பொள்ளாச்சி, உடுமலைப்பேட்டை ஆகிய வனச்சரகங்கள் இருந்தாலும், மற்றவைகளைக் காட்டிலும் பொள்ளாச்சி வனச்சரகம் அதிக வருவாய் தருது. அதற்கு இப்பகுதி தேக்குகளே காரணம். வாளையார், போளூவாம்பட்டி பகுதிகளில தேக்கு மரங்கள் இருந்தாலும், ஆனைமலை தேக்குகளின் மகத்துவத்திற்கு அவை ஈடாகவில்லை.

இங்கு அசாதாரண வளர்ச்சியைக் கொண்ட தேக்கு மரங்கள், அதிக எண்ணிக்கையில் விளைந்திருக்கிறது. கப்பல் கட்ட, தொழிற்சாலைகள் அமைக்க, இரயில் பாதைகள் அமைக்க, தந்திக் கம்பங்கள் நட என மரங்கள் வெட்டி அனுப்பிட்டு இருக்கோம். கப்பல்கள் கட்டுமானத்திற்காகப் பாம்பேவிற்கும், இரயில் பாதைகள் அமைக்க திருச்சிராப்பள்ளிக்கும் இங்க இருந்துதான் மரங்கள் போயிட்டு இருக்கு" என்ற வில்லியம் புகையை உள்ளிழுத்தபடி பேசினான்.

"காடுகள் அதிகமா அழியவும் மரங்கள் குறைய ஆரம்பித்தது. இதனால மெட்ராஸ் பிரசிடெண்சில காடுகளைக் கண்காணித்து வளர்க்க டாக்டர் கிளைஹர் வழிகாட்டுதல் படி வனத்துறை உருவாக்கி படிப்புகள் எல்லாம் ஆரம்பிச்சாங்க."

"இண்ட்ரெஸ்டிங் சார். இந்த மலைக்கு ஏன் ஆனைமலைனு பேரு வந்துச்சு சார்?"

"அதுவா?, இந்த மலையில கூட்டம் கூட்டமா யானைகள் இருக்கிறதால, இதுக்கு ஆனைமலையினு பேரு வந்திருக்கு."

யானையின் பிளிறலால் வில்லியமின் கவனம் வெட்டு முகாம் மீது சென்றது. யானைகள் பிளிறியபடி தண்டவாளத்தில் செல்லும் ரயில் பெட்டிகளைக் கட்டியிழுத்து வந்தன. அதன் மூலம் 11 கி.மீ. தொலைவில் இருந்து மரங்களை ஒரு இடத்திலிருந்து இன்னொரு இடத்துக்குக் கொண்டு வந்தன. அங்கிருந்து யானைகள் தும்பிக்கையில் மரக்கட்டைகளைச் சுமந்து சென்றன. தூக்க முடியாத கனமான மரக்கட்டைகளை யானைகள்

இழுத்துச் செல்வதற்கு ஏற்ப மாவூத்கள் கயிற்றால் கட்டினர். அந்தக் கயிற்றை இழுத்துச் செல்லும் யானைகளுக்குப் பின்னால், மண்ணில் உராய்ந்து புழுதியைக் கிளப்பியபடி மரக்கட்டைகள் உருண்டோடி வந்தன. சில கட்டைகளின் கூரிய முனைகள் மண்ணைக் கிழித்து உழவு ஓட்டிச் செல்வதைப் போல மேல் மண்ணைப் புரட்டி அடிமண்ணை மேற்பரப்புக்குக் கொண்டு வருவதை வில்லியமும், மைக்கலும் கவனித்துக் கொண்டிருந்தனர்.

ஆனைமலை ஒரு தாயைப் போலப் பெருங்காட்டையும், விலங்குகளையும் தன்னகத்தே அரவணைத்துக் கொண்டிருந்தது. ஆனால் பிரிட்டிஷ்காரர்கள் கண்களுக்கு வளம் கொழிக்கும் ஆனைமலைக் காடுகள், பணத்தைக் கொட்டிக் கொடுக்கும் புதையலாகத் தெரிந்தது. மரங்கள் பலகைகளாகவும், விறகுகளாகவும் காட்சியளித்தன. பழங்குடிகள் கூலிகளாகத் தெரிந்தனர். யானைகள் சுமை தூக்கும் அடிமைகளாகத் தெரிந்தன. அப்பார்வையில் இருந்து காட்டின் கோரமான அழிவு துவங்கியிருந்தது. வெட்டு முகாமின் மறுபக்கம் வெட்டவெளியாக இருந்த இடத்தில் இருவரும் பேசியபடி நடந்தனர். வெயில் காய்ந்தது. கண்ணுக்கு எட்டிய தூரம் வரை மலைகள் மொட்டையடிக்கப்பட்டு இருந்தது.

ஒரு குன்றின் மீது பல சிறு குன்றுகள் முளைத்திருப்பது போல ஆங்காங்கே தேக்கு மரக்கட்டைகள் ஒன்றன் மீது ஒன்றாக அடுக்கி வைக்கப்பட்டு இருந்தன. குன்றுகளில் விளைந்திருந்த மரங்கள் எல்லாம் மரக்குன்றுகளாகக் குவிந்திருந்தன. தேக்குக் கட்டைகள் துளைகளுடன் கரடுமுரடாக இருந்தன. நடுத்தரத் தேக்குக் கட்டைகள் வெளிர் பழுப்பு நிறமாகவும், வயது முதிர்ந்த கட்டைகள் கருமை நிறமாகவும் இருந்தன. வயதுக்கு ஏற்ப கட்டைகளின் கருமை நிறமும் மாறுபட்டிருந்தது. யானைகள் இழுத்தும், சுமந்தும் சென்ற வெட்டுத் தேக்கங்கட்டைகள் ஓரிடத்தில் குவிக்கப்பட்டுக் கொண்டேயிருந்தன. அங்கிருந்து ஒரு உயரமான மலை உச்சிக்குத் தேக்குக் கட்டைகளை யானைகள் சுமந்து சென்று ஒன்றின் மீது ஒன்றாக அடுக்கி வைத்தன. அதை நோக்கி இருவரும் சென்றனர்.

மலை உச்சியில் இருந்த மரக்கட்டை குன்றை இரண்டு யானைகள் சேர்ந்து முட்டித் தள்ளின. யானைகள் தும்பிக்கையால் முட்டியும், கால்களால் உதைத்தும் மரக்கட்டைகளை மலை உச்சியில் இருந்து கீழே தள்ளிவிட்டன. இரண்டு ஆயிரம் அடி உயர மலைச்சரிவில் இருந்து, மரக்கட்டைகள் ஒன்றோடொன்று மோதி இடைவிடாது

இடி முழங்குவதைப் போலப் பெரும் சத்தத்துடன் கீழே சரிந்து உருண்டன. அச்சத்தம் இருவரின் காதுகளையும் அடைத்தது. கட்டைகள் விழுந்து நிலம் அதிரும் சத்தம் கீழிருந்து தொடர்ந்து கேட்டது. பறவைகள் கீச்சொலிகளை எழுப்பியபடி பறந்து கொண்டேயிருந்தன. புல்வெளியில் ஆங்காங்கே நின்றிருந்த மான்களும், முயல்களும் பயந்து பாய்ந்தோடின. சற்று தூரத்தில் இருந்த மலை உச்சியை நோக்கி இருவரும் நடந்தனர்.

“ஏன் இங்க இருந்து வெட்டு மரங்கள தள்ளி விடுறாங்க?”

“இதுக்கு பேரு ஆப்ரேஷன் டாப்சிலிப்.”

“அப்படினா சார்?” என மைக்கல் புரியாமல் கேட்டான்.

“கரடு முரடாக இருக்கிற இந்த மலைப்பாதையில மரக்கட்டைகளை மாட்டு வண்டியிலோ, கூலியாட்கள் சுமை தூக்கியோ செல்வது பெரும் சிரமமாக இருந்தது. அதுல ரெண்டு நாளு வீணாச்சு. அதைத் தவிர்க்க மலைச் சரிவுகளிலிருந்து கீழே தள்ளிவிட்ட தேக்கங்கட்டைகள் ஒன்றோடு ஒன்று மோதி, முட்டி, சரிந்து கீழே மலையடிவாரத்திற்குப் போயி விழும். அங்க இருந்து சுப்பேகவுண்டர் புதூருக்கு ஆட்கள் மாட்டு வண்டியில கொண்டு போயிருவாங்க. பாறை இடுக்குகளில சிக்கும் மரங்கள் மழையில அடிச்சிட்டு போயி ஆற்று வெள்ளத்தில மிதந்து வரும். ஆற்றங்கரையோரமா ஒதுங்குற மரங்கள ஆட்கள வைச்சு எடுத்துகிடலாம்” என்றபடி அணைந்திருந்த சுருட்டை வில்லியம் தூக்கி எறிந்தான். ஆச்சரியம் மிளிர கண்களை விரித்து மைக்கல் பார்த்தான்.

யானைகள் தொடர்ந்து மலைச்சரிவில் இருந்து மரக்கட்டைகளைக் கீழே தள்ளிக்கொண்டிருந்தன. மைக்கல் மலைச்சரிவில் இருந்து கீழே பார்த்தான். மலை உச்சியில் இருக்கும் அருவியில் தண்ணீர் கொட்டுவது போல மரங்கள் கொட்டிக் கொண்டிருந்தன.

08

கோடைக் கால நண்பகல் நேரம். வனதேவதைக்கு விழா எடுக்க பதி கூடியிருந்தது. ஆண்டுதோறும் சித்திரை மாதத்தில் பூ போட்டு நல்ல நாள் பார்த்து, அந்நாளில் மொத்த பதியும் கூடி சாமி கும்பிடுவது வழக்கம். அதன்படி அன்று வனதேவதைக்கு வழிபாடுகள் நடத்துவதற்கான ஏற்பாடுகள் தீவிரமாக நடந்து கொண்டிருந்தன. வழக்கத்திற்கு மாறாக யாருடைய முகத்திலும் வழக்கமான பொலிவு இல்லாமல், கவலை கூடியிருந்தது.

வேங்கை மரத்திற்கு அடியில் கோவில் இருந்தது. அந்தக் கோவில் மேடையில் ஏழு கற்கள் ஒரே வரிசையில் வைக்கப்பட்டு இருந்தன. அதில் நடுக்கல் மட்டும் சற்று உயரமாக இருந்தது. அதற்கு மேலே புற்களால் கூரை போடப்பட்டு இருந்தது. நெருப்பில் போடப்பட்ட குங்கிலிய மரப்பட்டை கமகமவென வாசம் வீசியது. கற்களைக் கூட்டி அடுப்புகள் அமைக்கப்பட்டு பானைகள் வைத்துப் பொங்கல் வைத்தனர். வேங்கையன் ஒரு தட்டில் கற்பூரத்தை ஏற்றி வைத்து வனதேவதைக்குச் சுற்றிக் காட்டினார். அது முடிந்ததும் தட்டம் சூரியன் இருந்த கிழக்குத் திசைக்குச் சென்றது. பின் மரங்களுக்கும், மலைகளுக்கும் சுற்றிக் காட்டினார். ஒவ்வொருவராக வந்து வனதேவதையை வணங்கிச் சென்றனர்.

'க்கா... கா' வேப்ப மரத்தின் மீதிருந்து காகம் கரைந்தது. வேங்கையன் வெகு நேரமாகக் காகத்தையே கவனித்தபடி இருந்தார். வேப்ப மரத்தின் நுனிக் கிளையில் காகம் கூடு கட்டியிருந்தது. காகம் மரத்தின் உட்புறத்தில் தனது கூட்டினைக் கட்டுவதைத்தான் இதற்கு முன்பு வேங்கையன் பார்த்திருக்கிறார். அப்படிக் கட்டிய காலங்களில் எல்லாம் பருவமழை கொட்டித் தீர்த்துள்ளது. காகத்தின் வழக்கத்திற்கு மாறான நிகழ்வினால் பருவமழை குறைந்து, வறட்சி கூடும் என அவருக்குத் தோன்றியது.

காற்றின் பேரோசைகளை மட்டும் கேட்டுப் பழகியிருந்த விலங்குகள், கடந்த சில காலமாக மரங்கள் வீழ்த்தப்படும் கொடூர ஒலியைக் கேட்டு அச்சத்தோடு கூட்டம் கூட்டமாக உணவு,

தண்ணீர் தேடி இடம் பெயர்ந்தன. யானைகள் பயிர்களை மிதித்துச் சென்றன. புலிகள் மனிதர்களை வேட்டையாடின. விலங்குகள் எல்லாம் பெருங்கோபத்துடன் இருப்பது போல இருந்தது. இது வெறும் கோபமல்ல. காட்டின் கோபம். காட்டின் பிள்ளைகளான விலங்குகள் மனிதச் செயல்பாடுகளுக்குப் பழி தீர்க்கத் துவங்கியிருப்பதாக வேங்கையனுக்குத் தோன்றியது. இப்போது மழையும் பொய்த்துப் போனால் நிலைமை இன்னும் மோசமாகிவிடும் என வேங்கையன் நினைத்தார்.

அனைவரும் சாப்பிடச் சென்ற பிறகும் வெகு நேரமாக வேப்ப மரத்தையே கவலையுடன் வேங்கையன் பார்த்துக் கொண்டிருப்பதைக் கவனித்த, சுக்கன் நெருங்கிச் சென்றார்.

காலடிச் சத்தம் கேட்டுத் திரும்பிப் பார்த்த வேங்கையன், "வா... சுக்கா, ஏன்னாதுகா?" எனக் கேட்டார்.

"எந்துமில்ல. அநேக நேரமா எந்தோகியோ யோசனை கொண்டிருக்குன்ன போலே? ஏன்னாயா?"

"நுனிக் கிளையில காக்கா கூடு கட்டுன்னது பாத்தா, இவ்வருசம் மகை இல்லானு கருதுக."

"ம்ம்... எனிக்கும் அதேகாகுது."

"என்னாத்தும் தேர் மலைக்குப் போயி ஒரு சொல்லு சொல்லி தெய்வத்த வழிவட்டு வரோனு." வேங்கையனிடம் இருந்து சுக்கன் விடைபெற்றுச் சென்றார். வேங்கையன் மரத்தையே பார்த்துக் கொண்டிருந்தார்.

வேங்கையன் ஆலோசனைப்படி ஒரு நல்ல நாள் பார்த்துப் பதியின் ஆண்கள் எல்லாம் தேர் மலையை நோக்கிப் புறப்பட்டுச் சென்றனர். அடர் வனத்திற்குள் ஒரு குன்று தனித்து நின்றிருந்தது. அதன் உச்சியில் ஒரு தேர் நின்றிருப்பதை போலக் குன்று இருந்தது. சக்கரத்தின் மீது இருக்கும் தேரில் ராஜா குதிரையைப் பிடித்திருப்பது போலிருந்த பாறையின், உச்சியிலிருந்து குதிரை விழுந்தது போல இருந்தது. அங்கு நடந்த ஒரு போரில் அரக்கர் கூட்டத்தை அம்மன் வீழ்த்தியதாக வேங்கையன் சொன்னார். குன்றை நோக்கிச் சுட்டெரிக்கும் வெயிலில் வியர்க்க விறுவிறுக்க நடந்தனர்.

மலையிறக்கத்தில் கீழிறங்கிக் கொண்டிருந்த ஒரு மண் பாதையில் ஒரு பல்லக்கினை 4 பேர் ஓட்டமும், நடையுமாகச் சுமந்து சென்று கொண்டிருப்பதைப் பதியினர் பார்த்தனர். பல்லக்கிற்கு

முன்பாக இரண்டு பேர் தீப்பந்தங்களுடன் நடந்து சென்றனர். அவர்களுக்குப் பின்னால் நான்கு சுமைதூக்கிகளின் தோள்களில் நீண்ட தந்தங்கள் மினுங்கியது. அதன் மீதிருந்த பல்லக்கின் உள்ளிருக்கும் ஆள் தெரியாதபடி வெள்ளைத் துணியால் திரையிடப்பட்டு இருந்தது. அதற்குப் பின்னால் நான்கு பேர் சென்றுகொண்டிருந்தனர்.

"வேட்டக்காரன்புதூரு ஜமீனு போகியா போலே" என்றார் சுக்கன்.

"அதே. வேறாள கூட்டி வந்தும், இக்கட இருக்குற ஆளுகள வைச்சும் கூடுதல் மரங்கள வெட்டி, படுகாட்ட அழிச்சு கொடுக்குனதினு பரிசா வெள்ளக்கார துரைக ஜமீனுக்குத் தந்தத்துல செஞ்ச பல்லக்கைப் பரிசா நல்கியிட்டினுடு. ஜமீனு ஊர்நாட்டனுகள வாங்குற வரிப்பணத்த இப்பல்லக்குல கொண்டுவன்னு கொடுக்குக" என வேங்கையன் சொன்னார்.

"அவர் இப்ப எங்கட போகுன்னு?"

"இக்கட இருந்த தேக்கு மரத்த வெட்டி அழிச்சதால, புதுமனத் தேக்கு காட்டெ பாக்க காடர்க கூட போகது."

"இனிபோனா படுகாடு இருக்கா. ஆ வனதேவதை தா காப்பாத்தணும்."

செங்குத்தான பாறையில் ஏறுவது சிரமமாக இருந்தது. வேங்கையன் வழிகாட்டியபடி செல்ல, சிரமப்பட்டு பாறையின் மீது ஒவ்வொருவராக ஏறினர். நண்பகல் வெயில் கொளுத்தியது. அவ்விடம் மொட்டப்பாறையாக இருந்தது. அப்பாறையின் நடுப்பகுதியில் ஓரிடத்தில் விரல் அளவு அகலத்தில் 5 அடிக்குக் குழி இருந்தது. அதற்குள் வழிபாடு செய்துகொண்டு வந்திருந்த குச்சியை வேங்கையன் வைத்தார். அதற்குப் பூ, பொட்டு வைத்து, மாலை அணிவித்து மழை வேண்டி வழிபாடு செய்தனர். மழை பொய்க்கும் காலங்களில் இங்கு வந்து இப்படி வழிபாடு செய்தால் நல்ல மழை வரும் என்பது அவர்களின் நம்பிக்கையாக இருந்தது. அதன்படி வழிபாடு செய்த வேங்கையன், வானத்தை நோக்கி வேண்டினார்.

வழிபாடு முடித்து தேர்மலையில் இருந்து இறங்கி வேங்கைப்பதி நோக்கிச் செல்லும் சாலையில் நடை போட்டனர். திடீரென விழுந்த மழைத் துளிகள் வேங்கையனின் உடலையும், மனதையும் குளிரச் செய்தது. சாரல் மழையில் நனைந்தபடி நடையைத் தொடர்ந்தனர். அவர்களுக்கு முன்பாக மழை மேகங்கள் பதியை நோக்கிச் சென்றன.

09

குதிரையின் மீது அமர்ந்திருந்த வில்லியம் எந்தப் பக்கம் செல்வது எனத் தெரியாமல் குழம்பினான். அவனது வாயில் டார்பிடோ சுருட்டு புகைந்தது. அவனது தோளில் '.450 பியூரி' இரட்டைக் குழல் துப்பாக்கி தொங்கிக் கொண்டிருந்தது. அவனுக்குப் பின்னால் வேறொரு குதிரையில் அப்பையா இருந்தார். நீண்ட தூரம் மலைப்பாதையில் வந்த களைப்பில் குதிரைகள் கனைத்துக் கொண்டும், கால்களை உதறிக் கொண்டும் ஓய்விலிருந்தன. சில குதிரைகள் நின்றுகொண்டே தூங்கிக் கொண்டிருந்தன. ஆங்காங்கே நின்றுகொண்டிருந்த குதிரை படை ஆட்களின் கைகளில் துப்பாக்கிகளும், ஆயுதங்களும் இருந்தன.

வில்லியமின் முகமெங்கும் கோபம் பூசியிருந்தது. சிவந்திருந்த கண்கள் கனலாய்த் தகித்தன. அதில் விழும் அனைத்தையும் பொசுக்கிவிடும் போலும். மற்றவர்கள் அவனது பார்வையில் படக்கூடாது எனத் தயங்கி ஒதுங்கி நின்றிருந்தனர். காட்டை சல்லடை போட்டுத் தேடியும் அவர்களைக் கண்டுபிடிக்க முடியவில்லை என்பது அவனுக்குக் கோபத்தை வரவைத்தது. அன்று நடந்த சம்பவத்தை மீண்டும் மீண்டும் நினைவுபடுத்தி மலைவாசிகள் மீதான கோபத்தைத் தணியாமல் வைத்துக் கொண்டான்.

அன்றொரு நாள் புலி வேட்டைக்காக வேங்கை மரத்தின் மீது கட்டப்பட்ட பரணில் துப்பாக்கியோடு வில்லியமும், மைக்கலும் வெகு நேரமாகக் காத்திருந்தனர். வில்லியமின் கையிலிருந்த துப்பாக்கி ஓடையைப் பார்த்துக் கொண்டிருந்தது. சில மான்கள் தண்ணீர் குடிக்க வந்து சென்றன. இவற்றைச் சுட்டுப் புலியைத் தவற விடக்கூடாது என்ற நினைப்பு அவனைப் பொறுமை இழக்கச் செய்யவில்லை. 'எற்பாடு'* நேரப் பொழுதில் காடு திடீரெனப் பரபரப்பானதை உணர்ந்தான். மருகும் கண்களுடன் மான்கள் பாய்ந்தோடின. குரங்குகள் அபயக்குரல் எழுப்பின.

★ பிற்பகல்

ஓடையைச் சுற்றிக் கண்களைச் சுழலவிட்டான். துப்பாக்கியைக் கைகள் இறுகப் பற்றிக்கொண்டன.

சில நிமிடங்களில் புதருக்குள் இருந்து வெளிப்பட்ட புலி தலையைத் தாழ்த்தித் தரையை முகர்ந்தபடி தண்ணீர் குடிக்க ஓடைக்கு வந்தது. ஒவ்வொரு அடியிலும் நின்று மூச்சிழுத்து காற்றின் வாடையை முகர்ந்தது. தலையைத் தூக்கி மேலே பார்த்தது. துப்பாக்கி வெடிக்கும் சத்தத்தில் காடு அதிர்ந்தது. புகை சூழ்ந்தது. பறவைகள் பயந்து கலைந்தன.

புலியின் கனத்த உடலைத் துப்பாக்கித் தோட்டா துளைத்திருந்தது. அடிபட்ட புலி துள்ளி விழுந்து, திணறியபடி தாவியது. ஓரிரு நிமிடங்களில் அதன் துடிப்பும் ஓட்டமும் தளர்ந்து அப்படியே சுருண்டு விழுந்தது. வில்லியமும், மைக்கலும் ஆர்வத்துடன் கீழிறங்கிச் சென்று பார்த்தனர். புல் தரையில் தூங்குவது போலப் புலி அசைவற்றுக் கிடந்தது. அதனைச் சோதித்துப் பார்த்த மைக்கல், புலியின் உயிர் பிரிந்திருந்ததை உறுதி செய்தான். ஒரே தோட்டாவில் புலியை வீழ்த்தியதில் ஆச்சரியம் அடைந்த மைக்கல், வில்லியமைக் கட்டி அணைந்து புகழ்ந்து தள்ளினான்.

துப்பாக்கி குலுங்க குதிரையில் சென்ற வில்லியமிற்கும், மைக்கலுக்கும் பின்னால் வந்த குதிரைகள் புலியையும், மான்களையும், பன்றிகளையும் சுமந்து வந்தன. அவனுக்கு முன்னால் கொடிகளும், முட்களும், பூக்களுமாகப் புகமுடியாத செறிவுடன் தோளுயரப் புதர்களை முன்னால் சென்ற இருவர் அறுத்து அகற்றி வழி ஏற்படுத்தியபடி சென்றனர். பின்னால் உடைமைகளைத் தலையில் சுமந்தபடி ஏழெட்டு காடர்களும், மலசர்களும் வந்தனர். பிரம்புகளையும், மரக்கிளைகளையும் கொண்டு அமைக்கப்பட்டிருந்த பாலங்களின் வழியாகக் காட்டாறுகளைக் கடந்து சென்றனர்.

“இந்த மலெ பேரு என்ன?” தொண்டையைச் செருமியபடி வில்லியம் கேட்டான்.

“பூனாச்சி மலெ தொரை. ஆனெமலெக்கு முதல்முதலாக வந்த பிரிட்டிஷ் தொரைகளை, பூனாச்சிங்கிற ஒரு மலைப் புலையன் தான் மலை மேல கூப்பிட்டுப் போயி காட்ட காட்டியிருக்காரு” அவனுக்கருகே குதிரையில் வந்துகொண்டிருந்த அப்பையா பவ்வியமாகச் சொன்னார்.

“ஓ”

வில்லியம் சுற்றும் முற்றும் பார்த்தபடி சென்றான். வழியெங்கும் மூங்கில் காடுகளும், குட்டு குட்டாக யானைச் சாணங்களும் கிடந்தன. சில சாணங்களின் பச்சை வாசம் மூக்கைத் துளைத்தது. ஆங்காங்கே மூங்கில்கள் உடைபட்டுக் கிடந்தன. பெயருக்கு ஏற்ப இது யானை மலைதான் போல என அவன் நினைத்தான்.

சிறிது நேரத்தில் சற்று தொலைவில் ஒரு கேளை வில்லியமின் கண்ணில் பட்டது. அளவுக்கு அதிகமாக வேட்டையாடி இருந்தாலும், கேளையை விட்டுவிட அவனுக்கு மனம் வரவில்லை. துப்பாக்கியால் கேளைக்குக் குறி வைத்தான். வயிறு புடைத்திருந்த கொம்பு இல்லாத தடித்த மயிர்க்கற்றைகளைக் கொண்டிருந்த கேளையைப் பார்த்து, "தொர. வேணாம் தொர" என ஒருவன் கத்தினான். அதனைப் பொருட்படுத்தாமல் துப்பாக்கியின் விசையை இயக்கினான். பாய்ந்து சென்ற குண்டு மானின் உடலைத் துளைத்தது. புகை மூட்டம் அடங்கிய போது, துடிதுடித்த கேளை மண்ணில் வீழ்ந்து அடங்கியது. அதனைப் பார்த்து வில்லியம் வெற்றிப் புன்னகை பூத்தான். நெருங்கிச் சென்று பார்க்கும் போது, கருவுற்றிருந்த கேளையைச் சுட்டுக் கொன்றிருப்பது தெரிந்தது.

"வாவ்" என்றபடி கருவைத் தனியாகச் சமைத்துக் கொடுக்கும்படி மலைவாசிகளுக்கு உத்தரவிட்டுக் கிளம்பினான். அதில் அதிர்ந்த மலைவாசிகளின் முகங்கள் மாறியதை வில்லியம் கவனிக்கத் தவறவில்லை. கலங்கிய மலைவாசிகள் கோபத்தை வெளிக்காட்டிக் கொள்ளாமல் கேளையைத் தூக்கிக் கொண்டு நடந்தனர்.

அன்று மாலை ஓரிடத்தில் தங்கியிருந்துவிட்டு, மறுநாள் காலை செல்லலாம் என முடிவெடுத்தனர். மலை மேடான அந்தப் பகுதி வனத்தில் இருந்து தள்ளியிருந்தது. மலைவாசிகள் சில மணி நேரத்தில் தரமான இரண்டு குடிசைகளை அமைத்தனர். அவர்கள் மூங்கிலைப் பிரிப்பதிலும் அதனைக் கட்டுமானத்தில் பயன்படுத்துவதிலும் அசாத்தியத் திறமைகளைக் காட்டினர். அவர்களின் கத்தி வளைந்த பிளேடைக் கொண்டதாகச் சற்று வித்தியாசமாக இருந்தது. கத்தியின் நேர் விளிம்பு பக்கவாடு முன்னோக்கிச் சாய்வதாகவும் இருந்தது. கத்தியின் மேல் பகுதி சற்று விரிந்தும், பின்புறப் பகுதி கனமாக இருந்ததால் மூங்கில்களை எளிதாகப் பிரித்தன.

மூங்கிலை ஒரே ஒரு பிளவு மூலம் பிரித்து, அதைத் திறந்து அனைத்து முனைகளிலும் பல காயங்களை உருவாக்கினர்.

பின்னர் மூங்கில் முழுவதும் தட்டையாக இருக்கும்படி மாற்றி, மூங்கில் சுவர்களை உருவாக்கினர். அதை நிமிர்ந்த மூங்கில்களில் கட்டி வைத்தனர். கூரையில் புற்களைக் கொண்டு வேய்ந்தனர். வில்லியம் ஆச்சரியத்தோடு பார்த்தான். சற்று நேரத்தில் மலைவாசிகள் சமைக்கச் செல்வதாகக் கூறிச் சென்றனர். தன்னிடம் இருந்த இரண்டு பிராந்தி பாட்டில்களில் ஒன்றை மலைவாசிகளின் வேலைகளுக்குப் பரிசாக வழங்கினான். குடிசைக்குள் சென்ற வில்லியம் கொஞ்சம் பிராந்தியைத் தண்ணீர் கலக்கிக் குடித்து விட்டு, கறிக்காகக் காத்திருந்தான்.

வெகு நேரமாகியும் கறி வரவில்லை. கறியை வேகமாகக் கொண்டு வருமாறு நான்கைந்து முறை கத்தினான். எந்தப் பதிலும் வரவில்லை. ஆத்திரத்துடன் ஒரு சுருட்டைப் பற்ற வைத்தபடி எழுந்து குடிசையில் இருந்து வெளியே நடந்தான். சுருட்டின் கனப்பிலிருந்து மெல்ல அசைந்தது புகை. வானம் நட்சத்திரங்கள் கூட இல்லாமல் இருண்டு கிடந்தது. குளிர்ந்த காற்று வீசியது. பூச்சிகளின் ரீங்காரங்கள் கூட ஓய்ந்து, பேரமைதி நிலவியது. சுருட்டின் புகையை உள்ளிழுத்த வில்லியம், புகை வெளியேறுவதற்குள் பதறிப் போனான்.

அடுப்பு மூட்டப்பட்டிருந்த இடத்தில் மலைவாசிகள் யாருமில்லை. சினை மானின் உடலும், உடைமைகளும் அப்படியே இருந்தன. சுற்றும் முற்றும் தேடிப் பார்த்தான். ஒருவர் கூட அகப்படவில்லை. சற்று தூரம் சென்று பார்த்து வந்தான். மலை மேட்டிலிருந்து எதை எதையோ சொல்லிக் கத்திப் பார்த்தான். எந்தப் பதிலும் வரவில்லை. குப்பென உடல் வியர்த்துக் கொட்டியது. மழையில் நனைந்த ஆட்டுக்குட்டி போல நடுங்கினான். மனம் கோபத்தில் பொங்கியது.

மலைவாசிகள் எப்போது சென்றனர், எப்படிச் சென்றனர் என்பது எதுவும் புலப்படவில்லை. இடமும் தெரியாது. திரும்பிச் செல்வதற்கும் வழியும் தெரியாது. மலைவாசிகள் வனத்திற்குள் தனியாகத் தவிக்கவிட்டுச் சென்றுவிட்டனர் என்பது வில்லியமிற்கு ஆத்திரத்தை ஏற்படுத்தியது. உறங்கிக்கொண்டிருந்த மைக்கலையும், அப்பையாவையும் காலில் எட்டி உதைத்து எழுப்பினான்.

"யானை வருமா? புலி வருமா? பாம்பு வருமா?" எப்போது எந்த விலங்கு தாக்குமென்றும் தெரியாது. நடுக்காட்டில் சிக்கிக் கொண்டதை உணர்ந்து வில்லியம் பரிதவித்தான். மூங்கில்கள்

உராயும் ஒவ்வொரு சிறு சத்தத்தையும் தாக்க வரும் கொம்பன் யானையின் வருகையாக எண்ணி அஞ்சி நடுங்கினான். நிமிடத்திற்கு நிமிடம் பயம் கூடிக் கொண்டே சென்றது. வில்லியம் தன்னிடம் இருந்த ஒரு பாட்டில் பிராந்தியையும் ஆத்திரம் தீரக் குடித்து முடித்தான். மது உள்ளே செல்ல செல்ல அவனுக்குப் பயம் குறைந்தது போல இருந்தது. அதேசமயம் மலைவாசிகள் மீது கோபம் மலையளவு அதிகரித்தது.

"சினை மானெ கொன்னதுக்கு நடுக்காட்டுல விட்டிட்டு போனவாங்க, உணவுல நஞ்சு கலந்திருந்தா என்னாயிருக்கும்?" எனத் தனக்குத் தானே கேட்டுக்கொண்டான்.

மறுநாள் வில்லியம் கண் விழித்த போது, சூரியன் நடுவானத்திற்கு வந்திருந்தது. வெயில் சுளீரென முகத்தைச் சுட்டது. கண்களைத் திறக்க முடியாமல் திறந்தான். குடிசையில் இருந்து வெளியே வந்து பார்த்த போது மைக்கலும், அப்பையாவும் காணாமல் போயிருந்தனர். வில்லியம் மேலும் பதறிப் போனான். தனியாகக் காட்டில் சிக்கியிருப்பதை உணர்ந்து, அவனுக்குப் பயத்தில் உயிர் போய்விட்டது. பயத்தை மதுவிற்குள் தொலைக்க நினைத்து பாட்டிலைத் தேடிய போது, காலி பாட்டில் மட்டுமே இருந்தது. அவனுக்கு வெறுப்பாக இருந்தது. கோபம் தலைக்கேறியது. அடுத்தடுத்துச் சுருட்டுகளை ஊதித் தீர்த்தபடி அதற்கும் இதற்கும் நடந்தான்.

மலைவாசிகள் இருந்த குடிசைக்கு அருகில் மைக்கல் கீழே விழுந்து கிடந்ததைப் பார்த்து வில்லியம் அதிர்ந்து போனான். மயங்கிக் கிடந்தவனின் முகத்தில் தண்ணீரைத் தெளித்துத் தட்டி எழுப்பினான். அவனது உடலில் எந்த அசைவும் இல்லை. பேச்சு மூச்சற்று கிடந்த அவனது உடல் குளிர்ந்திருந்தது. மைக்கலின் வலது காலில் அழுத்தமான இரு புள்ளிகள் தெரிந்தன. இரண்டு பற்கள் சற்று இடைவெளியில் பதிந்து இருந்தன. அந்த இடம் சற்று தடித்து வீங்கி இருந்தது. இந்தக் காட்டில் தனக்கு உற்றதுணையாக இருந்த நண்பன் மைக்கலை விஷப் பாம்பு கடிக்குப் பறிகொடுத்திருப்பதை அறிந்து வில்லியம் கதறித் துடித்தான்.

சிறிது நேரத்தில் யாரோ சிலர் தூரத்தில் இருந்து நடந்து வருவது தெரிந்தது. அவர்கள் நெருங்கி வர வர அப்பையா நான்கைந்து காடர்களுடன் வருவதை வில்லியம் பார்த்தான். அப்பையாவின் கழுத்தை நெறித்துக் கொன்றுவிட வேண்டுமென வில்லியம் அவர் மீது பாய்ந்தான். அவரின் முகத்திலும், நெஞ்சிலும் கைகளால்

கோபம் தீர அடித்தான். மைக்கல் இறந்து கிடப்பதைப் பார்த்து அதிர்ந்த அப்பையா, அடிகளை வாங்கிக்கொண்டு அமைதியாக நின்றார்.

பின் காட்டில் வழிகாட்டக் காடர்களைத் தேடிப் போனதாகவும், துணையாக இருக்கட்டும் என மைக்கலை விட்டுச் சென்றதாலே இப்படி நடந்ததாகவும் அப்பையா தனது கையறு நிலையை விளக்கினார். அதனை ஏற்றுக்கொண்ட வில்லியமிற்கு மைக்கல் இறப்பிற்குக் காரணமான மலைவாசிகள் மீது கோபம் பொங்கியது. அந்த மலைவாசிகள் ஒருவரையும் விட்டு விடக்கூடாது என அவர்களைத் தேடி அலையத் துவங்கினான்.

"மைக்கல் சாவுக்குக் காரணமான அந்தக் காட்டுவாசிகள சும்மா விடக்கூடாது" என அன்று நடந்ததை நினைத்தபடி வில்லியம் கோபத்தோடு சத்தமாகக் கத்தினான். அவனது வெறுப்புமிக்க குரல் மலைகளில் எதிரொலித்தது. தனது ஆட்களை வேகமாகக் கிளம்ப உத்தரவிட்டான். குதிரைகள் வேகமாக ஓடின.

சீமார் புல் எடுக்கச் சென்று கொண்டிருந்த வேங்கையனுக்குக் குதிரைகள் கணைக்கும் சத்தம் கேட்டது. ஒற்றையடிப் பாதையில் வெகுதூரத்தில் குதிரைகளின் குளம்படிகள் கேட்டன. தலைதெறிக்க ஓடிய வேங்கையன் மலை உச்சியில் ஓரமாக இருந்த அத்தி மரத்தில் வேக வேகமாக ஏறி உச்சிக்குச் சென்றார். ஒரு மரக்கிளையில் அமர்ந்தபடி, சுற்றும் முற்றும் பார்த்தார். துப்பாக்கிகளையும், வேல்களையும் தாங்கிக் கொண்டிருந்தவர்களை சுமந்துகொண்டு மலையிறக்கத்தில் இருந்து குதிரைகள் மேலேறி வந்தன. அவருக்குத் தூக்கி வாரிப்போட்டது.

இன்னும் கொஞ்ச நேரத்தில் அவை பதியை அடைந்து விடக்கூடும். மற்ற பதிகளில் வில்லியம் ஆடிய வெறியாட்டம் பற்றிக் கேட்டிருந்த வேங்கையனால் குதிரைப்படைகள் பதியை அடைவதை, நினைத்துப் பார்க்கக் கூட முடியவில்லை. என்ன செய்வதென்று தெரியாமல் பதைபதைத்தார்.

வேகவேகமாக மரத்திலிருந்து வேங்கையன் கீழே இறங்குவதற்குள் குதிரைப்படை அவர் இருக்கும் இடத்தை நெருங்கியது. அவர்கள் கண்ணில் பட்டால் துப்பாக்கிக் குண்டிற்கு இரையாக வேண்டியது தான். மரத்தின் பின்னால் ஒழிந்திருந்த வேங்கையன், சட்டெனச் செடி, கொடிகளால் மூடியிருந்த புதருக்குள் புகுந்து மறைந்தார். புதருக்குள் அவர் புகுந்து மறைந்ததைப் பார்த்த

அப்பையா, கரடி ஒன்று புதருக்குள் ஓடியதாக வில்லியமிடம் கூறி வேங்கையன் தப்பிச் செல்ல உதவினார். ஆளுயர வளர்ந்திருந்த புதர்களுக்கும், செடி, கொடிகளுக்கும் இடையே மறைந்து பதுங்கியபடி குதிரைப்படையினர் கண்களுக்குப் படாமல் வேங்கையன் பதியை நோக்கி ஓடினார்.

ஒரு கட்டத்தில் செங்குத்தான மலையேற்றத்தில் குதிரைகளால் ஏற முடியவில்லை. அவை நடக்கவே சிரமப்பட்டன. குதிரைகளை ஓரிடத்தில் கட்டி சிலரைக் காவலுக்கு வைத்துவிட்டு 20 பேருடன் வில்லியம் நடந்து மலையேறினான். அன்று தவிக்கவிட்டுச் சென்ற கூட்டம் இங்கே இருக்கக்கூடும் எனத் தேடி வந்திருந்தான். ஒற்றையடித் தடத்தில் கூட்டத்தினர் சிரமப்பட்டு மூச்சிரைக்க மலையேறினர். வியர்த்து நனைந்திருந்த உடைகள் உடலோடு ஒட்டியிருந்தன.

தூரத்தில் குடிசைகள் இருப்பது வில்லியமின் கண்களில் பட்டது. ஓட்டமும், நடையுமாக வில்லியம் ஆத்திரத்துடன் ஓடினான். அவனது கூட்டம் பின் தொடர்ந்து சென்றது. பதியின் பேரமைதியைக் கூட்டத்தின் கூச்சல் குலைத்தது. ஒவ்வொரு குடிசையாகச் சென்று பார்த்தனர். அதற்குள் பொருட்கள் அப்படி அப்படியே இருந்தன. ஆனால் ஒரு ஆளையும் காணவில்லை. காட்டிற்குள் பதுங்கி இருக்கிறார்களா என நான்கு பேர் வெகு தூரம் ஓடிச் சென்று பார்த்தனர். மரங்களின் மீது ஒளிந்து இருக்கிறார்களா எனக் கண்களை உலாவவிட்டனர். ஏமாற்றமே மிஞ்சியது. வில்லியம் வெறி பிடித்தவன் போல அதற்கும் இதற்கும் நடந்தபடி, விரக்தியில் கத்தினான். அவனது கன்னம் கோபத்தில் சிவந்து கன்றிப்போயிருந்தது. துப்பாக்கியில் குண்டுகள் தீரும் வரை வானத்தை நோக்கிச் சுட்டான்.

வில்லியம் பற்ற வைத்த தீயில் பதி தீக்கிரையாகிப் பொசுங்கிக் கருகியது. அதனைத் தடுக்கத் திராணியற்றவராக அப்பையா மனதிற்குள் புலம்பித் தவித்தார். பதி சாம்பலாகிக் கொண்டிருப்பதை மரங்களுக்கு மேலெழுந்த புகை வெளிக்காட்டியதை வெகு தொலைவில் இருந்து பார்த்தபடி, வேங்கையனும், பதியினரும் காடுகளுக்குள் ஓடிக் கொண்டிருந்தனர். வில்லியம் குன்னூருக்குப் பணி மாறுதலாகிப் போகும் வரை அதே வன்மத்தோடு அலைந்து திரிந்தான். ஆனாலும், அந்த மலைவாசிகளை அவனால் கடைசிவரை கண்டுபிடிக்க முடியவில்லை.

ஆனைமலைக் காடுகளைப் பற்றிச் சொல்லிக்கொண்டிருந்த கதையை வேங்கைப்பதி மூப்பன் வாலன் நிறுத்தியபடி, அருகில் இருந்த சொம்பிலிருந்த தண்ணீரை எடுத்துக் குடித்தார். அவருக்கு முன்னால் இளனும், காட்டுராசாவும் அமர்ந்திருந்தனர். இக்கதைகளைக் காட்டுராசா துண்டு துண்டாகப் பலமுறை கேட்டிருந்தான் என்றாலும், புதிதாகக் கதை கேட்பவன் போல ஆர்வத்துடன் கேட்டான். அப்போது இளன் மனதில் ஒரு கேள்வி மேலெழுந்தது.

"ஒருவேள ஹியூகோ வுட்டோட காலடி மட்டும் ஆனைமலையில படாம போயிருந்தா, இக்காடுக என்னாயிருக்கும்?"

10

மெட்ராஸ் வனத்துறையில் கோயம்புத்தூர் தென் கோட்ட வன அதிகாரியாக ஹியூகோ ப்ரான்ஸிஸ் ஆண்ட்ரூ வுட்டினை, இளவேனில் காலத்தின் ஒரு காலைப்பொழுது உலாந்திக் காடுகளுக்கு வரவேற்க காத்திருந்தது. உலாந்தியில் இருந்து பத்து மைல் தொலைவில் வுட்டினை வரவேற்க பாரெஸ்டர் அப்பையா, இரண்டு கார்டுகளுடன் காத்திருந்தார். முந்தைய நாளே யானைகளின் மீது வந்திறங்கிய கூடாரம், துரையின் நாய், உடைமைகள் என உலாந்தியைப் பரபரப்பாக்கி இருந்தன. துரையின் வருகையை எதிர்பார்த்து வெகு காலையில் இருந்து மூவரும் நின்றுகொண்டிருந்தனர். உடன் சேணமிட்ட குதிரையும், ரோஜா மாலையும் காத்திருந்தன.

“காடு அழியுறத பத்தி எந்தக் கவலையும் இல்லாத தொரைகளுக்கு, தேக்கு மரங்க குறையுறதுதான் கவலையா இருக்கு. புதுசா தேக்கு மரத்த நட்டு வளர்க்க இதுவரை பண்ணுனது எதுவும் கைகொடுக்கல. புதுசா வரவன் இந்தக் காட்டுல எத்தன நாளுக்குத் தாக்கு பிடிப்பான்? அப்புறம் என்னத்த நடுறானு பார்க்கத் தானே போறோம்” பாரெஸ்டர் அப்பையா அதற்கும், இதற்கும் நடந்தபடி முணுமுணுத்தார்.

பரபரப்பாகக் கூடு கட்டிக் கொண்டிருக்கும் பெண் தேன் சிட்டுடன், எந்த வேலையும் செய்யாமல் வெறுமனே தானும் விழுந்து விழுந்து வேலை செய்யும் பாவனையில் கூடக்கூடப் பறந்து கொண்டிருக்கும் ஆண் தேன் சிட்டு போல அப்பையா 28 வருட வனப் பணியை முடித்திருந்தார். இந்த வனவாசத்தில் பாதியைக் காய்ச்சலில் படுப்பதும், காடை, மான்களை வேட்டையாடுவதாகவும் கழித்திருந்தார். களைத்து வந்தவர்களுக்கு வயிற்றை நிரப்பிவிடுவதைப் போல, வனபோஜனத்தில் எல்லாரையும் ‘தாஜா’ செய்து தனது காரியங்களைச் சாதித்துக் கொள்ளும் சமார்த்தியத்தில் கைதேர்ந்தவர். அதிகாரிகளின் புத்தியை மூடி வைப்பதற்காகவே

காட்டுத் தீனி வகையறாக்களையும், சீமை சரக்குகளையும் கைவசம் வைத்திருந்தார்.

"சார், புதுசா வர தொரையப் பத்தி எதாவது விசாரிச்சிங்களா?"

"ம்ம்ம்... ம்ம்... இங்கிலாந்துல படிச்சிட்டு அஜ்மீர், கோதாவரி, கர்னூல்ல வேலை பாத்திட்டு இங்க வரானாம். வில், அம்புகளோட மிரட்டி மரம் திருடிட்டு இருந்த செஞ்சு ஆதிவாசிகளுக்கு வேலை கொடுத்து தொழிலாளர்களா மாத்தி மரம் வளர்த்தி காட்ட பாதுகாத்தானாம்." அலட்சியமாக அப்பையா சொன்னார்.

"எவ்வளவோ பேர பாத்தாச்சு. இந்தக் கத்துக்குட்டிய சமாளிக்கறது பெரிய காரியமா?"

இதற்கு முன்பு அதிகாரியாக இருந்த பிஷ்ஷருக்குத் தாவர மாதிரிகளைச் சேகரித்து கல்காத்தாவில் உள்ள ராயல் பொட்டானிக்கல் கார்டனுக்கு அனுப்ப உதவியது போல, புதிதாக வரும் வுட்டுக்கும் எதாவது செய்து காலத்தை ஓட்டி விடலாம் என அப்பையா நினைத்துக் கொண்டார். எங்கோ ஒரு மோட்டார் ஹார்ன் சத்தம் காற்றோடு கலந்து வந்தது. அவரது கண்ணுக்கு எட்டிய தூரம் வரை சோளமும், சாமையும், ராகியும், கம்பும் விளைந்திருந்தன.

"அடே, காடப்பயலே... தொரை வந்தாச்சுரா. பூச்சி மேட்டுப்பக்கம் சத்தம் கேக்குது. நீ போய்ப்பார்" என அப்பையா ஒருவனை விரட்டினார்.

அரைமணி நேரக் காத்திருப்பிற்குப் பிறகு, ஒரு சிறிய மோட்டார் வந்து நின்றது. தொடர்வண்டியில் கோயம்புத்தூருக்கு ஒரு இரவு முழுவதும் பயணம் செய்து, சாலை வழியே நாற்பது மைல் கடந்து அடர்ந்த நாகதாளிக்கள்ளிக் காட்டினிடையே பயணக் களைப்போடு வுட் சேத்துமடைக்கு வந்தடைந்தார். வண்டியில் இருந்து இறங்கிய வுட்டிற்கு ரோஜா மாலையை அணிவித்து வரவேற்றார் அப்பையா. பின்னர் தன்னையும், கார்டுகளையும் ஒவ்வொருவராக அறிமுகம் செய்தார்.

சுண்டினால் சிவக்கும் வெள்ளை நிறத் தேகம். நாற்பது வயதுக்கேற்ற சதைப்பிடிப்பு கொண்ட உடல்வாகு. நடுத்தர உயரம். மீசையிலும், தலையிலும் ஆங்காங்கே தலைகாட்டிய வெள்ளை முடிகள். வெள்ளை சட்டைக்கு மேலே கருப்பு நிற

கோட். விரிந்த கண்கள், நகைச்சுவை ஒளிந்த உதடுகள், யாரையும் விரைவில் நண்பராக்கிக் கொள்ளும் முகம். ஆக்ஸ்போர்ட் நடை உடை பவானைகள் எதுவும் இல்லாத எளிமையான தோற்றம். வுட் சிரித்துக் கொண்டே ரோஜா மாலையை முகர்ந்து கொண்டிருந்தார். அதன் வாசனை லில்லியை நினைவுபடுத்தியது.

"டியர் லில்லி"

மழைக்காலம் தொடங்குவதற்கு முன்பாக அநேக காலைகளைப் போல இலேசான குளிரோடு தாமதமாகப் புலர்ந்த அந்தக் காலைப் பொழுதில் பார்த்தது முதல், இங்கிலாந்தின் மூடுபனிகளுக்குள் உள்ளத்தைக் கவர்ந்த அந்த நங்கைக்கு முத்தமிட்டு விடைபெற்றுக் கொண்டு வந்தது வரை நினைவுகள் பலப் பலவாக ஓடின. பார்த்த முதல் பார்வையிலேயே, அவரது மனதில் காதல் விதையை லில்லி விதைத்துவிட்டாள். அடிக்கடி வாய்ந்த சந்திப்புகளும், தொடர்ந்து நீண்ட உரையாடல்களும் காதலை மரமாக வளரச் செய்தது. வார்த்தைகளில் சொல்லிக்கொள்ளாமலேயே இருவரது மனதிலும் காதல் வேர் பிடித்து, கிளை பரப்பிப் பூத்துக் குலுங்கியது.

லண்டன் நகரத்தை அணைத்தபடி தென்மேற்கிலிருந்து கிழக்கு நோக்கி ஓடும் தேம்ஸ் நதிக்கரையோரம், தட்டச்சுக் கருவியில் நடனமாடும் அவளது விரல்களைப் பற்றி நடப்பதும், வாய் மாளாமல் அவள் பேசுவதைக் கேட்பதுமாகக் கழிந்த நாட்கள் நினைவுக்கு வந்தது. வெள்ளுடைத் தரித்த லில்லியின் கரம் பற்றும் நாளுக்காக அவரது மனம் ஏங்கத் துவங்கியது. இந்தக் கிறிஸ்துமஸ் விடுமுறையில் 'ஹோமிற்கு'ப் போக வேண்டும். திரும்ப வரும்போது அவள் பெயருடன், எனது பெயரையும் சேர்த்திருக்க வேண்டும். அதற்காகவே அவளும் அங்கே காத்திருப்பாள் என நினைத்தார்.

"தொரை போலாங்களா?"

"ம்ம்ம்"

"தொரை இதுக்கு மேல மோட்டார் போகாது. ரேஞ்சு ஆபிசுக்குப் பத்து மைலு குதிரையிலதான் போகோணும். இங்க மோட்டாருக்கு ஒரு ஷெட்டும், காவலுக்கு ஒரு ஆளும் இருக்கு."

"சரி. காட்டைப் பார்த்திட்டு அப்புறம் ஆபிசுக்குப் போயிக்கலாம்" என்றபடி வுட் குதிரை மேல் ஏறி அமர்ந்தார். அப்பையா கார்டுகளை அழைக்க "நாம் இருவர் மட்டும் போகலாம்"

என்றபடி கிளம்பினார். 'அவர் இழுத்த இழுப்பிற்குத்தான் நாம போக முடியும்' என நினைத்தபடி அப்பையா குதிரையில் பின் தொடர்ந்தார்.

காடெங்கும் பச்சை குருதி வழிந்திருந்தது. அரை நூற்றாண்டுகளாக நடந்த தேக்கு மர வேட்டையால், பெரும் பகுதி காடு கட்டாந்தரையாகக் காட்சியளித்தது. பெரும்பாலான இடங்களில் புதர்மண்டிக் கிடந்தது. தூணக்கடவு ஆறு வறண்டிருந்தது. டாப் சிலிப் வரையிலான ரோப் வழி அமைப்பும் பயன்பாட்டில் இல்லாமல் போயிருந்தது. மரங்கள் பற்றாக்குறையால், பல வெட்டு மர முகாம்கள் மூடப்பட்டிருந்தன. இலைகளின்றி வெறும் எலும்புக்கூடுகளைப் போல் காய்ந்த கிளைகளும், சுள்ளிகளுமாக நின்ற மரங்களைப் பார்க்கச் சகிக்கவில்லை. வுட்டின் முகத்தில் எள்ளும் கொள்ளும் வெடித்தது.

ரேஞ்சு ஆபிசுக்கு வருவதற்கு மாலை நான்கு மணியாகியிருந்தது. தகரக் கொட்டகையில் அமைக்கப்பட்ட ரேஞ்ச் ஆபிஸ், மூங்கில் வேய்ந்த மரக்குடிசையில் ரேஞ்சர் பங்களா, தேக்கங்கட்டைகளை அடுக்கும் பெரிய கொட்டகை, மரங்களை இழுக்கும் யானைகளின் கொட்டாரம், ஆங்காங்கே காடர் குடிசைகள், வெற்றிலை, சுருட்டு விற்பனை செய்யும் ஒரு சிறு கடை எனக் காட்டின் தன்மைக்கு ஏற்ப உலாந்தி இருந்தது. கணக்கு நோட்டினை எடுத்து அப்பையா நீட்டினார்.

"இரவில் கணக்கை செக் செய்துகொள்வேன். நீ அனுப்பி வைத்தால் போதும். மற்ற வேலைகளைப் பார். இதுவரைக்கும் எப்படினு எனக்குக் கவலையில்லை. இனி எல்லாமே சரியா இருக்கணும்."

"சரிங்க தொரை."

"இதுக்கு முன்னால தேக்கு நட்டது என்னாச்சு?"

"டிரம் வேயின் தெக்கு பக்கத்துல நூத்தி பனிரெண்டு ஏக்கர்ல தேக்கு நட்டு பராமரித்தோம். ஆனா, களைச்செடிக அதிகமா வளர்ந்ததனால தேக்கு வளராம போயிடுச்சு. அதெ கட்டுப்படுத்த முடியாததால நடவு செய்யுறதையே விட்டுட்டாங்க" எனச் சொன்னதைக் கேட்டதும் எதுவும் சொல்லாமல் வுட் கூடாரத்திற்குள் சென்றார்.

ஒரு 'பெக்' பிராந்தியை ஊற்றிக் குடித்தார். சுருட்டைப் பற்ற வைத்து, புகையை உள்ளிழுப்பதும், ஊதுவதுமாக நீண்ட நேரம் யோசித்துக்கொண்டிருந்தார். மர அறுவடையை நிறுத்தாமலும், ஆனைமலைக் காடுகளை மீண்டும் உயிர்ப்பிக்க வேண்டுமென்ற இரட்டைச் சவால் ஹியூகோ வுட் முன்பாக நின்றிருந்தது. வெகு நேரம் யோசித்தபடி ஒரு முடிவிற்கு வந்தவராக உறங்கிப் போனார்.

மறுநாள் அதிகாலையிலேயே ரேஞ்சு ஆபிஸ்க்கு வுட் வந்திருப்பதை அறிந்து அப்பையா அவசர அவசரமாக ஓடி வந்தார்.

"தொரை"

"இங்க இருக்குற ஆதிவாசிகளையும், அதிகாரிகளையும் பார்க்கணும். பார்க்க வரச்சொல்லு."

"சரிங்க தொரை" என்று சொல்லிவிட்டு எங்கேயோ ஓடினார். சிறிது நேரத்தில் ஆதிவாசிகளையும், அதிகாரிகளையும் அழைத்து வந்தார்.

கூட்டத்தில் இரு தரப்பினரையும் காடுகளை அழிக்காமல் இருக்கவும், விலங்குகளை வேட்டையாடாமல் இருக்கவும் சம்மதிக்க வைத்தார். மர அறுவடையை நிறுத்தாமல் ஆனைமலைக்காடுகள் பொட்டலாகி விடாமல் அழிவின்றி காப்பதைச் சாரமாகக் கொண்டு, இருமுனைச் செயல்பாட்டுத் திட்டத்தை முன்வைத்தார். முதலாவது, தேக்கு மரங்களை அடியோடு வெட்டக்கூடாது. அடி மரத்தின் ஓரிரு அடிகளை விட்டுவிட்டு வெட்டினால் வெட்டுமரமும் கிடைக்கும். அடி மரத்திலிருந்து மறுபடியும் மரமும் துளிர்க்கும். இரண்டாவது, சில காட்டுப் பகுதிகளை 25 ஆண்டுகளுக்கு மரங்களை வெட்டத் தொடாமலிருப்பது. இதற்கு மெட்ராஸ் வனத்துறையும் ஒத்துக் கொண்டது. திருப்தியுடன் வுட் கூடாரத்திற்குச் சென்றார்.

தென்றலைப் போல நாட்கள் மெல்ல நகர்ந்தன. மவுண்ட் ஸ்டூவர்ட் மலையில் மூங்கில் குடிலில் ஹியூகோ வுட் குதிரைகளுடனும், தனது செல்ல நாயுடனும் குடியேறினார்.

வுட்டின் குடிலில் கூரை விளக்கு மினுங்கி மினுங்கி பிரகாசித்தது. தனக்கு விருப்பமான ஷாம் வொயின் பாட்டிலைத் திறந்து கொஞ்சம் ஊற்றிக் குடித்தார். ஒரு சுருட்டைப் பற்ற வைத்தபடி

வெளியே நடந்தார். திறந்த வெளியில் ஒரு செண்பக மரம் கீழ்த்திசையில் இருக்கும் பள்ளத்தாக்கை நோக்கி இருந்தது. குளிர்க் காற்று அவரது உடலைத் தீண்டிச் சென்றது.

சற்று தொலைவில் வெள்ளுடைத் தரித்த லில்லி சிரிக்கிறாள். சிரித்துக்கொண்டே தனது கைகளை அசைக்கிறாள். முகம் சற்று வெளிறி இருந்தது. அவளைப் பார்த்த உற்சாகத்தில் கைகளை விரித்த வண்ணம் "டார்லிங் லில்லி" என்று சொல்லிக் கொண்டு அவளை ஆரத் தழுவ பாய்ந்து ஓடினார். காலில் தடுக்கிய மரத்தின் வேர், வெறும் வெளியில் நிலாக் கற்றையைத் தழுவ ஓடியதை உணர்த்தி நிறுத்தியது.

"என்ன முட்டாள்தனம் இது? எல்லாம் போதை" எனத் தன்னைத்தானே நொந்து கொண்டார். தன்னோடு அவளிருந்தால் கரம் பற்றி, இதழ் சுவைத்து, முகமெங்கும் முத்த மழை பொழிந்திருப்பேன். இன்னும் கொஞ்சம் நாளில் அவளோடுதான் என் ஒவ்வொரு நொடியும் கழியும் என நினைத்தபடி, குடிலை நோக்கி நடந்தார்.

"டின்னர் ரெடி சார்" என்றான் பாய். மேஜையில் எல்லாம் வைக்கப்பட்டு இருந்தது. ஒரு பிளேட்டில் ஒரு 'கேபிள்'★ வைக்கப்பட்டிருந்தது. டேபிளில் இருந்த ஷாம் வொயின் பாட்டிலைத் திறந்து கொஞ்சம் ஊற்றிக் குடித்தார். "சார் கேபிள் வந்திருக்கு" என பாய் சொல்லிச் சென்றான். நாற்காலியில் உட்கார்ந்து கொண்டு சாவகாசமாய், அதை எடுத்துப் பிரித்து வாசித்தார்.

"ஐயோ, லில்லி. என் அன்பே" என அலறிய வுட்டின் முகம் கலவரமானது. கைகள் நடுங்கியது. நம்ப முடியாதவராகத் திரும்பத் திரும்பப் படித்தார். அவரது நெஞ்சத்தை ஒரே வெட்டில் கோடாரியால் பிளந்தது போலத் துடித்தார்.

> *'மிஸ். லில்லி கார்ட்டர் பிக்காடில்லி மூலையில் மோட்டாரால் தாக்கப்பட்டு, மருத்துவமனைக்குக் கொண்டு வரப்பட்டு உயிர் துறந்தாள். அவள் வேண்டுகோளின்படி தங்களுக்குத் தெரிவித்துக்கொள்ளுகிறோம். எங்கள் மனமார்ந்த அனுதாபம். டாக்டர் பர்ன்'*

என்பதைப் படித்ததும் வுட் கேபிளைச் சுருட்டித் தூக்கியெறிந்தார்.

★ தந்தி

"அய்யோ... லில்லி. டார்லிங். அநாதையாகவா போயிட்ட? நான் கோயம்புத்தூரு வரவே ரெண்டு நாளு ஆகுமே? எப்படி லண்டன்? ஒரு முறை உன் முகத்தைப் பார்க்கக்கூட முடியாம ஆயிடுச்சே?"

புலம்பினார். குழம்பினார். அழுது கண்ணீர் விட்டார். ஆறுதல் சொல்லக் கூட ஆளில்லை. துணையாக இருந்த ஷாம் வொயின் பாட்டில்கள் காலியாகி உருண்டன. சுருட்டுகள் புகைந்து அணைந்தன. துயரமும், அழியாத சோகம் கலந்த சிரிப்புகளும், பேச்சுகளும் ஜன்னலுக்கு வெளியே கேட்டன. ஏக்கமும் பரிதாபமும் நிறைந்த உள்ளத்தின் துயர ஓலங்கள், அந்தக் காட்டில் இரவு முழுவதும் கேட்டுக்கொண்டே இருந்தன.

11

ஆனைமலைக் காடுகள் முழுக்க ஹியூகோ வுட் பற்றிய பேச்சாகவே இருந்தது. தேக்கு மரக்கட்டைகளுக்காகக் காடுகளைக் கட்டாந்தரையாக்கிக் கொண்டிருந்தவர்களுக்கு இடையே, மீண்டும் காட்டை மீட்டுருவாக்கி வரும் ஹியூகோ வுட்டைப் பற்றிய பேச்சுகள் ஓயாமல் கேட்டுக்கொண்டிருந்தன. போதாக்குறைக்குத் தேக்கு மரம் வெட்டச் சென்றவர்கள் கதை கதையாகச் சொன்னவற்றை எல்லாம் கேட்டு வந்த சுக்கன் விளக்கமாக வேங்கையனுக்கு விவரித்தார்.

வுட் அறிமுகம் செய்த 'காப்பிங்'★ முறையால் தேக்கு மரங்கள் கொஞ்சம் கொஞ்சமாக வளர்ந்து கொண்டிருந்தன. பல ஏக்கர் நிலங்களை ஆக்கிரமித்திருந்த 'லேண்டானா'வைக் காடர்களைக் கொண்டு அகற்றி தேக்கங்கன்றுகளை நடவு செய்தார். வெட்டு முகாம் அமைப்பதற்காக விரட்டியடிக்கக் காடர்களை வுட், பராம்பரிய உரிமைகளுடன் மீண்டும் வனங்களுக்குள் குடியமர்த்தினார். காடர்களுக்கு மரங்களை அறுத்து இழைக்கும் வேலை, புதிய மரங்களை நடவு செய்தல் என வேலை வாய்ப்பை ஏற்படுத்திக் கொடுத்தார். காடர்களுக்குத் தேவையான, வசதியான குடியிருப்புகளையும், சாலை வசதிகளையும் உருவாக்கிக் கொடுத்தார். ஹியூகோ வுட் பொள்ளாச்சிக்குச் சென்று திரும்பும் போது, தேயிலைத் தூள் பொட்டலங்களை வாங்கிக்கொண்டு வந்து பரிசாகக் கொடுத்தார். காடர்களின் நம்பிக்கைக்குரியவராக வுட் மாறினார்.

காடுகளில் வெட்டிக் குவிக்கப்பட்டிருந்த தேக்கு மரங்களை எல்லாம் எடுத்து, அறுத்து, சீர்செய்து, விஞ்ச் மூலமாகக் கொண்டு வந்து தூணக்கடவில் சேர்த்தார். அங்கே தண்ணீரின் மூலம் இயங்கும் ஒரு மர அறுவை ஆலையைத் துவக்கி, மரங்களை எல்லாம் அறுத்து சட்டங்களாக்கினார். காடர்களை வேலைக்கு அமர்த்தி, மரங்களை வகைப்படுத்தினார்.

★ தேக்கு மரத்தை அடியோடு வெட்டாமல், ஒரு அடிவிட்டு வெட்டும் முறை.

அரசு அலுவலகங்களுக்குத் தேவையான நாற்காலி, மேசை செய்யத் தேவையான மரச் சட்டங்கள் அங்கிருந்து செல்ல, அவ்விற்பனையில் கிடைக்கும் பணத்தைக் கொண்டு புதிய மரக்கன்றுகளை நடவு செய்தார். இதன் மூலம் மரமின்றி வறண்டு கிடந்த ஆனைமலைக் காடுகளை மறு சீரமைப்பு செய்து வந்தார். உலக யுத்தத்திற்குக் கப்பல் கட்டுமானத்திற்காக பிரிட்டிஷ் அரசாங்கம் பலமுறை கேட்ட போதும், மரக்கட்டைகளைத் தர உறுதியாக மறுத்துவிட்டார் என்பதை அக்கதைகளில் இருந்து வேங்கையன் தெரிந்துகொண்டார். அது வேங்கையனுக்கு வுட்டைப் பார்க்க வேண்டுமென்ற ஆவலைத் தூண்டியது.

வெகு நாளாக இருந்த தயக்கத்தை உடைத்து அன்று, எப்படியேனும் வுட்டினை ஒருமுறை பார்த்துவிட்டு வந்து விடலாம் என வேங்கையன் கிளம்பினார். குளுமையும், இருளும் குடியிருந்த இடத்தில், வெயில் கும்மியடித்தது. வெயில் தரையில் பட்டு நிலத்தைச் சூடாக்கி, அங்கிருந்து மேலெழும் காற்றை வெப்பமாக்கியது. உடலையே எரித்து விடுவது போலச் சூரியன் கொதித்தது.

அங்கு அடர்த்தியும், உயரமும் கொண்ட மரங்கள் இருந்த வரை, இப்படிக் கொடும் வெப்பத்தை வேங்கையன் ஒருபோதும் உணர்ந்ததில்லை. எல்லா மரங்களும் நெருக்கமாக இணைந்து ஒரு போர்வை போல மூடிப் படர்ந்திருக்கும். அந்த 'மரக் கவிகை' அடுக்கைத் தாண்டி கதிரொளி காட்டினுள் உட்புக முடியாததால், காட்டின் உட்புறம் இருளாகவும், குளுமையாகவும் இருந்ததை நினைத்த வேங்கையன் ஏக்கப் பெருமூச்சு விட்டபடி நடந்தார்.

சற்றுத் தொலைவில் ஏக்கர் கணக்கில் தேக்கங்கன்றுகள் 12 முதல் 15 அடி இடைவெளியில் நடப்பட்டு இருந்தன. அதற்கிடையே மூங்கிலால் ஆன ஒரு குடில் கட்டப்பட்டு இருந்தது. அதற்கு அருகே சமையலாள் தங்கும் ஒரு குடில் இருந்தது. அதற்கு முன்பாகக் கட்டப்பட்டு இருந்த குதிரைகள் கனைத்துக் கொண்டிருந்தன. அதுதான் வுட்டின் பங்களாவாக இருக்குமென வேங்கையனுக்குத் தோன்றியது.

பங்களாவில் இருந்து ஒரு ஆள் சுருட்டைப் பற்ற வைத்தபடி வெளியே வந்தார். நாயை முன்னால் ஓடவிட்டபடி அவர் உலாவப் புறப்பட்டார். அவரைப் பின் தொடர்ந்து வேங்கையன் சென்றார். மயில் எங்கிருந்தோ அகவியது. வெகு தொலைவு கடந்து நடந்திருந்தனர். காடு அழிக்கப்பட்ட ஓர் இடத்திற்குள் வுட்

நடந்தார். அவரின் செய்கைகள் வித்தியாசமாகத் தெரிந்தது. சற்றுத் தொலைவிலிருந்து வேங்கையன் உன்னிப்பாகக் கவனித்தார். தனது பாக்கெட்டில் நிரப்பி வைத்திருந்த தேக்கு விதைகளை ஒவ்வொன்றாக எடுத்து, வெள்ளிப் பூண் போடப்பட்டிருந்த கைத்தடியின் நுனியால் குழியிட்டு, விதைகளை விதைத்துக் கொண்டிருந்தார்.

"லில்லி நம் குழந்தைகளைப் பார். எத்தனை எத்தனை குழந்தைகள். அவ்வளவு அழகு. எல்லாரும் நன்றாக வளர்கிறார்கள்" என வுட் பேசிக் கொண்டிருந்தது நெருங்கிச் சென்ற வேங்கையனுக்குக் கேட்டது.

நடைச் சத்தம் கேட்டு வுட் நிமிர்ந்து பார்த்தார். மேலாடை இல்லாமல் சாக்கு வேட்டியுடன் ஆதிவாசி ஒருவர் வருவதைப் பார்த்த வுட் சிரித்த முகத்துடன் வரவேற்றார். வேங்கையன் எதுவும் பேசாமல், தனது முதுகிலிருந்த சிறு மூட்டையைப் பிரித்து, அதில் இருந்த தேக்கு விதைகளைக் கைகள் நிறைய அள்ளினார். நன்கு பருமனாக நேராகச் செழித்து வளர்ந்த அதிகப்படியான விதைகளை உற்பத்தி செய்யக்கூடிய நோய் மற்றும் பூச்சிகள் இல்லாத வயது முதிர்ந்த தாய் மரத்தில் இருந்து வீரியமிக்க விதைகளை வேங்கையன் எடுத்து வந்திருந்தார். காட்டை மீட்டுருவாக்கும் ஹியூகோ வுட்டிற்குப் பரிசாக அவர் விரித்திருந்த கைகளில் தேக்கு விதைகளைக் கொட்டினார். கைகளைக் கூப்பி வுட்டை வணங்கியபடி, திரும்பிப் பார்க்காமல் வேங்கையன் காடுகளுக்குள் நடந்து சென்றார்.

தேக்கு விதைகளைக் கைகளில் தாங்கியபடி, வேங்கையன் வெகு தொலைவிற்குச் சென்று சிறு புள்ளியாக மறையும் வரை வுட் அவரையே பார்த்துக்கொண்டிருந்தார். பின்னர் தேக்கு விதைகளைச் சிறிது நேரம் பார்த்தார். அந்த விதைகள் எதிர்பார்ப்பு இல்லாத அன்பின் பரிசு எனக் கருதிய வுட் தனது பாக்கெட்டில் போட்டுக் கொண்டு, கைத்தடியால் குழியிட்டு விதைகள் விதைப்பதைத் தொடர்ந்தார்.

வேங்கையன் மீண்டுமொரு முறை ஹியூகோ வுட்டைச் சந்திக்க வேண்டுமென நினைத்தார். ஆனால், காசநோய் தாக்கி உயிரிழந்த ஹியூகோ வுட்டின் உடலைச் சுமந்துகொண்டு மலையேறி வந்த சிறு லாரியையும், அதனைத் தொடர்ந்து வந்த 11 மோட்டார் வாகனங்களை மட்டுமே அவரால் பார்க்க முடிந்தது. இதனைப் பார்த்துக் கண் கலங்கிய வேங்கையன் வுட் பற்றி அப்பையாவிடம்

விசாரிக்கச் சென்றபோது, அவர் ஓய்வு பெற்று சொந்த ஊருக்குச் சென்றுவிட்டதாகக் கிடைத்த தகவல் ஏமாற்றத்தைத் தந்தது. ஆனாலும் ஹியூகோ வுட் 25 ஏக்கரில் நடவு செய்யத் திட்டமிட்ட தேக்கு மரங்கள் வளர்ப்புப் பணிகள், இறுதியாக 650 சதுர கிலோமீட்டருக்குப் பரந்து விரிந்திருந்ததற்குச் சாட்சியாக வேங்கையன் இருந்தார். உலாந்தியில் உள்ள தேக்கு மரங்கள் எல்லாம் வுட் விதைத்த விதைதான்.

"ஹியூகோ வுட்தான் இந்தக் காட்டோட கடவுள். அவரு மட்டும் இல்லனா இந்தக் காடே இருந்திருக்காதுங்க சார்" என மூப்பன் கதையைச் சொல்லி முடித்தார்.

"எப்படி இவ்வளவு விசயம் தெரிந்து வைச்சிருக்கீங்க?"

"என்ட பாட்டன் (தாத்தா) வேங்கையனும், புத்தகம் எழுதுறேனு ரேஞ்சர் அருண் நிறைய படிச்சிட்டு வந்து சொன்னதை வைச்சும் தாங்க சார்."

"ம்ம்ம்... சரிங்க அய்யா."

மூப்பன் சொன்ன கதையைக் கேட்ட இளனுக்கு ஹியூகோ வுட் மீது அன்பும், மரியாதையும் பெருக்கெடுத்தது.

12

இளனிடம் கதையைச் சொல்லி முடித்த மூப்பன் வாலன், அவனை வாய்க்கால் மேடு வரை சென்று விட்டுவிட்டு வரும்படி காட்டுராசாவிடம் கூறினார். காட்டுராசா இளனை அழைத்துக் கொண்டு மலையிறங்கி நடந்தான். அவர்களுக்கு முன்னால் நாய் ஓடியது. பதியை மூடிக்கொண்டு வந்த மூடுபனி, இளனிடம் சொல்லாமல் விட்ட தனது பாட்டன் வேங்கையனின் இறுதிக் காலத்தை நினைவுபடுத்தியது. அந்த மூடுபனித் திரையில் தீயாய் ஒரு காட்சி பளிச்செனத் தோன்றிப் படரத் தொடங்கியது.

ஆனைமலைக் காடுகள் இந்திரா காந்தி வன உயிரினச் சரணாலயமாக மாற்றப்பட்ட காலம் அது. ஒவ்வொரு பழங்குடிகளும் 'செட்டில்மெண்ட்', செட்டில்மெண்டாக ஒரே இடத்தில் அடைக்கப்பட்டுக் கொண்டிருந்தார்கள். வேங்கையனுக்கு வயது கூடி, கன்னம் சுருங்கி தலை நரைத்திருந்தது. நாட்டிற்குச் சுதந்திரம் கிடைத்து விட்டதாக அனைவரும் சொல்லிக்கொண்ட பல காலத்திற்குப் பின்னரும், பதியினரின் நிலை எந்த வகையிலும் மாறவில்லை. வனத்துறையினர் பதிக்கு வந்து பேசுவதும், செல்வதுமாக இருந்ததை, வேங்கையன் நரைத்த புருவத்தைச் சுருக்கியபடி இடுக்கிய கண்களோடு பார்த்துக் கொண்டிருந்தார்.

"ஆனெமலெ காடு வன சரணாலயம் ஆகிடுச்சு. இது ரிசர்வ் பாரெஸ்ட். இனி உங்க இஷ்டத்துக்குக் காட்டுக்குள்ள சுத்தக்கூடாது. உங்க இஷ்டத்துக்கு எல்லா ஆறு மாசத்து ஒருக்கா எடம் மாத்தி, மாத்தி போகக்கூடாது. ஒரே எடத்துல இருங்க. உங்களுக்கு வேணும்கிற வசதிய சர்க்காரு பண்ணித் தரும். மத்த பதிக்காரங்க எல்லா ஒரே எடத்துல இருக்க சம்மதிச்சுட்டாங்க" என்பதுதான் வனத்துறையினர் பேச்சாக இருந்தது. சில சமயம் கோரிக்கையாகவும், பல சமயம் மிரட்டும் தொனியிலும் சொல்லிக்கொண்டிருந்தனர்.

ஓராண்டாக இருந்த இடத்தைக் கைவிட்டு விட்டு, வேறொரு இடத்தில் சாளைகளைப் போடும் பதியினரின் எண்ணத்தை வனத்துறையினரின் பேச்சுகள் கைவிட வைத்தது. அவர்களது பதிக்கு நேர் கீழ் மலையடிவாரத்தில் மாரப்பக் கவுண்டரின் பட்டி இருந்தது. ஊருக்குள் அவருக்குத் தோட்டம் இருந்தாலும், ஆடு, மாடுகளை மேய்க்க வனத்தை ஒட்டி பட்டி போட்டிருந்தார்.

எப்போதும் முறுக்கிய மீசையோடு, வெள்ளை சட்டை, வேஷ்டியில் இருக்கும் அவர், சுற்றுவட்டாரப் பகுதிகளில் செல்வாக்கு மிக்க நபராக இருந்தார். அவ்வப்போது உதவிகளைச் செய்து பழங்குடிகளிடமும் நல்ல பெயரைப் பெற்றிருந்தார். ஓடையை ஒட்டி பட்டி இருந்ததால், கால்நடைகளுக்குத் தண்ணீருக்கும், மேய்ச்சலுக்கும் எந்தப் பிரச்சினையும் இருக்கவில்லை. அதனைச் சுற்றி இருந்த இடங்களில் மலையாளத்துக்காரர்கள் குச்சிக் கிழங்கு பயிரிட்டு இருந்தனர்.

ஒருநாள் திடீரெனக் குச்சி, கம்புகளுடன் மலையாளத்துக்காரர்கள் கூட்டம் ஒன்று பதிக்குள் நுழைந்தது. “கட்டொணு தின்னன நாயகளே?” எனக் கேட்டபடி, கையில் சிக்கியவர்களை எல்லாம் வெளுத்து வாங்கினர். அடிக்குப் பயந்து பலர் காடுகளுக்குள் ஓடினர். ஓடியவர்களைத் தேடிப் பிடித்து அடித்தனர்.

பதியில் அடிதடியாகி களேபரமாகக் காட்சியளித்தது. வாலன் கோபத்தில் ஒருவனைத் திருப்பி அடித்தான். இரண்டு பேர் சேர்ந்து அவனைத் திருப்பி அடித்தனர். அதைப் பார்த்து ஓடி வந்த வேங்கையன், அவர்களை நோக்கிப் பாய்ந்தார். கீழே கிடந்த ஒரு கட்டையை எடுத்து இருவரையும் அடித்து விரட்டினார்.

சற்று நேரத்தில் அடிப்பதை நிறுத்திய மலையாளத்துக்காரர்கள் ஒரு சிறுவனைக் கட்டி இழுத்துச் சென்றனர். கதறித் துடித்த பதியினர் உதவி வேண்டி மாரப்பக் கவுண்டர் பட்டிக்கு ஓடினர். அங்கு அவர் இல்லாததால், அவரது தோட்டத்தை நோக்கி ஓடினர்.

“பண்ணாடி உதவி பண்ணுங்க” எனத் தொடர்ந்து கேட்ட குரல்களால், மாரப்பக் கவுண்டர் வீட்டிற்குள் இருந்து வெளியே வந்தார். கையில் வைத்திருந்த வெற்றிலையில் சுண்ணாம்பு தடவி, கொட்டைப் பாக்கைச் சேர்த்து வாயில் போட்டு மென்றபடி பதியினர் சொல்வதைக் கேட்டார்.

மலையாளத்துக்காரர்கள் பதிக்குள் புகுந்து அடித்து, சிறுவன் ஒருவனைப் பிடித்துச் சென்றதைப் பதியினர் விளக்கினர்.

“கஞ்சியானுகளுக்கு அவ்வளவு திமிரு வந்திடுச்சா? இப்படியே விடக்கூடாது. இரு வரேன்” எனக் கோபத்தோடு மாரப்பக் கவுண்டர் சொன்னார். வீட்டிற்குள் இருந்து இரட்டைக் குழல் துப்பாக்கியை எடுத்துக்கொண்டு வந்த அவர், பதியினர் நான்கைந்து பேரை ஏற்றிக்கொண்டு ஜீப்பைக் கிளப்பினர். பின்னால் அவரது ஆட்களும் கிளம்பிச் சென்றனர்.

மலையாளத்துக்காரர்களை மாரப்பக் கவுண்டரின் ஆட்கள் சுற்றி வளைத்திருந்தனர். மாரப்பக் கவுண்டர் வந்த போது, மலையாளத்துக்காரர்கள் பய பக்தியுடன் வணங்கினர்.

“கவுண்டரே, இக்காட்டு நாய்களானு குச்சி கிளங்குனு தின்னொண்டிருக்கணு.”

“நீ கண்ணுல பார்த்தியா?, இல்ல கையும், களவுமா பிடிச்சியா?”

“இல்ல கவுண்டரே... ராத்திரி வந்து கட்டொண்டு போனு. இவரே கையில கிட்டுனுயில்ல. இவரானு காட்டொணு போனது கண்டாலே தெரியுது.”

“ஹே... நிப்பாட்டு. ராத்திரியில காட்டு பன்னிக ஏதாச்சும் வந்து தின்னிட்டும், போயிட்டும் இருக்கும். போயி நல்லா பாரு, அதோட விட்டம் கிட்டம் கிடக்கும்.”

“அது இல்ல கவுண்டரே.”

“என்ன இருந்தாலும் பதிக்குள்ள புகுந்து அடிச்சது மட்டுமில்லாம, ஒரு பையன பிடிச்சிட்டு போறீயா? பொழைக்க வந்த எடத்துல, அவ்வளவு தைரியம் வந்திடுச்சா? கேட்க ஆள் இல்லனு நினைச்சுட்டியா?” என்றபடி மாரப்பக் கவுண்டர், ‘பளார்’ எனப் பேசிக் கொண்டிருந்தவனை அறைந்தார். அந்த அறையில் மொத்தக் கூட்டமும் அரண்டு போனது.

“இந்தப் பக்கம் உங்கள பாத்தேன், தொலைச்சுடுவேன். அவ்வளவுதான்” என்றபடி, பதி சிறுவனின் கைகளிலிருந்த கயிற்றுக் கட்டினை அவிழ்த்துவிட்டார்.

“வேங்கையா, பாரெஸ்ட்காரங்க உங்ககிட்ட பேசச் சொல்லி என்கிட்ட சொன்னாங்க. ஒரே எடத்துல நீங்க இருந்தாதான் என்ன? எடம் மாறி மாறிப் போன, இப்படிக் கண்ட நாய்களும்

வந்து பிரச்சினை பண்ணிட்டு இருக்கும். ஒரே எடத்துல இரு. யாரு வந்தாலும் எங்கிட்ட வந்து சொல்லு. நா பாத்துக்குறேன்."

மாரப்பக் கவுண்டர் சொன்னதைப் பதியினரால் மறுக்க முடியவில்லை. மறுநாள் பதிக்கு வந்த வனத்துறையினர் பல வாக்குறுதிகளை அளித்துச் சென்றனர். அதற்குப் பின்னர் மலையாளத்துக்காரர்கள் அங்கு கிழங்கு போடுவதை விட்டு விட்டனர். மற்றவர்கள் எல்லாம் இடப்பெயர்வை நிறுத்திக்கொண்டு ஒரே இடத்தில் தங்க ஒப்புக்கொண்டாலும், வேங்கையனுக்கு மட்டும் உடன்பாடு இருக்கவில்லை. இருந்தாலும் இறுதியில் மற்றவர்களுக்காக அவரும் ஏற்றுக்கொண்டார். வேங்கைப்பதி செட்டில்மெண்ட்டில் பதியினர் ஆணி அடித்தது போல ஓரிடத்தில் அடிக்கப்பட்டார்கள்.

செட்டில்மெண்ட் என்ற ஒரே இடத்தில் அடைந்த மறுநாள், வேங்கையனின் முகம் வழக்கத்தை விடப் பிரகாசமாக இருந்தது. அவர் காட்டிற்குள் செல்லாமல் பதியையே சுற்றி வந்தார். எல்லாரையும் பார்த்துச் சிரித்தார். குழந்தைகளுடன் விளையாடினார். சாளையில் யாரையும் எந்த வேலையும் செய்யவிடவில்லை. அவரே எல்லா வேலைகளையும் இழுத்துப் போட்டுச் செய்தார். அவரின் வித்தியாசமான செய்கைகளைப் பார்த்துக் கொண்டேயிருந்தான் வாலன். அதனைக் கவனித்து வந்த வேங்கையன் வாலனை ஒருமுறை கட்டியணைத்துச் சென்றார்.

மூடுபனி கவிழ்ந்து வந்து பதியை மூடியது. பதியில் இருந்து வெளியேறிய வேங்கையன் மூடுபனிக்குள் கலந்து காணாமல் போனார். பின்னாலேயே ஓடிச் சென்ற வாலன் சுற்றியெங்கும் தேடியலைந்தும், அவரைக் கண்டுபிடிக்க முடிக்கவில்லை. அதன் பிறகு பதியினர் யாராலும் வேங்கையனைப் பார்க்க முடியவில்லை. மூடுபனி பதியை மூடும் நாளில் வேங்கையன் மீண்டும் வருவார் என வாலன் நினைத்தான். பலமுறை மூடுபனி பதியை மூடிச் சென்ற போதும் அவர் வரவேயில்லை.

கலங்கி இருந்த கண்களை மூப்பன் வாலன் துடைத்துக் கொண்டார்.

13

உலாந்திக்கு வந்த சில மாதங்களிலேயே இளன் காட்டிற்கு ஏற்ப தன்னைத் தயார்ப்படுத்திக் கொண்டான். காட்டுப்பாதைகளின் தொலைவையும், வழியின் கரடு முரடுகளையும் நினைத்துப் பார்க்காமல் நடந்துகொண்டிருந்தான். ஆரம்பத்தில் 'ஏன் செய்கிறோம்? என்ன செய்கிறோம்?' எனத் தெரியாமல் ஓடி ஓடி வேலை செய்தான். நாளாக நாளாக இடமும் பிடிபடத் துவங்கியது. வேலைகளும் புரிய ஆரம்பித்தது. காட்டின் மீது அளவற்ற காதல் வந்திருந்ததால், அக்கறையோடு தனது பணிகளைச் செய்து வந்தான். இப்போது எல்லாம் ஒரு குழு மாதத்திற்குக் குறைந்தது 300 கிலோ மீட்டர் நடந்து ரோந்து செல்ல வேண்டுமென்றால், இவனது குழு 400 கிலோ மீட்டர் சென்றிருக்கும். வெளியாட்கள் காடுகளுக்குள் சுற்றித்திரிவதைத் தனது பீட்டிற்குள் கட்டுப்படுத்தினான்.

வெகு சீக்கிரமே அவனது பீட்டைச் சுற்றியிருந்த பதியினரிடம் நெருங்கிப் பழக ஆரம்பித்தான். இளவயது மரணங்களுக்குச் செய்வினை காரணம் என நம்பிக் கொண்டிருந்த பதியினரிடம், தண்ணீரைச் சூடுபடுத்திச் சுடுதண்ணீர் குடிக்குமாறு அறிவுறுத்தினான். இடை நிற்காமல் பள்ளிக்குக் குழந்தைகளை அனுப்புமாறு கேட்டுக்கொண்டான். தங்களது வாழ்வாதாரத்திற்காகப் பழங்குடிகள் காடுகளைச் சிறிதளவு சார்ந்து இருப்பதில் தவறில்லை என்பதால், வன இடு பொருட்கள் சேகரிக்க கெடுபிடி காட்டாமல் விட்டுவிடுவான். மிரட்டிப் பிடுங்குபவர்களுக்கு இடையே, அன்பால் கொஞ்சம் தேனோ, பொருட்களோ கொடுத்தால் கூட வாங்க மறுப்பவனைப் பதியினர் ஆச்சரியமாகப் பார்த்தனர். பதியினரை எவ்விதத்திலும் சுரண்டாத இளனின் நடவடிக்கை காரணமாகப் பதியினரிடம் அவன் மீதான நன்மதிப்பு கூடியது.

இரண்டு மூன்று நாட்களாகக் கொட்டித் தீர்த்த கோடை மழை, காலையில் இருந்து விட்டு விட்டுத் தூறல் போடுவதும், நிற்பதுமாக

இருந்தது. மேற்குத் தொடர்ச்சி மலையிலிருந்து வீசிய ஈரக் காற்று, மழைச் சாரலோடு சேர்ந்து காட்டின் மீது படர்ந்து அடங்கியது. மலைகளுக்குள் இருந்து மெல்ல எழுந்த இளவெயிலில் மழையில் நனைந்த காடு தலை காய்ந்தது. காட்டுத்தரையில் இலைச் சருகுகள் ஈரத்தன்மையோடு இருந்தன.

நீர்மத்தி மரங்கள் கிடைத்த மழைத்துளிகளைத் தன் மீது தக்கவைத்துக் கொண்டு சிறுகச் சிறுக சாரல் மழை போல, காற்றடிக்கும் போது எல்லாம் வீசிக் கொண்டிருந்தன. இலைகளில் இருந்து சொட்டு சொட்டாக நீர் விழுந்தது. மண்ணில் விழுந்து சிதறித் தெறித்த நீர்த் துளிகள் ஈரப்பதத்தைக் கூட்டியது. காற்றில் அசைந்த மரங்கள், இலைகளில் தேக்கி வைத்திருந்த நீரைச் சாரலாகப் பொழிந்தன. பிலிக் குருவிகள் அங்குமிங்கும் அமர்வதும், பறப்பதுமாக இருந்தன.

சட்டெனப் பெய்து ஓய்ந்த மழையில் இளனின் உடல் சிலிர்த்து அடங்கியது. கையில் வைத்திருந்த கருப்பு நிறக் குடையை விரித்துப் பிடித்தான். மெல்ல வீசிய காற்று குளிர்ந்திருந்தது. அவனுக்கு முன்பாகப் பூனாச்சி சிறு பையுடன் நடந்து செல்ல, இளன் காட்டினைச் சுற்றும் முற்றும் பார்த்தபடி வந்தான்.

சுற்றி எங்கும் தேக்கு மரங்கள் அடர்ந்து வளர்ந்திருந்தன. தூரத்தில் ஒரு கடமான் மிளா மரத்தில் உரசி உரசி கொம்புகளை உதிர்க்க முயன்றுகொண்டிருந்தது. மரக்கிளைகளில் குரங்குகள் அங்குமிங்குமாக ஓடிக்கொண்டிருந்தன. எங்கும் ஈரம் தெரிய, சேற்றின் மணம் வீசியது. ஈரத்தரையில் நட்டுக்குத்தலாக நின்று ஆடிக்கொண்டிருந்த அட்டைகள், இளனின் கால்களில் ஒரு பசை மாதிரி நீட்டி நீட்டி ஒட்டின. அங்கிருந்து மடங்கி மடங்கி ஏறி கால்களில் கடித்தது. வயிறு முட்ட ரத்தம் குடித்துவிட்டு ஒவ்வொன்றாக உடம்பில் இருந்து உதிர்ந்தது. அட்டை ஏறியதோ, கடித்ததோ, ரத்தம் நிற்காமல் ஒழுகுவதோ தெரியாமல் இளன் நடந்தான். உறையாமல் கொட்டிய ரத்தம் கால்களில் வழிந்தது.

காலில் வலியை உணர்ந்த இளன் இரத்தக்கறை படிந்திருந்த பேண்ட்டைச் சற்று மேலே தூக்கிப் பார்த்தபோது, கால்களில் அட்டை கடித்து இரத்தம் வடிவது தெரிந்தது. அட்டை இல்லாத மூன்று காயங்களில் இரத்தம் வடிந்தது. இரண்டு அட்டைகள் இரத்தத்தை உறிஞ்சிக் கொண்டிருந்தன. இதனைப் பார்த்த பூனாச்சி தனது பையில் வைத்திருந்த மூங்கிலால் செய்யப்பட்ட 'கூவக்குற்றி'யில் ஊற்றி வைத்திருந்த புகையிலைக் கரைசலை

அட்டைகளின் மீது விட்டுத் தண்ணீரைத் தெளிக்கவும் அட்டைகள் செத்து விழுந்தன.

வுட் கல்லறையைத் தரிசிக்க வேண்டுமென்ற இளனின் ஆசை, வன மகசூல் தோராய மதிப்பீட்டு அறிக்கை அளிக்கும் வேலை காரணமாக வெகு நாளாகத் தள்ளிப் போய்க் கொண்டிருந்த நிலையில் அன்றுதான் நிறைவேறியது. மவுண்ட் ஸ்டுவர்ட் பங்களா வரவேற்றது. பெயர்தான் பங்களா என்றாலும், அதனை ஒரு சிறிய வீடு என்றுதான் சொல்ல வேண்டும். அதனைச் சுற்றி எங்கும் விரிந்திருந்த புல் தரைக்கு நடுவே சென்ற மண் பாதை, அந்தப் பங்களாவின் வாசலுக்கு அழைத்துச் சென்றது. சிவப்பு நிற ஓடுகளைக் கொண்டு வேயப்பட்ட மேற்கூரையோடு, பழமை மாறாமல் இருந்தது.

முன் பக்க மேற்கூரையை நான்கு மரத்தூண்கள் தாங்கிப் பிடித்திருந்தன. அதையொட்டி இருந்த திண்ணைக்கும், வெளிப்புறச் சுவர்களுக்கும் வெள்ளைச் சுண்ணாம்பு அடிக்கப்பட்டு இருந்தது. மழைக்கும், வெயிலுக்கும் காய்ந்து சுண்ணாம்பு உதிர்ந்து, ஆங்காங்கே கருப்பு நிறமேறியிருந்தது. உட்புறச் சுவர்களுக்கு மஞ்சள் நிறம் பூசப்பட்டிருந்தது.

அதனைப் பார்க்கும் போது ஹியூகோ வுட் வாழ்ந்த வீடு என்ற உணர்வு இளனை உணர்ச்சி வயப்பட வைத்தது. பூனாச்சி வீட்டிற்கு வெளியே இருந்த திண்ணையில் அமர்ந்துகொண்டான். இளன் வீடெங்கும் சுற்றிப் பார்த்தான். அப்போது மூப்பன் வாலன் சொன்ன கதையால் உந்தப்பட்டு ஹியூகோ வுட் பற்றிய வனத்துறை குறிப்புகளைத் தேடித்தேடிப் படித்ததில் இருந்து அவரது இறுதிக்காலம் குறித்து படித்தவை நினைவுக்கு வந்தன.

வனப் பாதுகாவலர் என்ற பதவி உயர்வு ஹியூகோ வுட், ஆனைமலைக் காடுகளை விட்டுப் பிரிய காரணமாக இருந்தது. ஹியூகோ வுட் ஓய்வு பெற்றபின் காசநோய்த் தாக்குதலுக்கு உள்ளாகிக் குன்னூரில் உயிர் நீத்தார். இறப்பதற்கு முன்பாக மவுண்ட் ஸ்டூவர்ட் பங்களாவின் அருகில் தனது உடலை அடக்கம் செய்யுமாறு உயில் எழுதி இருந்தார். அதனை பிரிட்டிஷ் அரசு ஏற்றுக்கொண்டது. சேத்துமடையிலிருந்து டாப்சிலிப் செல்ல ஹியூகோ வுட்டின் குதிரைச் சவாரிக்காக அமைக்கப்பட்ட பாதையில்தான், அவரது உடலும் மோட்டார் வாகனத்தில் மலையேறி வந்தது. ஹியூகோ வுட் குறிப்பிட்டு இருந்த பகுதியில் இடம் ஒதுக்கி அடக்கம் செய்து கல்லறை கட்டப்பட்டது.

ஹியூகோ வுட்டின் வீட்டினை இளன் தனது செல்போனில் புகைப்படமாகப் பதிவு செய்தபடி வெளியே வரவும், பூனாச்சி எழுந்து நடக்கத் துவங்கினான். வீட்டு வாசலில் தமிழ்நாடு, கேரளா மாநில எல்லையைக் குறிக்கும் நிலைக்கல் கண்ணில் பட்டது. அப்போது வுட்டிற்கு மரியாதை செய்யும் வகையில் மொழிவாரி மாநிலம் பிரித்த போது, கல்லறைப் பகுதியில் மாநில எல்லை வரையறுக்கப்படாமல் விடப்பட்டதை நினைத்து இளன் ஆச்சரியப்பட்டான்.

ஹியூகோ வுட் கல்லறையை நோக்கிப் பூனாச்சியைப் பின்தொடர்ந்து இளன் நடந்தான். காலடிச் சத்தம் கேட்டுக் கண்களுக்கு மேல் வெண்ணிறப் புருவத்துடன் இருந்த கருப்பு வெள்ளை வாலாட்டி, சிறகுகளை அடித்து மேலெழும்பி பிறகு கீழே இறங்கி மீண்டும் சிறகுகளை அடித்து மேலெழும்பி ஒரு படுக்க வைத்த 'எஸ்' வடிவப் பாதையில் பறந்தது. இதனைப் பார்த்தபடி அடர்ந்தும், உயர்ந்தும் வளர்ந்திருந்த தேக்கு மரங்களுக்கு இடையே சென்ற மண் பாதையில் இருவரும் நடந்தனர். வெள்ளை நிறப் பூக்கள் பூத்திருந்தன. பாதை எங்கும் தேக்கு மர இலைகளும், காய்ந்த மஞ்சள் கலந்த சாம்பல் நிறக் காய்களும் கால்களில் மிதிபட்டன.

பச்சை நிறம் மேல் பகுதியிலும், மஞ்சள் நிறம் கீழ்ப் பகுதியிலும் பூசப்பட்டு இருந்த சமாதி தென்பட்டது. தான் வளர்த்த தேக்கு மரக்காட்டின் நிழலில் ஹியூகோ வுட் மீளா உறக்கத்தில் ஓய்வு எடுத்துக்கொண்டிருந்தார். அதனைப் பார்த்ததும் இளனிடம் அதுவரை இருந்த மகிழ்ச்சி எங்கோ தொலைந்து போனது. முகம் மாறியது. பெரும் சோகம் குடி கொண்டது.

தேக்கு மரங்களில் இருந்து உதிர்ந்த பெரிய அடர் பச்சை நிற இலைகள் காற்றில் அசைந்தாடியபடி கீழே விழுந்தன. இலைகள் காற்றில் தவழ்ந்து மெல்ல ஹியூகோ வுட்டின் சமாதியை முத்தமிட்டன. கல்லறையைப் பார்த்ததும் இளன் கண்களை இறுக்க மூடிக்கொண்டான். மூடியிருந்த விழிகளிலிருந்து வடிந்த சில சொட்டு கண்ணீர் கன்னத்தில் படர்ந்தது. இளன் மண்டியிட்டு வுட்டின் கல்லறையின் பாதத்தில் முத்தமிட்டான்.

பூனாச்சி கல்லறையைத் துடைத்துச் சுத்தம் செய்தான். பையில் கொண்டு வந்திருந்த ரோஜா மலர்களை வட்டமாக வைத்து அலங்கரித்தான். செவ்வக வடிவில் மெழுகுவர்த்தியை வைத்துப்

பற்ற வைத்தான். மெழுகுவர்த்திகள் சுடர் விட்டு எரிந்தன. இருவரும் ஹியூகோ வுட்டிற்கு மரியாதை செலுத்தினர்.

சிறிது நேரம் அமைதியாக நின்றிருந்த இளனின் பார்வை, கல்லறையின் மீது சென்றது. அதில் ஹியூகோ வுட்டின் பிறப்பு மற்றும் மறைவுக் குறிப்புகளுடன், "என்னைப் பார்க்க நினைப்பவர்கள், என்னைச் சுற்றிப் பாருங்கள்" எனக் கூறும் இலத்தீன் வாசகம் இருந்தது. இளன் நிமிர்ந்து கல்லறையைச் சுற்றிப் பார்த்தான். சுற்றி எங்கும் வளர்ந்திருந்த ஒவ்வொரு தேக்கு மரங்களும் ஹியூகோ வுட்களாகத் தெரிந்தன.

14

நீலவானில் காட்டை ஊடுருவிப் பார்த்தபடி ஒரு பருந்து வட்டமிட்டது. ஒரு பாறையின் மீது மூப்பன் அமர்ந்திருந்தார். ஆழ்ந்த யோசனையில் இருந்த அவரது முகம், குழப்பத்தில் மூழ்கியிருந்தது. நான்கைந்து பதி குழந்தைகள் அங்குமிங்கும் ஓடியாடி விளையாடிக் கொண்டிருந்தனர். சிறுமி ஒருத்தி வெடிக்காயை உள்ளங்கையில் வைத்து விரலில் எச்சில் தொட்டு வைத்தாள். அது பட்டென வெடித்து விதைகள் சிதறுவதைப் பார்த்துச் சுற்றியிருந்த மற்ற குழந்தைகள் ஆரவாரம் செய்தனர்.

பெண்கள் ஓடையிலிருந்து தண்ணீர் குடங்களைத் தலையிலும் கைகளிலும் சுமந்தபடி வந்தனர். ஓடையில் பாய்ந்தோடும் தண்ணீரை மூங்கிலை இரண்டாகப் பிளந்து நீர் வடியும் பகுதியில் தரையில் போட்டு மலையிறக்கத்தில் இருந்த பதிக்குக் கொண்டு வர ஏற்பாடு செய்திருந்தனர். ஆனாலும் அதில் ஓடி வரும் தண்ணீர் கணுவில் பட்டு அடித்து அடித்துப் பாதி தண்ணீர் வீணாகிவிடும். பாதி தண்ணீர்தான் சிறுவன் சிறுநீர் கழிப்பதைப் போல வந்து சேரும். மழைக்காலத்தில் மூங்கில்கள் மழைநீரில் அடித்து செல்லப்படும். வெயில் காலத்திலோ சொட்டு தண்ணீர் கூட பதியை எட்டிப் பார்க்காது. பெண்கள் பகல் பொழுது முழுவதும் ஓடையில் குடங்களுடன் காத்திருப்பதும், ஆண்கள் அடிக்கடி மூங்கில்களை வெட்டிப் போட்டு மாற்றிக் கொண்டிருப்பதாகவும் இருந்தனர். அந்த மூங்கில்களையும் இப்போது வெட்டக்கூடாது என வனத்துறையினர் கெடுபிடி காட்டுவதை நினைத்து மூப்பன் வருந்தினார்.

மூப்பன் பேச்சுத்திறமை வாய்ந்தவர். பதியில் எதுவாக இருந்தாலும் அவர்தான் பொறுப்பு. நான்கு பேரிடம் எப்படிப் பேசுவது என்பதைத் தெரிந்தவர். அதுதான் வாரிசுப்படி சித்தப்பா மகனுக்குச் செல்ல வேண்டிய மூப்பன் பொறுப்பை, அவருக்குப் பெற்றுத் தந்திருந்தது. பத்தாண்டுகளுக்கு முன்பிருந்த மூப்பன், வாலனுக்குச் சித்தப்பா முறை. அவர் வயது மூப்பால் உயிரிழந்த

போது, அடுத்த மூப்பனைத் தேர்வு செய்யப் பதி கூடியது. வாலனின் காட்டறிவும், பேச்சுத்திறனும், எதையும் யோசித்துச் செய்யும் பொறுப்புணர்வும் மூப்பன் பொறுப்பைப் பெற்றுத் தந்தது.

நல்ல காரியங்களை முன்னின்று நடத்தி வைப்பதும், குடும்ப வழக்குகளையும், பொது வழக்குகளையும் விசாரித்துத் தீர்ப்பு வழங்குவதும், கோயிலில் பூஜை செய்வதும் என மூப்பனுக்குரிய பொறுப்புகளை எந்தக் குறையும் இல்லாமல் சிறப்பாகச் செய்திருந்தார். அடுத்த மூப்பனாகக் காட்டுராசாவைக் கொண்டு வர வேண்டுமென நினைத்துக்கொண்டிருந்த அவருக்குப் பதியின் நிலைமை கவலை தருவதாக இருந்தது.

“ஆனெமலெ காடுகள புலிக காப்பகமா மாத்தியிருக்காங்களாம். எல்லாம் இனி மாறிடும். நிறைய வசதிக வந்திடுமாம்” எனக் கிராமவாசிகள் பேசிக் கொண்டதாகக் கவுண்டர்கள் தோட்டங்களுக்கு வேலைக்குச் சென்ற பதியினர் சொன்னதைக் கேட்டதில் இருந்து, அவருக்கு ஏதோவொரு நெருடல் இருந்து கொண்டேயிருந்தது.

கருநீல நிற உடலும் மயில் கழுத்து போல மின்னும் கழுத்தும் தலையும் கொண்ட ஊதாப்பிட்டு தேன் சிட்டு “சுவீஈஈஈ... சுவீஈஈட்” என ஒலி எழுப்பியபடி பறந்தது. மூப்பனை நோக்கி வேகமாக வந்த காட்டுராசா, அகிலா சில வனப் பணியாளர்களுடன் வந்திருப்பதாகக் கூறினான். அகிலா கேட்டுக் கொண்டதற்கு ஏற்ப பதியில் இருந்தவர்கள் ஒன்றாகத் திரண்டனர். அகிலா நிறையவே மாறியிருந்ததாக மூப்பனுக்குத் தோன்றியது.

சில ஆண்டுகளுக்கு முன்னர் பழங்குடிகளுக்குக் கொடுத்து உதவ வேண்டி கம்பளிகளையும், ஸ்வொர்ட்டர்களையும் சுமந்து வந்த அகிலாவின் கூட்டம் வழி தெரியாமல் வாய்க்கால் மேட்டில் நின்றுகொண்டிருந்தது. ரேசன் அரிசி வாங்கச் சென்ற காட்டுராசா, உதவ வந்தவர்களுக்கு உதவ வேண்டி அவர்களைப் பதிக்கு அழைத்து வந்தான்.

வேங்கைப் பதியை நோக்கி உடைமைகளைத் தூக்கிக் கொண்டு நடந்தனர். அவள் கேட்ட கேள்விகளுக்கு, மற்ற பழங்குடிகளைப் போலவே காட்டுராசா குறைவாகவே உரையாடினான். அவனின் நடைக்கு ஈடாக நடந்துகொண்டே அவர்களின் பழக்க வழக்கங்கள், காட்டு விலங்குகள், மூலிகைச் செடிகள் பற்றிக் கேட்டுத் தெரிந்து கொண்டாள்.

ஓரிடத்தில் குழந்தைகள் ஓடியாடி விளையாடும் சத்தம் கேட்டது. ஆர்வமாக கேமராவை எடுத்துப் புகைப்படம் எடுக்கத் தயாரான அவளுக்கு, ஒருவரும் அகப்படவில்லை. தொடர்ந்து நடந்தபோது, செடிகளின் தொடர் அசைவுகளில் இருந்து அக்குழந்தைகள் பதுங்கி மறைந்துகொண்டதை உணர்ந்தாள். ஏமாற்றத்தை வெளிக்காட்டிக் கொள்ளாமல் சிரித்துப் பேசியபடி மலையேறினாள்.

மூப்பனிடம் அனுமதி வாங்கிக் காட்டுராசா அகிலாவையும், அவளுடன் வந்தவர்களையும் பதிக்குள் அழைத்துச் சென்றான். அகிலா மூப்பனிடம் பேசிக்கொண்டிருக்க, மற்றவர்கள் கம்பளிகளையும், ஸ்வொர்ட்டர்களையும் பகிர்ந்து அளித்தனர். அதனைப் பலவிதமான கோணங்களில் புகைப்படமாகவும் பதிவு செய்துகொண்டனர். குழந்தைகள் அவர்கள் எடுத்த புகைப்படத்தை வெட்கத்துடனும், ஆச்சரியத்துடனும் பார்த்துச் சிரித்தனர். அதன்பின் அடிக்கடி உடைகள், நோட்டுப் புத்தகங்கள், பள்ளிச் சீருடைகள் எனப் பல உதவிகளைச் செய்து புகைப்படமாகப் பதிவு செய்துகொண்டாள். நாளாக நாளாக அவளோடு வரும் கூட்டம் அதிகரித்தது.

ஆரம்பத்தில் கால்நடையாக மலையேறியவள், ஜீப்பில் இருந்து இறங்காமல் சுற்றத் துவங்கினாள். சில நாட்களுக்குப் பிறகு பாரெஸ்ட்காரர்கள் உடன் இணைந்து அகிலா வரத் துவங்கினாள். அவள் முன்பு போல இல்லாமல் முற்றிலும் மாறினாள். அவளுக்கு எங்கெங்கோ இருந்து பணம் வருவதாகவும், ஆங்காங்கே பணம் கொடுத்துச் சிலரைத் தனது கைக்குள் வைத்துக்கொண்டு இருப்பதாகவும் பரவலாகப் பேச்சு எழுந்தது. முன்பு வனத்துறையினருக்கு எதிராகப் பேசிக்கொண்டிருந்தவள், இப்போது தப்பித்தவறியும் அவர்களுக்கு எதிராக ஒரு சொல்லும் உதிர்ப்பதில்லை. வனத்துறை சொல்வதை அப்படியே ஏற்றுக் கொண்டு, அதனை இவர்களிடம் சொல்லிக்கொண்டிருந்தாள். அதனால்தான் என்னவோ ஊருக்குள் புகும் யானைகளைப் பிடித்தல், இறக்கும் விலங்களுக்கு உடற்கூராய்வு செய்தல், வனத்துறை நிகழ்ச்சிகள் என அனைத்து இடத்திலும் அவளது இருப்பு இருந்து வந்தது.

நீண்ட காலத்திற்குப் பிறகு வேங்கைப்பதிக்கு வனப் பணியாளர்களுடன் நடந்து வந்திருந்தாள். முன்பிருந்ததைக்

காட்டிலும் பேச்சிலும், உடையிலும், தோற்றத்திலும் அகிலாவின் மிடுக்கும், பொலிவும் கூடியிருந்ததாக மூப்பனுக்குத் தோன்றியது.

“என்னை உங்களுக்கு நல்லாத் தெரியும். உங்கள பத்தியும் எனக்கு நல்லாத் தெரியும். அதேமாதிரி ஆனைமலை வனவிலங்கு சரணாலயத்தைப் புலிகள் காப்பகமா மாத்தியிருக்கறது உங்களுக்கும் தெரியும்னு நெனைக்குறேன். இந்தக் காட்டுல எந்த வசதியும் இல்லாம ரொம்பக் கஷ்டப்பட்டிட்டு இருக்கீங்க. இனியும் அப்படி இல்லாம நீங்க நல்லா இருக்கணும். உங்கக் குழந்தைக எதிர்காலம் நல்லா இருக்கணும்னு பாரெஸ்ட்காரங்க நினைக்குறாங்க.

இது புலிகளோட காடு. அதுக சுதந்திரமா இருக்கணும். அதனால காட்ட விட்டு வெளியே போகத் தயாரா இருக்கறவங்களுக்குப் பணம் மட்டுமில்லாம வீடும் கட்டித்தருவாங்க. எந்தக் கஷ்டமும் இல்லாம நீங்க வேலைக்குப் போலாம். உங்க குழந்தைக நல்லா படித்து பெரிய ஆள வரலாம்” எனப் புலிகளைக் காக்கக் காட்டை விட்டு வெளியேறினால் வேண்டிய உதவிகளைச் செய்வதாக வாக்குறுதி தந்தாள்.

“நீ சொல்லுறது எல்லாமே கேட்க நல்லா தா இருக்குது. நாய் பொச்சுல தேன் இருக்குதுனா, அத நக்கவா முடியும்? அப்படித்தான் இதெல்லாம் எங்களுக்கு” எனக் காட்டுராசா ஆவேசப்பட்டான்.

“பொறத்தால போ காட்டா. அங்கனே பேசாதே” என மூப்பன் அமைதிப்படுத்தினார். அகிலாவின் முகம் சுருங்கி, கோபத்தில் சிவந்தது. அதனை வெளிக்காட்டிக் கொள்ளாமல் அவள் எவ்வளவு சொல்லியும், காட்டை விட்டு வெளியேற பதியினர் மறுத்துவிட்டார்கள்.

“பத்து இலட்சம்கிறது எவ்வளவு பெரிய விசயம்? அதைப் புரிஞ்சிக்காம இவ்வளவு தூரம் சொல்லியும், ஏங்க கேட்க மாட்டீங்கிறீங்க?”

“அம்மா, நீ எங்களுக்கு நிறைய உதவி பண்ணி இருக்க. நீயிங்கறதுனால இத நான் சொல்லுறேன். செட்டில்மெண்டுனு ஒரே எடத்துல எங்கள அடைக்குறதுக்கு முன்னால எங்காளுக்கு இருந்த காட்டப் பத்தின அறிவு இப்போ இல்ல. என் பாட்டன் அளவுக்கு எனக்கு இல்ல. எனக்குக் காட்டுல இருக்குற முக்கால்வாசி மரங்க, பறவைக, கிழங்குக பேரு தெரியும்னா,

இப்போ இருக்குற பசங்களுக்கு அதுல பாதி கூட தெரியறது இல்ல. எங்க மொழியில கூட நல்லா பேசமாட்டிங்கறாங்க. அடுத்து வரவங்க இந்தளவு கூட தெரிந்து இருப்பாங்களானு தெரியல.

அதை விட முன்ன எல்லா எழுபது குடும்பம் இருந்த எடத்துல, இப்போ நாற்பது குடும்பம்ந்தா இருக்கு. எங்க ஆளுக எண்ணிக்கை குறைஞ்சிட்டே இருக்கு. அதிலயும் நெறய பேருக்கு கொழந்தைகளே இல்லாம இருக்காங்க. வயசு பசங்க டாஸ்மாக் சாராயத்தைக் குடிச்சு சீரழிச்சு போறாங்க. இதையெல்லா எப்படிச் செரி பண்ணுறதுனு தெரியாம மூப்பனா நா தவிச்சிட்டு இருக்கேன். இதுல காட்ட விட்டு வெளியே போகணும்னு சொன்னா, அந்தக் கூட்டத்துல நாங்க என்ன ஆவோம்னு நெனச்சு கூடப் பாக்க முடியல”

“மனுசங்களும் விலங்குகளும் ஒண்ணா வாழுறது சாத்தியமே இல்ல. காடுன்னா அது விலங்குக வாழுறதுக்கு மட்டும்ந்தா. இங்க எந்த வசதியும் இல்லாம சிரமப்படுறதுக்குப், பேசாம வெளியே போயிடுறது நல்லதுதானே? இல்லனா எதுவும் இல்லாம போக வேண்டியிருக்கும்.”

“உங்கப் பார்வைக்கு வேணும்னா நாங்க எதுவும் இல்லாம இருக்குற மாதிரி தெரியலாம். ஆனா எங்களுக்கு வேணும்கிறத இந்தக் காடு தருது. அந்த மாதிரி உங்க ஊரு தராது. எங்களுக்குப் பசிச்சா கிழங்கோ, பழமோ பிடுங்கிச் சாப்பிட்டு இருந்திடலாம். யாரும் கேட்கமாட்டாங்க. கீழ போன எல்லாத்துக்கும் காசு வேணும். அதுக்கு நீங்க தர காசு பத்தாது”

“என்ன சொன்னாலும் ஏங்கக் காட்ட விட்டு போகமாட்டிங்குறீங்க?. அப்படி என்ன தா இங்க உங்களுக்குப் பிடிச்சிருக்கு?” எனப் பொங்கி வந்த கோபத்தை மறைத்துக்கொண்டு சாந்தமான குரலில் அகிலா கேட்டாள்.

“இந்த மலையும், மண்ணும்தானுங்க... இது எங்க பூமி. எங்க பாட்டன், பூட்டன், முப்பாட்டன் எல்லாம் இங்கேதான் வசிச்சு தெய்வமாகி இருக்காங்க. நம்மூ, என் பெண்டு, மக்களு எல்லா பொறந்தது இந்தக் காட்டுலதான். இந்தக் காடுதான் எங்க கோவில். இதை விட்டு எப்பவும் போகமாட்டோம்” என அழுத்தம் திருத்தமாக மூப்பன் சொல்ல வாயடைத்துப் போன அகிலா வேறெதுவும் பேசாமல் கிளம்பிச் சென்றாள்.

15

வேங்கைப்பதியின் மீது இரண்டு ஓங்கிலிகள்* இணையாகப் பறந்து சென்றன. சம அளவில் தாழ்வாகப் பறந்து சென்ற அவற்றின் சத்தம், ஹெலிகாப்டர் பறந்து சென்றதைப் போலிருந்தது. அவற்றின் உடலெங்கும் கருப்பும், ஆங்காங்கே வெள்ளை நிறமும், தலைப்பகுதியில் மஞ்சள், இளஞ்சிவப்பு, வெள்ளை நிறமும் இருந்தது. மஞ்சளும், வெள்ளையும் கலந்த நீண்ட அலகுகளால் சத்தம் எழுப்பியபடி அவை பறந்தன. பெருத்த இரண்டு உருவங்கள் பெரும் அழகுடன் பறந்து செல்வதைத் தலை நிமிர்த்திப் பார்த்த மூப்பனுக்கு முன்பு பதி திரண்டிருந்தது. முன் வரிசையில் சுந்தரி நின்றிருந்தாள். பதியின் அனைத்துக் கண்களும் அவள் மீதே இருந்தன. அவள் என்ன சொல்லப் போகிறாள் என்ற எதிர்பார்ப்பு அனைவரிடத்திலும் இருந்தது.

ஒன்பதாம் வகுப்புத் தேர்வோடு, பள்ளிக்குச் செல்வதை நிறுத்தியிருந்தாள். சுந்தரியை காட்டுராசாவின் அண்ணன் வேலனுக்குத் திருமணம் செய்ய முடிவு எடுக்கப்பட்டிருந்தது. மூன்று மாதம் சுந்தரி வேலன் சாளையிலும், மூன்று மாதம் சுந்தரியின் சாளையிலும் வேலனும் வசிக்க வேண்டும். ஆனால் ஒரே மாதத்தில் வேலனைத் திருமணம் செய்ய விருப்பம் இல்லை எனச் சுந்தரி அவளது வீட்டிற்கு வந்துவிட்டாள்.

யாருக்கும் எதுவும் புரியவில்லை. இதற்கும் இருவரும் அடுத்தவர் சாளைகளில் தங்கியிருந்து செய்த வேலைகள் இரண்டு குடும்பத்தினருக்கும் பிடித்தே இருந்தது. இருந்தும் அவர்கள் இருவருக்கும் ஒத்துவரவில்லை. அதனால் ஒருமுறை கூட அவள் அவனோடு கூடவில்லை. அவளது விருப்பத்தை அவன் மதித்தாலும், அதுவே அவள் மீது வெறுப்பு வளரக் காரணமாக இருந்தது. சண்டையும், சச்சரவும் ஓயாதிருந்தது. வேலன்

★ மலை மலசர்கள் இருவாச்சியை அழைக்கும் பெயர்.

வேண்டாம் எனச் சென்றவளை, சமாதானப்படுத்த அவனுக்கும் விருப்பம் இருக்கவில்லை.

சுந்தரி விவகாரம் குறித்து பேசுவதற்காகப் பதி கூடியிருந்தது. 'வெளியே பெண் கொடுப்பதும் இல்லை, எடுப்பதும் இல்லை' என்ற கட்டுப்பாடு இருந்தது. யாருடன் வாழ வேண்டும் என்பதை முடிவு செய்ய வேண்டியவள் அவள்தான் என்பதால், என்ன சொல்லப் போகிறாள் என்பதை அறியும் ஆவல் அனைவரிடமும் எழுந்திருந்தது.

தொண்டையைச் செருமியபடி மூப்பன், "வேலன கூடுகயாகனு?" எனக் கேட்டார்.

"எனக்கு ஆகுல. வேண்டா"

"மட்டரேங்கிலும் பிடிச்சது?"

"எமக்கு காட்டுராசாவ பிடிச்சது" என வெடுக்கெனச் சொன்னாள்.

சிறிது நேரம் அமைதியாக இருந்த மூப்பன், "சுந்தரிய கூடுகயா?" எனக் காட்டுராசாவிடம் கேட்டார்.

தன் மனதில் இருந்ததைச் சொல்லிவிட்டாலும், அவன் என்ன சொல்லப் போகிறானோ? என்ற படபடப்பு சுந்தரியைத் தொற்றிக் கொண்டது. 'தன்னை ஏற்க மறுத்து விடுவானோ? முதலிலேயே சொல்லி இருக்கலாமோ?' எனப் பல்வேறு சிந்தனைகள் மனதில் ஓடின. அவளின் இதயத் துடிப்பு அதிகரித்தது. உடல் மெல்ல நடுங்கத் துவங்கியது. நகத்தைக் கடித்தபடி சுந்தரி காட்டுராசாவையே பார்த்துக்கொண்டிருந்தாள். அவனுக்குப் பின்னால் இதய வடிவிலான அரச மர இலைகள் காற்றில் அசைந்தன. காட்டுராசா சுந்தரியை நிமிர்ந்து பார்த்தான்.

பதின்ம வயதுப் பெண்ணுக்கே உரிய உடல்வாகு. மெலிந்த தேகத்தில் மினுங்கும் கருப்பு. உயரம் குறைவாக இருந்தாலும் உறுதியான உடலமைப்பு. சுருள் சுருளான முடிக்கற்றைகள். அகலமான நெற்றி. துருதுருவெனச் சுழலும் கண்கள். புன்னகை பூத்த இதழ்கள், பளீரென்ற சிரிப்பு என இருந்த சுந்தரியின் துடுக்கு காட்டுராசாவைச் சுண்டி இழுத்தது. அவளது முகத்தில் படபடப்பும், பதற்றமும் தொற்றியிருந்தது தெரிந்தது.

"கூடுகேன்" என ஒரே வார்த்தையில் காட்டுராசா பதிலளித்தான். சுந்தரியின் முகம் மலர்ந்தது. மகிழ்ச்சியில் துள்ளிக் குதித்தாள்.

இதை யாரும் எதிர்பார்த்திருக்கவில்லை. ஒருமுறை கூட இருவரும் சேர்ந்து பேசியதோ, காட்டிற்குள் சேர்ந்து போனதோ கூட இல்லை.

"பெண்ணு வேணும்க பின்ன ஆண் சாளைக்காரன் என்ன தருகயா?" எனக் கேட்டுச் சின்னான் கலகலப்பு ஊட்டினான்.

"அட... உள்ளத ஞான் தராம்" என மூப்பன் சொல்ல, கூட்டத்தில் சிரிப்பலை எழுந்தது. அதுவரை அனைவரிடமும் பரவியிருந்த இறுக்கம் விலகிச் சிரிப்பு தொற்றிக்கொண்டது.

சுந்தரி ஒரு மாதம் காட்டுராசா சாளையிலும், காட்டுராசா அவளது சாளையிலும் தங்கியிருந்து வேலைகளைச் செய்து வந்தனர். சுந்தரி சமையலிலும், மற்ற வீட்டு வேலைகளிலும் சமார்த்தியசாலி என்பதை ஏற்கெனவே வனத்தாய் நன்கு அறிந்திருந்தாள். அவளின் வெள்ளந்தியான பேச்சும், மற்றவர்கள் மீது காட்டிய அக்கறையும் வனத்தாயுடன் இன்னும் சுந்தரியை நெருக்கமாக்கியது. புதிதாகச் சுந்தரியின் வீட்டிற்குக் காட்டுராசா சென்றாலும், எந்தத் தயக்கமும் இல்லாமல் அனைவருடனும் பேசிப் பழகினான். மரம் ஏறுவது, தேன் எடுத்தல், வன இடுபொருட்கள் சேகரித்தலில் கைதேர்ந்தவனாகக் காட்டுராசாவின் காட்டறிவும், குணமும், பழக்க வழக்கங்களும் சுந்தரியை நம்பி அவனிடம் ஒப்படைக்கலாம் என்ற நம்பிக்கையை ஏற்படுத்தியது.

நல்ல நாள் பார்த்து, திருமண ஏற்பாடுகள் நடந்தன. திருமணத்திற்கு ஒரு வாரத்திற்கு முன்பு மாப்பிள்ளையும், பெண்ணும் பார்க்க முடியாதபடி தனித்தனி சாளைகளுக்குள் முடக்கப்பட்டனர். இருவரையும் சுற்றிப் பெரும் கூட்டம் நிரம்பியிருந்தது. கூடியிருந்த கூட்டத்தில் கேலியும் கிண்டலும் சிரிப்பும் மகிழ்ச்சியும் சேர்ந்திருந்தது.

அன்று மணமக்கள் இருவருக்கும் ஒரு சவால் வைக்கப்பட்டது. மாப்பிள்ளை கொடுக்கும் வேலையைப் பெண் செய்ய வேண்டும். பெண் கொடுக்கும் வேலையை மாப்பிள்ளை செய்ய வேண்டும். அவ்வேலைகளைச் சவாலாக எடுத்துக்கொண்டு அன்று மாலைக்குள் இருவரும் செய்து முடிக்க வேண்டும். அதையொட்டி புதிது புதிதாகக் கொடுக்கப்படும் சவாலை அறியும் பொருட்டு பதியினர் ஆவலோடு காத்திருந்தனர்.

“பச்சத் தண்ணீ பாறை கிட்ட நா ஒன்னு பொருள கிடப்பிச்சு. அத பராந்து எடுத்து வரானு”எனச் சுந்தரி சொன்னாள். பெண் கழுகு வானில் இருந்து தூக்கிப்போடும் சிறு குச்சியை, நிலம் தொடும் முன் விரைந்து பறந்து பற்றிக்கொண்டு வரும் ஆண் கழுகு போலக் காட்டுராசா காட்டிற்குள் பறந்தோடினான். ஓட்டமும், நடையுமாக மலைகளை ஏறியிறங்கிச் சென்றான். வியர்க்க விறுவிறுக்கப் பாய்ந்தோடினான். சுந்தரியின் நினைப்பு சிரமங்களை மறக்கடித்துக் கால்களை வேகப்படுத்தியது.

மூங்கிலின் மீது அமர்ந்திருந்த பெண் பனங்காடையைக் கவர ஆண் பனங்காடை மேலே இருந்து சுழன்று சுழன்று பறந்து கீழே வந்து மீண்டும் மேலே ஏறிப் பறந்தது. அதன் உடலின் அடிப்பகுதி பழுப்பு நிறத்திலும், கொண்டை, வால், இறக்கைப் பகுதிகள் நீல நிறத்திலும் இருந்தன. ஆண் பனங்காடைத் தனது மொத்த திறமையையும் வெளிக்காட்டியும், பெண் பனங்காடை கண்டு கொள்ளாமல் அமர்ந்திருந்ததைப் பார்த்துச் சிரித்தபடி காட்டுராசா நடந்தான்.

பச்சைத் தண்ணீர் பாறையை அடைந்ததும் காட்டுராசா பெருமூச்சுவிட்டான். சுற்றும் முற்றும் தேடிப் பார்த்தான். ஆனால் அங்கு எந்தப் பொருளும் இல்லை. பாதையோ, காலடித் தடமோ எதுவுமே இல்லை. சிறிது நேரம் யோசித்தபடி அதற்கும் இதற்கும் நடந்தான். ஓரிடத்தில் புற்கள் காலில் மிதிப்பட்டு மடங்கிக் கிடப்பது தெரிந்தது. மிதிப்பட்ட புற்களைப் பின் தொடர்ந்து நடந்தான். அது வனத்திற்குள் அழைத்துச் சென்றது. முள்வேங்கை மரத்தடியில் ஒரு அரிவாள் வைக்கப்பட்டு இருந்தது. அதனைப் பார்த்ததும் காட்டுராசா மனதில் மகிழ்ச்சி பொங்கியது. அரிவாளை எடுத்துக் கொண்டு கொடுக்கப்பட்ட நேரத்திற்கு ஒரு மணி நேரத்திற்கு முன்பாகவே பதிக்குத் திரும்பினான். சுந்தரிக்குக் கொடுக்கப்பட்ட நேரத்திற்குள் ராகியையும், கம்பையும் புடைத்து வைத்திருந்தாள்.

திருமணம் ஆட்டமும், பாட்டமுமாக நடந்தது. பெண்ணின் சாளையில் அமைக்கப்பட்ட மேடையின் மீது மண் குவித்து, 4 அடி உயரத்தில் கவட்டை கோல் வைக்கப்பட்டது. அதற்கு பூ மாலை அணிவிக்கப்பட்டது.. அந்த மேடைக்கு முன்பு கீழே காட்டுராசாவும், சுந்தரியும் அமர்ந்தனர். சுந்தரியின் தாய்மாமன் எடுத்துக்கொடுத்த மஞ்சள் கயிறு தாலியைக் காட்டுராசா அவளின் கழுத்தில் கட்டினான்.

உருமியும், கரும்பும் முழங்கின. பெண்கள் வட்டமாக நின்று பாடியவாறு சேலை முந்தானையை அசைத்தபடி நடனமாடினர்.

"கையப்பிடியாதடா
கையப்பிடியாதடா
கைவளையல் சேதமாகும் சோ... ஓ...
மடியில விழுகாதடா
மடியில விழுகாதடா
மடிமேல விழுகாத
பொடவைதான் கசங்கிடும் சோ... ஓ...
ஆளுமேல விழுகாதடா
ஆளுமேல விழுகாதடா
ஆளுமேல விழுந்தா
மல்லிகைப்பூ
கசங்கி விழுகுமடா சோ... ஓ..."

ஆடிக்கொண்டிருந்த பெண்களுடன் இணைந்து ஆண்களும் நடனமாடத் தொடங்கினர். ஆட்டமும், பாட்டமுமாகப் பதியே கொண்டாட்டத்தில் கூத்தாடியது.

இரவில் காடு விழித்திருக்க, வேங்கைப்பதி உறக்கத்தில் இருந்தது. உருண்டு திரண்டிருந்த இருட்டு ஆட்டை விழுங்கிய மலைப்பாம்பைப் போல மலைகளை விழுங்கி விட்டு நீண்டு கிடந்தது. நிலவொளி இல்லாத வானில், நட்சத்திரங்களைக் கூடக் காணவில்லை. அடர்ந்திறங்கிய பனி மரங்களையும், செடிகளையும் நனைத்திருந்தது. தேக்கு மர இலைகளில் படிந்திருந்த பனித்துளிகள் சொட்டுச் சொட்டாக வடிந்தன. அவ்வப்போது எங்கோ விலங்குகளின் சத்தம் கேட்டது. திருமணத்திற்குப் பிறகு புதிதாகப் போட்டுக் குடியேறியிருந்த சாளையில் இருந்து காட்டுராசாவும், சுந்தரியும் வெளியேறி நடந்தனர்.

உச்சி மலையிலிருந்து பெருங்காற்று வீசி இறங்கியது. குறுகலான பாதை வழி மேலேறி விரிந்து நீண்ட காட்டு வழிப்பாதையில் காட்டுராசா சுந்தரியின் கைகளைப் பற்றியபடி நடந்தான். பூச்சிகள் இடைவிடாது ரீங்காரமிட்டன. 'முட்டுச்சாளை'யில் மாதாமாதம் முடங்கிக் கிடக்கும் ஐந்து நாட்களைத் தவிர மற்ற ஒருபோதும்

★ மாதவிடாய்க் காலங்களில் பெண்கள் தனியாகத் தங்குவதற்காக அமைக்கப்படும் குடிசை.

சுந்தரி காட்டுராசாவைப் பிரிந்திருப்பதில்லை. இருவரையும் தனித்தனியே பார்ப்பது அரிதாக இருந்தது. பெரும்பாலும் எங்கே சென்றாலும், எப்போது சென்றாலும், எங்கும் இருவரும் இணை பிரியாது சென்றனர். அன்றும் அப்படித்தான்.

எங்கு காட்டுராசா அழைத்துச் செல்கிறான் என்பது அவளுக்குத் தெரியவில்லை. அவன் என்ன செய்யப் போகிறான் என்பதை அவளால் கணிக்க முடியவில்லை. அது அவளுக்குத் தேவையும் இல்லை. பற்றிக்கொண்டு நடக்க காட்டுராசாவின் கரங்கள் மட்டும் போதுமானதாக இருந்தது. காலடிச்சத்தம் கேட்டுப் பூச்சிகள் கத்தலை நிறுத்தியது. காடெங்கும் பேரமைதி நிலவியது.

வெண்ணிறத்தில் பூத்துக் குலுங்கிக் கொண்டிருந்த சீங்கை பூக்கள், இருளின் அடர்த்தி அதிகரிக்க அதிகரிக்க நறுமணத்தைப் பரப்பிக் கொண்டிருந்தன. எதில் அடைத்து வைத்தாலும் நுரை பொங்கி வரும் 'இண்ட தேன்'* போலச் சுந்தரி மனதில் காட்டுராசாவின் மீது கொள்ளைப்பிரியம் பொங்கி வழிந்தது. அதே பிரியம் அவனுக்குள்ளும் இருக்கிறதா எனத் தெரியவில்லை. அவளை அவன் ஏற்றுக் கொண்டாலும், அதைத் தெரிந்துகொள்ளும் ஆசை அவளுக்குள் இருந்தது. இதுதான் தக்க சமயம் என நினைத்தபடி பேசினாள்.

"அன்னிக்கு கூடுகாயானு மூப்பன் சோடிசப்போல், ஏனாக்கா செரினு சொல்லுனு?"

"........"

"சொல்லு..." எனச் சிணுங்கும் குரலில் சொல்லியபடி, மௌனமாக நடந்த காட்டுராசாவின் கையில் செல்லமாகக் கிள்ளினாள்.

"ஏனாக்கு எந்தனு சொல்லுனில்லா. பிடிக்கும். அத்தனதான்."

முகம் சுருங்கிய சுந்தரி முறைப்புடன் ஒரு பார்வை பார்த்தபடி நடந்தாள்.

யாமம் பொழுதில் இருவரின் நடையும் ஓரிடத்தில் நின்றது. சுற்றியெங்கும் இருள் கவிழ்ந்திருந்தது. அந்த இருளில் கணக்கில் அடங்காத மஞ்சள் நிறக் கண்கள் ஒளிர்ந்தபடி அலைந்துகொண்டு இருந்தன. சில கண்கள் ஓரிடத்தில் நின்றபடி கவனித்தன. சிறிது நேரம் அசையாமல் இருந்த கண்களை நெருங்கிச் சென்றபோது,

---

★ சீங்கை பூக்களில் இருந்து எடுக்கப்படும் தேன்.

புள்ளிமான்களாகித் துள்ளிக் குதித்து ஓடியது. திடீரெனச் சுந்தரியின் கண்களை அவளின் பின்னால் இருந்து காட்டுராசா கைகளால் மூடினான்.

சுந்தரியின் கண்களை மூடியபடி காட்டுராசா நடத்திச் சென்றான். சுந்தரியின் முகத்தை இதமான காற்று வருடிக் கடந்தது. பரந்து விரிந்திருந்த காட்டில் தவழ்ந்து வந்த குளிர்க்காற்று மரங்களையும், செடிகளையும் வருடிக் கொண்டிருந்தது. மரங்களின் உச்சியில் இலைகளின் சலசலப்பு கேட்டது. சிறிது தூரம் அப்படியே நடந்து சென்ற பிறகு, காட்டுராசா கைகளை விலக்கவும், சுந்தரி மெல்லக் கண்களைத் திறந்தாள். அவள் கண்களின் முன்பு பேரதிசயம் காத்திருந்தது.

காட்டில் இருட்டு பொங்கி வழிந்துகொண்டிருந்தது. மறு நிமிடம் இருள் போர்த்திய காடு ஒளிர்ந்தது. அங்கு கூடியிருந்த மின்மினிப் பூச்சிகளின் ஒளி நடனம், காட்டைப் பச்சை கலந்த மஞ்சள் நிறத்தில் ஒளிரச் செய்தன. காடு தனித்துவமான தாளத்துடன் ஒளிர்ந்தது. ஒரே இடத்தில் கூடிய இலட்சோப இலட்சம் மின்மினிப் பூச்சிகளால் காடு, திருவிழாக் கோலம் பூண்டிருந்தது. சுற்றி நிற்கும் மரக்கிளைகள் முழுவதும் ஒளி விளக்குகளால் அலங்காரம் செய்தது போலக் காட்சியளித்தது.

சிறு சிறு விளக்குகள் விட்டு விட்டு எரிவதைப் போல, மின்மினிப் பூச்சிகள் ஒளி வீசிக்கொண்டிருந்தன. சில மின்மினிப் பூச்சிகள் சில நொடிகள் ஒளிர்வதை இடை நிறுத்துவதும், பின்னர் மீண்டும் ஒளிர்வதுமாக ஒளி நடனம் தொடர்ந்தது. ஒளி அலை அலையாக எழுந்து கொண்டிருந்தது. மின்மினிகள் ஒன்றையொன்று கூடித் திளைத்துக் கொண்டிருந்தன.

நெல்லியம்பதி காடுகள் மின்மினிப் பூச்சிகளால் ஒளிரும் என்று சுந்தரி கேள்விப்பட்டிருக்கிறாள். மரங்களில் விளக்கு கட்டி விட்டது போலக் கொஞ்சம் கொஞ்சம் மின்மினிகள் மின்னி மின்னி மறையும். என்றாலும், முதல் முறையாக அவளின் கண்களின் முன்னால் ஆனைமலைக் காடுகளில் இயற்கை அரங்கேற்றிய பேரதிசயத்தில் சுந்தரி உறைந்து போனாள். அது ஒரு கனவினைப் போல இருந்தது. சொர்க்கம் என ஒன்றிருந்தால் இப்படித்தான் இருக்குமென அவளுக்குத் தோன்றியது. காட்டுராசா அவளின் மீதிருக்கும் பேரன்பை வார்த்தைகளாக இல்லாமல், பேரதிசயமாகக் காட்டியிருப்பதாக நினைத்து சுந்தரி ஒரு கணம் உறைந்து நின்றாள். காட்டுராசாவின்

தோளில் சாய்ந்தபடி சுந்தரி கண் இமைக்காமல் பார்த்தபடி இருந்தாள்.

சுந்தரியின் முன்பு காட்டுராசா மூடியிருந்த இரண்டு கைகளை மெல்ல விரித்தான். அதற்குள் கருப்பும், மஞ்சளும் கலந்திருந்த மின்மினிப் பூச்சிகள் விட்டு விட்டு வெளிச்சம் பாய்ச்சின. அந்த மஞ்சள் ஒளியில் சுந்தரியின் முகம் ஒளிர்ந்தது. கைகளுக்குள் இருந்து விடுபட்ட மின்மினிகள் காற்றில் பறந்து சென்றன.

சற்றே நெருங்கிச் சென்ற சுந்தரி அவனது கன்னத்தை இரு கைகளாலும் அள்ளிப்பிடித்தாள். அவளது உள்ளங்கையின் குளுமை அவனது உச்சந்தலைக்கு ஏறியது. அவனது உதட்டோடு உதடு பதித்து இதழ் கடித்தாள். காட்டுராசாவை இதற்குமேல் எப்படி இறுக அணைப்பதென அவளுக்குத் தெரியாத அளவிற்குப் பெருங்காதலுடன் சுந்தரி கட்டியணைத்துக் கொண்டாள்.

இருளுக்குள் இருந்த இரண்டு உருவங்களும் மெல்ல மெல்லப் பின்னத் தொடங்கின. பனித்துளியோடு வியர்வைத் துளிகள் பிணைந்தன. இருவரையும் சுற்றி எங்கும் மின்மினிகள் ஒளி வீசிக் கொண்டிருந்தன.

16

ஆனைமலை மலையடிவாரக் கிராமம் சேத்துமடை. மலைகளில் இருந்து இறங்கிய பேருந்து, பயணிகளை இறக்கி ஏற்றிக் கொண்டிருந்தது. பேருந்தில் இருந்து இறங்கிய காட்டுராசா நேராக டீக்கடைக்குச் சென்றான். "ஒரு கட்டன் சாயா" எனச் சொல்லி விட்டு, பாக்கெட்டில் இருந்த பீடியை எடுத்துப் பற்ற வைத்தான்.

"பூங்காற்று புதிதானது
புதுவாழ்வு சதிராடுது
இரண்டு உயிரை இணைத்து விளையாடும்
உயிரை இணைத்து விளையாடும்..."

டீக்கடையில் இருந்த வானொலி, மிதமான சத்தத்தில் பாடிக்கொண்டிருந்தது. காட்டுராசாவின் கைகளுக்குப் பிளாஸ்டிக் டம்ளரில் கருஞ்சிவப்பு நிறத்தில் தேநீர் வந்திருந்தது. டீயைக் குடிப்பதும், புகையை ஊதுவதுமாக இருந்தான்.

விசில் சத்தம் கேட்டதும் பேருந்து கிளம்பியது. சாலையோரத்தில் நின்றிருந்த பத்திருபது பேர் ஒன்றாகக் கூடி, கிளம்பிய பேருந்தை மறித்து அமர்ந்தனர். "கண்டிக்கிறோம். கண்டிக்கிறோம். வனத்துறையைக் கண்டிக்கிறோம்... இழப்பீடு கொடு, இழப்பீடு கொடு பாதிக்கப்பட்ட வெவசாயிகளுக்கு இழப்பீடு கொடு..." என முழக்கமிட்டனர்.

இரண்டு புறங்களிலும், வாகனங்கள் அணி வகுத்து நின்றன. வாகனங்களில் இறங்கி நின்றிருந்த சிலர் கூட்டத்தை வேடிக்கை பார்த்துக் கொண்டிருந்தனர். சற்று நேரத்தில் காவல்துறை அதிகாரிகளும், வனத்துறை அதிகாரிகளும் அடுத்தடுத்து ஜீப்களில் வந்தனர். மற்றவர்கள் அமர்ந்திருக்க, நான்கைந்து பேர் எழுந்து நின்று பேசினர். காட்டுராசா ஓர் ஓரமாக நின்று கவனித்துக் கொண்டிருந்தான்.

“பெரிய தம்பி ஆனெயால ஒரே ரோதணையா போச்சு. தடாகத்துல அட்டகாசம் பண்ணுதுனு இங்க பிடிச்சிட்டு வந்து விட்டாலும், இங்கயும் ஊர தேடி வந்திடுது. நாங்க எல்லா ஊருக்குள்ள இருக்கிறதா, இல்ல ஊர காலி பண்ணிட்டு போறதா?” ஆவேசமாக வெள்ளை மீசைக்காரன் கேட்டான்.

“ஒன்னும் கவலப்படாதீங்க. அது ஆளுகள இதுவரீக்கும் ஒன்னும் பண்ணுனதில்ல. சாப்பிட எதாவது கிடைக்குமானு வந்திருக்கும். எதுக்க ஆள் வந்தாக் கூட அடிக்காதுங்க” வனச்சரகர் கிருஷ்ணன் சொன்னார். பொள்ளாச்சி வனச்சரகர் மருத்துவ விடுப்பில் இருந்ததால், அந்தச் சரகத்தையும் கவனிக்கும் கூடுதல் பொறுப்பு கிருஷ்ணனுக்கு அளிக்கப்பட்டிருந்தது. இளன் மற்றும் சில வனப்பணியாளர்களுடன் அவர் அங்கு வந்திருந்தார்.

“இந்த ஆனெ அடிக்கும், இந்த ஆனெ அடிக்காதுனு எப்படிச் சொல்ல முடியும்? ஆனெக் காட்டுள்ள இருக்குறதுதான் அதுக்கும் நல்லது, குடியானவனுக்கும் நல்லதுங்க. ஆனா இங்க பொழுதான போதும் கிளம்பி கூட்டம், கூட்டமா வந்து குடியானவ தோட்டத்துல புகுந்து அழிச்சாட்டியம் பண்ணுதுக. பாரெஸ்ட்காரங்களுக்கு ஃபோன் பண்ணி சொல்லி வரதுக்குள்ள அடுத்த தோட்டத்துக்குப் போயிடுதுக.”

“உங்க நெலமை எனக்குப் புரியுதுங்க...” என்பதற்குள் இடைமறித்து மீசைக்காரன் பேசினான்.

“ஏதோ தென்னை, வாழை போட்டாதானே குடியானவனும் நாலு காசு பாக்க முடியும். அவனும் புள்ள குட்டியோட பொழைக்க முடியும். எல்லாத்தையும் ஆனெயும், பன்னியும் தின்னிட்டு போனா, நாங்க எல்லா பிச்சைதான் எடுக்கப் போகனும். குடியானவன் தோட்டத்துக்குள்ள வர ஆனெகள கொல்ல பர்மிசன் கொடுத்தாதான் இந்த பெரச்சனை தீரும்.”

“அப்படி எல்லா பண்ணிட முடியாதுங்க. கண்டிப்பா நடவடிக்கை எடுக்குறோம். பயிர் சேதத்துக்கு இழப்பீடு தந்திடுறோம்ங்க.”

“உங்க வீட்டுல ஒருத்தர கொன்னுட்டு ரெண்டு இலட்ச ரூபா கொடுத்தா வாங்கிட்டு சும்மா இருந்திடுவீங்களா? மாட்டீங்கதானே... ஆனெகளுக்கு சப்போர்ட் பண்ணுற பாரெஸ்ட்காரங்க, என்.ஜி.ஓ., வன ஆர்வலர்னு சொல்லிட்டு வரவனுக வீட்டுக்குள்ள ஆனெக புகுந்தா தா தெரியும். தூரத்துல ஆனெகள பாக்க எல்லாத்துக்கும் ஆசைய தா இருக்கும்.

பக்கத்துல வந்தா தா, எவனாயிருந்தாலும் அது ஆனேங்கிற பயம் வரும். நம்ம பாடு புரியும்."

"ஒரு நாள் டைம் கொடுங்க. அதைப் பிடிச்சு இனி இந்தப் பக்கம் வராத மாதிரி பண்ணுறோம்" என கிருஷ்ணன் உறுதியளித்துப் பேச, கூட்டம் கலைந்தது.

காட்டுராசா இளனிடம் நெருங்கிச் சென்று, "வணக்கம் சார்" என்றான்.

"வாய்யா... இங்க என்ன பண்ணுற?"

"மளிகெ சாமான் வாங்க கடைக்கு வந்தேனுங்க."

"ம்ம்ம்... அந்த ஆனெய என்ன பண்ணுறதுனு ஒன்னும் புரியல. காட்டுக்குள் கொண்டு போயி விட்டா, ஊரத் தேடி வந்திடுது. இதோட மூணு முறை ட்ரை பண்ணியாச்சு."

"சார், மூங்கில்க நாப்பது வருசத்துக்கு ஒருக்கா பூக்கும். அரிசிய கொடுத்திட்டு காய்ச்சு போயிடும். இத லோக்கல் டிரைபல்ஸ் கணிச்சு முன்கூட்டியே வெட்டியிருந்தா மழைக்குத் தழைச்சு வர மூங்கில் குருத்துக ஆனெகளுக்குத் தீவனமாயிக்கும். மூங்கில் வெட்ட தடை போட்டதால காட்டுல மூங்கில் எல்லா செத்து போயிடுச்சு. அது கிடைக்காததால ஆனெக ஊருக்குள்ள வரது அதிகமாயிடுச்சு...

ஆனா இந்த ஆனெ அப்படியில்ல. இது மனுசங்களோட வாழ்ந்து பழகிடுச்சு. அதெ எங்கக் கொண்டு போயி விட்டாலும், ஊரத் தேடித்தான் போகும்ங்க. ஏன்னா... மனுசங்களோட பழக்கம், அந்த ஆனெயோட இயல்புகள கொன்னுடுச்சு. ருசியா திங்கக் கெடச்சா போதும்னு திரியுது."

"நீ சொல்லுறது சரிதான்ய்யா. இதைய கும்கியா மாத்த பர்மிசன் கெடச்சா தா பிரச்சனை தீரும். சரி இப்போதைக்கு கும்கிகள கொண்டு வந்து பிடிப்போம்."

"நீங்க கோபிச்சுக்கலனா நா ஒரு ஐடியா சொல்லுட்டும்களா சார்?"

"சொல்லுய்யா."

"அதைப் பிடிக்க ஈசியான ஒரு வழியிருக்குங்க" எனக் காட்டுராசா சில விஷயங்களைச் சொல்லிச் சென்றான். காட்டுராசா

சொன்னதை இளனால் நம்ப முடியவில்லை. இருந்தாலும் அவனது காட்டறிவு குறித்து நன்கு அறிந்திருந்ததாலும், அவன் சொன்ன வழி எளிமையாக இருந்ததாலும் வனச்சரகரிடம் சொல்ல, அவரும் அம்முடிவை ஏற்றுக்கொண்டார்.

அன்றைய மாலைப்பொழுது வரை, பெரிய தம்பி யானையிடம் இருந்து வனத்துறையினர் விலகி இருந்தனர். அது விருப்பப்படி உலாவியது. ஒரு கட்டத்தில் இளனின் திட்டப்படி பெரிய தம்பி யானைக்கு அருகாமையில் கரும்புத் துண்டுகளுடன் பூனாச்சி சென்றான். கையில் இருந்த ஓரிரு கரும்புத் துண்டுகளை யானையை நோக்கி வீசியெறிந்தான். அதைத்தேடி வந்து பெரிய தம்பி சாப்பிட்டது. மீண்டும் அவனைப் பார்த்தது.

சற்று தூரம் தள்ளிச்சென்று கொஞ்சம் கரும்புத் துண்டுகளைப் போட்டான். அதை நோக்கி அதுவும் நகர்ந்து வந்தது. இப்படியே கொஞ்சம் கொஞ்சமாக ஜீப்பில் வைத்திருந்த கரும்புத் துண்டுகளைப் போட்டு, ஏற்கெனவே தயார் செய்யப்பட்டு இருந்த ‘கரோல்’* வரை இழுத்துச் சென்றுவிட்டான்.

கரோல் முன்பாகப் பெரிய தம்பி நின்றிருந்தது. தனது கையில் இருந்த கடைசி கரும்புத் துண்டுகளைக் கொண்டு போய் கரோலிற்குள் போட்டான். பெரிய தம்பி கரோலில் இருந்த கரும்புத் துண்டுகளையும், பூனாச்சியையும் மாறி மாறி பார்த்தது. பின்னர் அதுவாகச் சென்று கரோலுக்குள் போடப்பட்டிருந்த கரும்புத் துண்டுகளைச் சுவைக்கத் துவங்கியது. வேட்டைத் தடுப்புக் காவலர்கள் மரக்கட்டைகளைக் கயிற்றால் கட்டி, பெரிய தம்பியை கரோலில் அடைத்தனர்.

கொஞ்ச நாள்களில் அடியும், உதையுமின்றி பெரிய தம்பி கும்கியாக மாறியதில், யாருக்கும் ஆச்சரியம் எதுவுமில்லை.

---

* தேக்கு போன்ற வலிமையான மரங்களால் செய்யப்படும் யானைக் கூண்டு.

17

கோழிகமுத்தியின் காலைப்பொழுதுகள் யானைகளின் பிளிறல்களோடுதான் விடியும். கும்கி ஆசாத் பிளிறிக் கொண்டிருந்தது. பொழுது விடிவதற்கான நேரத்திற்கு முன்பே வெளிச்சம் வந்திருந்தது. அது ஒரு வளர்ப்பு யானைகளின் முகாம். யானைகளின் பாகன்கள், காவடிகள், வனத்துறை ஊழியர்களின் குடிசைகள் அங்கொன்றும், இங்கொன்றுமாகக் காணப்பட்டன. மூங்கில் குடிசைகளின் கூரையில் இரும்புத் தகரங்கள் மீது தார்ப்பாய்கள் விரிக்கப்பட்டு இருந்தன.

மழைக்காலங்களில் கொட்டித் தீர்க்கும் மழை இரும்புத் தகரங்களின் மீது விழுந்து, பேரிரைச்சலை ஏற்படுத்தித் தூக்கத்தைக் கெடுக்கும். வெயில் வந்தால் வெக்கை வந்துவிடும். வனப்பணியாளர்கள் குடியிருப்பு என்றாலும் மின் வசதி இல்லை. வீதிகளில் சோலார் மின் விளக்குகளும், குடிசைகளுக்குள் மண்ணெண்ணெய் விளக்குகளும் எரிந்து கொண்டிருந்தன. முந்தைய நாள் இரவு ரோந்து முடித்து வரத் தாமதமானதால், பூனாச்சி வீட்டில் தங்கியிருந்த இளன் வாசலில் நின்றபடி யானைகள் முகாமைக் கவனித்தான்.

27 வளர்ப்பு யானைகளைக் கொண்ட அம்முகாமில், காட்டு யானைகளை விரட்டுவதில் தேர்ச்சி பெற்ற கும்கி யானைகள், டாப்சிலிப்பில் சுற்றுலாப் பயணிகள் சவாரி செல்ல பயன்படுத்தப்படும் யானைகள், வளர்ப்பு யானைகள், வயது முதிர்வினால் ஓய்வு பெற்ற யானைகள், பல்வேறு பகுதிகளில் இருந்து வனத்துறையினரால் பிடித்து வரப்பட்ட யானைகள், அம்முகாமிலேயே பிறந்து வளர்ந்த யானைகள் என இருந்தன.

ஆசாத் யானை தொடர்ந்து பிளிறியது. காட்டு யானைகளை மிரட்டும் ஆஜானுபாகுவாக முரட்டு உருவம். வளைந்து நீண்டிருந்த மினுங்கும் இரண்டு தந்தங்களின் கூர்மையான முனைகள் மழுங்கடிக்கப்பட்டு இருந்தன. ஆசாத் யானை காட்டு யானைகளை விரட்டவும், பிடிக்கவும் தேர்ச்சி பெற்றிருந்தது.

அதேசமயம் சவாரி யானையாகவும் பயன்படுத்தபபட்டது. அது கோழிகமுத்தி முகாமில் பிறந்து வளர்ந்த யானை.

ஆசாத்தின் பிளிறல் சத்தம் கேட்டு, அதன் மாவூத்* முருகனும், காவடி** பரமனும் அதற்கருகே சென்றனர். அவர்களிடம் சென்ற இளன் அவர்களைப் பற்றியும், ஆசாத் யானையைப் பற்றியும் விசாரித்தான்.

முருகனும், பரமனும் காலங்காலமாக ஆனைமலைக் காடுகளையே நம்பி வாழும் காடர்கள். 'கும்கி' என்றழைக்கப்படும் பெண் யானைகளைப் பொறியாக வைத்து ஆண் காட்டு யானைகளை பிடிக்கத் துவங்கிய காலத்தில் இருந்து, தலைமுறை தலைமுறையாக யானைகளோடு வேலை செய்து வருகின்றனர். பிரிட்டிஷ் காலத்தில் தேக்குக்காடுகளை அழிக்கவும், உருவாக்கவும் கால்நடைகள் போல அழைத்துச் செல்லப்பட்டதால் தங்களது சொந்தக் கிராமம் எது என்பதையே அவர்கள் மறந்திருந்தனர்.

ஆசாத் யானைக்குப் பலர் மாவூத்துகளாக இருந்திருக்கிறார்கள். அவர்களில் ஆசாத்தோடு உணர்வு ரீதியாக மாவூத்தாக முருகன் இருந்தார். முருகனின் வாழ்க்கை யானைகளுக்குக் காவடியாகத் தான் துவங்கியது. இரண்டு யானைகளுக்குக் காவடியாக இருந்தவர் மூன்றாவதாக ஆசாத் யானைக்கு மாவூத்தாக நியமிக்கப்பட்டார். தனது உத்தரவை மீறாத ஆசாத்தைத் தனது மகன் போல முருகன் பாவித்து வந்தார்.

ஆசாத்தின் தாயான செல்வி யானை மதுக்கரையில் இருந்து பிடித்து வரப்பட்டது. ஆசாத்தின் தந்தையான சுயம்பு மாங்கரையில் பன்றிக்காயைக் கடித்து உயிர்விட்ட தாய் யானையைப் பிரிந்து ஆக்ரோசமாகச் சுற்றித் திரிந்தபோது, இருவரை அடித்துக் கொன்றது. கிராம மக்கள் போராட்டத்தில் இறங்க, கும்கி யானைகள் உதவியால் பெரும் போராட்டத்திற்குப் பிறகு வரகழியாறுக்குப் பிடித்து வரப்பட்டது. ஆஜானுபாகுவான உடல் தோற்றத்தினாலும், நீண்ட தந்தங்களைக் கொண்டிருந்ததாலும் சுயம்பு எனப் பெயரிடப்பட்டு கரோலில் அடைக்கப்பட்டது.

நூறு தேக்கு மரங்களால் செய்யப்பட்ட கரோலில் யானை அடைக்கப்பட்டது. அதன் நான்கு கால்களும் இரும்புச் சங்கிலியால் கட்டப்பட்டன. 48 நாள்கள் கும்கி பயிற்சி

★ யானைப் பாகன்.

★★ பாகனின் உதவியாளன்.

துவங்கியது. முதல் 15 நாட்களுக்கு எந்தப் பயிற்சியும், கட்டுப்பாடும் இல்லாமல் உணவும், தண்ணீரும் தரப்பட்டது. ஆரம்பத்தில் கரோலை முட்டி மோதிக்கொண்டிருந்த சுயம்புவைத் தேடி வந்த உணவும், தண்ணீரும் அதன் கோபத்தைக் கட்டுப்படுத்தின. அதற்கடுத்த நாள் கரோல் இரண்டாகப் பிரிக்கப்பட்டு, ஒரு அறையில் யானையும், மற்றொரு அறையில் 'மாவூத்'தும் அடைக்கப்பட்டு பயிற்சிகள் துவங்கியது. இரவு நேரங்களில் மட்டும் யானை உறங்க அது ஒரே அறையாக மாற்றப்பட்டது.

முதல் பயிற்சியாக யானையை மண்டியிட வைக்கும் பயிற்சி அளிக்கப்பட்டது. துவக்கத்தில் அடிபணிய மறுத்த யானையை, மாவூத்கள் குச்சிகளால் அடித்து உதைத்தனர். அடியாலும், பசியாலும் வாட்டி வதைக்கப்பட்டது. ஒரு கட்டத்தில் பசி, யானையை அடிபணிய வைத்தது. அடிபணியும் யானைக்குக் கரும்புத் துண்டு தரப்பட்டது. மாவூத் கட்டளையை ஏற்று வேலை செய்தால் கரும்புத்துண்டு கிடைக்கும். இல்லையெனில், அடி விழும் என்பது யானையின் நினைவில் பதியவைக்கப்பட்டது. கொஞ்சம் கொஞ்சமாக யானை அதன் இயல்பைத் தொலைத்து, கும்கியாக மாறியது.

எங்கே யானை பிடிக்க வேண்டுமானாலும், சுயம்புவை லாரியில் ஏற்றிக்கொண்டு மாவூத்கள் கிளம்பிவிடுவார்கள். தற்போது வயது முதிர்வினால் பூ விழுந்து கண் பார்வை இழந்ததால், சுயம்புவிற்கு ஓய்வு அளிக்கப்பட்டிருந்தது. அதனால் சுயம்புவின் இடத்திற்கு ஆசாத் வந்திருந்தது. அவ்வப்போது காட்டு யானைகளைப் பிடிக்கச் செல்லும் ஆசாத், டாப்சிலிப்பில் சுற்றுலாப் பயணிகளைச் சுமக்கும் வேலையையும் செய்து வருகிறது என முருகன் விளக்கமாகக் கூறினார்.

முருகன் மரத்தோடு பிணைக்கப்பட்டு இருந்த ஆசாத்தின் இரும்புச் சங்கிலியை விடுவித்தார். அவரது கையில் இருந்த குச்சிக்கு ஆசாத் அடிபணிந்து நடந்தது. ஆசாத்தைத் தொட்டபடி "பைட்" என முருகன் கட்டளையிட்டார். உடனே மண்டியிட்டுப் படுத்தது. அதன் மீது மாவூத் முருகன் ஏறி அமர்ந்தார். "வூட்" என முருகன் சொன்னதும் எழுந்து நின்றது.

குச்சியைக் கையில் பிடித்தபடி பரமன் முன்னால் நடந்து செல்ல, முருகனைச் சுமந்தபடி ஆசாத் பின் தொடர்ந்து சென்றது. கூடவே ஆசாத்தின் காலில் பிணைக்கப்பட்டு இருந்த இரும்புச் சங்கிலியும்

அதன் தாரையும் பின் தொடர்ந்து சென்றது. அவர்களுடன் இளனும் ஓடையை நோக்கிச் சென்றான்.

தண்ணீரைப் பார்த்துக் குழந்தை போல ஆசாத் வேகமாக உடலைக் குலுக்கியபடி ஓடையை நோக்கி ஓடியது. ஓடும் ஓடை நீரில் குளித்துக் கொண்டிருந்த நான்கைந்து யானைகளுடன் ஆசாத்தும் இணைந்துகொண்டது. "பைட்" எனப் பரமன் சொன்னதும் ஓடையில் படுத்தது. வலது புறமாகப் படுத்துக்கொண்டிருந்த ஆசாத்திற்கு, பரமன் பலமான பிரஷ் கொண்டு தேய்த்துக் குளிப்பாட்டினார். அவர் சொல்லும்படி ஆசாத் அதன் உடலை வளைத்துக் கொடுத்தபடி இருந்தது. ஒரு கட்டத்தில் எழுந்து நின்று விட்டு ஆசாத் மீண்டும் இடது புறமாகப் படுத்துக்கொண்டது. பரமன் குளிப்பாட்டும் பணியைத் தொடர்ந்தார். முருகன் இரண்டு கைகளாலும் தண்ணீரை அள்ளி அள்ளி ஆசாத் மீது வீசியடித்தார்.

ஒவ்வொருவராகக் காடுகளுக்குள் சென்று காலைக்கடன்களை முடித்து வந்து, குளித்து உடை மாற்றிக்கொண்டு கிளம்பினர். இளனும் ஓடை நீரில் ஒரு குளியலைப் போட்டுக் கரையேறிய போது, குளியல் முடிந்து மற்ற யானைகளும் கிளம்பின. கொள்ளு, ராகி, அரிசி, உப்பு, வெல்லம், தேங்காய், கரும்பு ஆகியவற்றைச் சேர்த்துக் கலந்து உருண்டையாக்கப்பட்ட உணவு, வரிசையாக நின்றிருந்த யானைகளுக்கு மாவூத்களால் தரப்பட்டது. உருண்டைகள் வரும் முன்பே சில யானைகள் தும்பிக்கையைத் தூக்கி வாயைத் திறந்து நின்றன. மாவூத்கள் வாய்க்குள் திணித்த உருண்டைகளை, அவை அப்படியே விழுங்கின. யானைகள் அவ்வளவு பெரிய உருவம் இருந்தாலும், சிறுபிள்ளைத்தனத்தோடு இருப்பதாக இளனுக்குத் தோன்றியது.

டாப்சிலிப் சுற்றுலா மையத்திற்குச் சவாரிக்காக ஆசாத் அழைத்துச் செல்லப்பட்டது. பரமன் முன்னால் ஒரு குச்சியோடு செல்ல முருகன் தனது கால்களின் அழுத்தம் மூலமாக இடும் கட்டளைக்கு ஏற்ப ஆசாத் சென்றது. அவர்களுடன் இளனும் இணைந்து நடந்தான். கைகளை ஆட்டியபடி முருகனின் மகள் சீருடையோடு பள்ளிக்குக் கிளம்பினாள்.

ஒரு கிலோ மீட்டர் தொலைவில் உள்ள ஓடையில் 6 அடி ஆழத்தில் நீரூற்று எடுத்து குடிக்க தண்ணீரை எடுத்துக்கொண்டு வந்த 5 பெண்கள், குடங்களைத் தலையிலும், தோள்களிலும் சுமந்தபடி கடந்து சென்றனர். குடிக்கவும், பாத்திரம் கழுவவும், வீட்டுத்

தேவைகளுக்கும் அந்த ஓடையே நீராதாரம். வனவிலங்குகளும் அங்கு வந்து தண்ணீர் குடித்துச் செல்லும். வனப்பகுதிக்குள் ஆங்காங்கே சங்கிலியால் பிணைக்கப்பட்ட வளர்ப்பு யானைகள் மேய்ச்சலுக்கு விடப்பட்டிருந்தன. மலைக்காடுகள் வழியாக மண் சாலைகள் கடந்து, தார்ச் சாலையில் நடந்தனர்.

கிளைகளற்ற உயர்ந்து வளர்ந்திருந்த மாமரத்தில் இருந்து ஓங்கிலிகளின் சத்தம் கேட்டது. யானை மீதிருந்து முருகன் தலையை உயர்த்திப் பார்த்தார். மரத்தில் குழிவான ஓரிடத்தில் கால்களை வைத்தபடி, ஒரு ஆண் ஓங்கிலி நின்று கொண்டிருந்தது. முருகனின் கட்டளைப்படி ஆசாத் அமைதியாக நின்றது. முருகன் ஓங்கிலியைக் கூர்ந்து கவனித்துப் பார்த்தபடி, இளனிடம் மரத்தைச் சுட்டிக்காட்டினார். இளன் தலை நிமிர்ந்து அவர் கை நீண்ட இடத்தை உற்றுப் பார்த்தான். மரப்பொந்தில் ஆற்றுப்படுகை மண்ணால் எச்சிலைக் குளப்பி எழுப்பப்பட்ட சுவருக்குள் இருந்த சிறு இடைவெளியில் பெண் ஓங்கிலியின் அலகு நீண்டிருப்பது தெரிந்தது.

இனப்பெருக்கத்திற்காக அடைந்து கிடந்த பெண் ஓங்கிலிக்காக ஆண் ஓங்கிலி இரை தேடிக்கொண்டு வந்திருந்தது. ஆண் ஓங்கிலி ஒருமுறை சுற்றும் முற்றும் பார்த்தபடி, எக்கி எக்கி இரையை எடுத்து மஞ்சளும், வெள்ளையும் கலந்த நீண்ட அலகின் முனையில் வைத்து நீட்டியது. வெளியே நீண்டிருந்த அலகால் இரையைக் கவ்வி பெண் ஓங்கிலி விழுங்கியது. ஆண் ஓங்கிலி எக்கி எக்கி இரையை எடுத்து அலகால் நீட்ட, அதனைப் பெண் ஓங்கிலி அலகால் விழுங்கியபடி இருந்தது.

இயற்கையின் பேரதிசயங்களில் ஒன்றான ஓங்கிலிகளின் காதல் காவியத்தைப் பார்த்து, முகம் மலர்ந்தபடி இளன் நடந்தான். சற்று நேரத்தில் முருகனின் கண்களில் வனத்துறை விடுதியான அம்புலி கண்ணில் பட்டதும், அவரது முகம் மாறியதை இளன் கவனித்தான். அவர்களது குடியிருப்பை ஒருமுறை நினைத்துப் பார்த்த இளனுக்கு, இரண்டிற்குமான வித்தியாசம் முகத்தில் அறைவது போல இருந்தது. வலுவான கான்கிரிட் கட்டடம், எந்த மழையையும் தாங்கும். ஓட்டைகள் வழியாக நீர் ஒழுகி, ஒருபோதும் உறக்கத்தைக் கெடுக்காது. மின் விளக்குகள் எரிந்து கொண்டிருந்தன. உள்ளுக்குள்ளேயே குளியலறையும், கழிவறையும் உண்டு. விடுதியின் வெளியே இருந்த தண்ணீர்க் குழாயில் இருந்து தண்ணீர் சொட்டிக் கொண்டிருந்தது.

"காட்டிலுள்ளவருக்கு கரெண்ட்டும், தண்ணீயும் கொடுக்கில்லா. ஞாங்களும் இதே டிபார்மெண்டுல தானே வேல பர்வர்திக்குன்னு. ஞாங்களே ஒன்னும் செய்யாதே, அல்லா சவுகர்யங்களும் அவருக்காயி மாத்ரம் ஒருக்கியிட்டுண்டு. த்தூ..." என முருகன் கூறியது இளனின் காதுகளில் விழுந்தது. புரிந்தும், புரியாமல் இளன் நடந்தான். முருகனின் பேச்சைக் கேட்டும் கேட்காமல் போகும் அதிகாரிகளைப் போல, ஆசாத் காதுகளை விசிறியபடி நடந்தது.

18

ஆனைமலை முக்கோணம் பரபரப்பாக இருந்தது. மாலை நேர இளமஞ்சள் வெயில் படர்ந்திருந்த சாலையில், வாகனங்கள் இடைவிடாது ஒலிகளை எழுப்பியபடி சென்றன. சாலையோர மண் தடத்தில் தோட்டத்து வேலை முடித்து வந்த காட்டுராசாவும், சின்னானும் கடைகளைப் பார்த்தபடி நடந்து சென்றனர். சாலையில் இருந்து இடதுபுறமாகக் கீழே இறங்கிய அந்தக் குறுக்குச் சந்தில் ஒரு ஓட்டுக் கட்டடம் சீக்கு வந்த கிழவனை போலக் காட்சியளித்தது. சுண்ணாம்பு பூசியிருந்த சுவர்கள் ஆங்காங்கே வெடித்து வெளியே நீட்டியிருந்தது. அதன்மீது இருந்த செங்கொடி காற்றில் அசைந்து கொண்டிருந்தது.

தரைத் தளத்தில் நடக்கக் காட்டுராசாவின் கால்கள் சிரமப்பட்டன. ஊரின் இரைச்சல் காட்டுராசாவின் காதுகளை அடைத்தது. பறவைகளின் கீச்சொலிகளையும், விலங்குகளின் சத்தங்களையுமே அதிகமாகக் கேட்டுப் பழகியவனுக்கு, இந்தச் சத்தங்கள் எரிச்சலைத் தந்தன. வாகனங்கள் கக்கிச்சென்ற புகை மூச்சு மூட்டச் செய்தது. காட்டுராசாவிற்குத் தலை வலிப்பது போல இருந்தது.

“ச்சே... அனியசப்தப்பட்டு, அனியமும் புகையடிக்கும் இக்கட எங்கனேயுண்டு? நம்மனால குறச்சு நேரம் போலும் நிக்கனாயில்ல.”

“அதே காட்டா. எப்பத்தா நமுது சாளைக்குப் போகியா எந்து இருக்க நானு? என்னாதிருந்தாலும் நமுது பதி போலே வருமோ?”

இருவரும் பேசிக்கொண்டே தொடர்ந்து நடந்தனர். பேருந்து நிறுத்தத்தில் பத்திருபது பேர் கூட்டமாகக் கூடியிருந்தனர். பெரும் சத்தமாக இருந்தது. ஏதோ பிரச்சினை என்பதை உணர்ந்த இருவரும் கூட்டத்திற்குள் எட்டிப் பார்த்தனர். காவல் ஆய்வாளரிடம் பரமசிவம் வாக்குவாதம் செய்து கொண்டிருப்பதைப் பார்த்தனர். ஆய்வாளர் முகத்திற்கு நேராகக் கை நீட்டி தைரியமாகவும், ஆவேசமாகவும் பேசிக்கொண்டிருப்பதைப் பார்த்துக் காட்டுராசாவின் முகத்தில் ஆச்சரியம் மிளிர்ந்தது.

அனைவரிடத்திலும் சிரித்த முகத்தோடு பேசிக் கொண்டிருக்கும் அவர்தானா, இவ்வளவு கோபத்தோடு பேசுகிறார் எனத் தனக்குத்தானே கேள்வி எழுப்பினான். பரமசிவத்தின் ஒடிசலான தேகத்தைக் கறுப்புச் சட்டை மறைத்திருந்தது. பாதிக்குப் பாதி தலை மயிர் நரைத்திருந்தது. வாலிபராக இருந்த காலத்தில் இருந்து தோழமையோடும், அக்கறையோடும் பழங்குடிகளுக்காகத் தொடர்ந்து குரல் கொடுத்தும், போராடியும் வந்த பரமசிவம், மலைவாழ் மக்கள் சங்கத்தில் பொறுப்பாளராகவும் இருந்தார்.

கைக்குழந்தை என்றாலும், நூறு வயதைக் கடந்த மூதாட்டி என்றாலும் அவருக்குத் தோழர்தான். ஆனைமலைக் காடுகளிலும், அதையொட்டிய சமவெளிகளிலும் பரமசிவம் செல்லாத பழங்குடியின வீடுகளும் இல்லை. அங்கு அவரை அறியாதவர்கள் என யாரும் இல்லை. ஒவ்வொரு வீடுகளிலும் கிட்டத்தட்ட ஒரு குடும்ப உறுப்பினர் போல இருந்தார். எல்லாச் சின்னக் குழந்தைகளின் பெயர்களும் கூட அவருக்கு அத்துப்படி. அவர்களது பெயர்களுக்கு முன்பாகத் தோழர் என்ற வார்த்தையையும் சேர்த்து பெயர் சொல்லி அழைப்பார். அவரை அக்குழந்தைகளும் "தோழர்" என்றே அழைக்கும்.

பழங்குடிகளுக்கு என்ன பிரச்சினை என்றாலும், முதல் ஆளாக நிற்பார். குயிலின் குஞ்சுகளைத் தன் குஞ்சு போலப் பாவித்து வளர்க்கும் காகத்தின் தாய்மை குணம் கொண்டவராக, எந்தச் சம்பந்தமும் இல்லாதவர்களுக்காக எந்தவித எதிர்பார்ப்பும் இல்லாமல் பரமசிவம் போராடுவதைக் காட்டுராசா பார்த்து ஆச்சரியப்பட்டு இருக்கிறான்.

கூட்டத்திற்கு அருகே புதிதாக நடப்பட்டு இருந்த செங்கொடியைக் காட்டியபடி, பரமசிவமும், ஆய்வாளரும் மாறி மாறி பேசிக்கொண்டிருந்தனர். அதுதான் பிரச்சினைக்குக் காரணமென்பதைக் காட்டுராசா உணர்ந்தான்.

"என்ன சார் பிரச்சினை?"

"இந்தக் கொடிய எடுக்கலேன்னா நடக்குறதே வேற."

சிரித்தபடி "என்னை அடிச்சு கொன்னு போட்டா கூட எங்க கொடி அரைக் கம்பத்தில பறக்குமே தவிர, கொடியை எடுக்குற பேச்சுக்கே இடமில்லை" என நிதானமாகவும், உறுதியாகவும் பரமசிவம் சொன்னார். ஆய்வாளரின் முகம் கோபத்தில் கொப்பளித்தது. மேற்கொண்டு எதுவும் பேசாமல் அங்கிருந்து கிளம்பினான். கூட்டம் கலைந்து சென்றது. காட்டுராசா நிமிர்ந்து பார்த்தான். நீல வானில் செங்கொடி அசைந்து கொண்டிருந்தது.

19

"கற்பனை என்றாலும் கற்சிலை என்றாலும்
கந்தனே உன்னை மறவேன்"

பாடல் மிதமான சத்தத்தில் ஒலித்துக்கொண்டிருந்தது. வீடெங்கும் ஊதுபத்தியில் இருந்து எழுந்த ரோஜா மலர்களின் நறுமணம் பரவியிருந்தது. இரண்டு பர்சியன் பூனைகள் அங்குமிங்குமாக ஓடியாடிக் கொண்டிருந்தன. ஒரு பூனையின் உடலெங்கும் வெள்ளை முடிகள் இருந்தன. மற்றொரு பூனைக்கு கருப்பும், பழுப்பும் சரி விகிதமாகக் கலந்திருந்தது.

கையில் இருந்த ஃபோனைப் பார்த்தபடி வெள்ளை வேஷ்டி, பனியன் உடன் வந்த கிருஷ்ணன், சோபாவில் அமர்ந்தார். அவரைப் பார்த்ததும் இரண்டு பூனைகளும், பாய்ந்தோடி வந்து அவருக்கருகே படுத்துக்கொண்டன. கிருஷ்ணன் போனில் மூழ்கியிருக்க, அவரது கால்களில் இரண்டு பூனைகளும் உரசத் துவங்கின. அதனைக் கவனித்ததும் ஃபோனை ஓரமாக வைத்துவிட்டு, இரண்டையும் தூக்கி மடியில் வைத்து, அவற்றின் கழுத்திற்கு அடியில் தடவிக் கொடுத்தார். அதில் பூனைகள் சொக்கிப் போயின. சற்று நேரம் தடவிக் கொடுத்தபடி இருந்தவர், சட்டென எழுந்து சமையலறைக்குள் நுழைந்தார்.

சமையலறைக்குள் சென்ற கிருஷ்ணன் வாங்கி வைத்திருந்த கோழியின் மண்ணீரலை எடுத்து, அதனைக் கழுவாமல் மஞ்சள் தூள் போட்டார். உருளைக் கிழங்கு, மஞ்சள் பூசணி, கேரட்டுகளைப் பொடிப் பொடியாக்கி, மண்ணீரலுடன் சேர்த்து தண்ணீர் ஊற்றி அடுப்பில் வேக வைத்தார். அதற்குள் இரண்டு முறை செல்ஃபோன் கத்தியது. அதனைக் கண்டுகொள்ளாமல் சூடாறும் வரை காத்திருந்து, கைகளால் நன்றாகப் பிசைந்து பூனைகளுக்கு வைத்தார். பூனைகள் இரண்டும் வேகவேகமாக ஓடி வந்து சாப்பிடத் துவங்கின.

கைகளைக் கழுவிக்கொண்டு வந்த கிருஷ்ணன், செல்ஃபோனை எடுத்துப் பார்த்தார். இளனின் எண்ணில் இருந்து அழைப்பு வந்திருந்தது. அதைப் பார்த்ததும் சோபாவில் சாய்ந்து அமர்ந்து, கால் மேல் கால் போட்டபடி, இளனை அழைத்துப் பேசத் துவங்கினார்.

"ஹலோ... சொல்லுய்யா, என்ன விசயம்?"

"சார், வரகழியாறு பீட்ல ஏ.பி.டவுள்.யூ ரோந்து போனப்ப ஆறேழு சந்தன மரத்த யாரோ வெட்டிப் எடுத்திட்டு போயிருக்கறத பாத்திருக்காங்க"

"சரி. வாரேன் இரு" என்றபடி ஃபோனை வைத்தார்.

கிருஷ்ணன் குளித்து உடை மாற்றித் தயாராகி வந்தார். பூஜை அறையிலிருந்த முருகன் படங்களைப் பயபக்தியுடன் வணங்கியபடி, அங்கிருந்த திருநீற்றை எடுத்து நெற்றியில் பூசிக் கொண்டார். நான்கு இட்லிகளைப் பொறுமையாகச் சாப்பிட்டு விட்டு வெளியே வந்தார். அங்கே தயாராக இருந்த ஜீப்பில் ஏறிக் கிளம்பினார்.

வானம் துடைத்து வைத்த தரையைப் போல, மேகங்களின்றி காட்சியளித்தது. மலைச்சாலையில் ஊர்ந்து சென்றுகொண்டிருந்தது ஒரு ஜீப். ஸ்டியரிங்கை சுற்றிச் சுற்றி அதன் ஓட்டுநர் ஓட்டிக் கொண்டிருந்தான். அவனுக்கு அருகேயிருந்த முன்னிருக்கையில் கிருஷ்ணனும், பின்னிருக்கையில் இளனும் அமர்ந்திருந்தனர். சந்தன மரங்கள் வெட்டப்பட்ட இடத்தைப் பார்ப்பதற்காகச் சென்று கொண்டிருந்தனர். அவ்வப்போது சில கார்கள் கடந்து சென்ற போதும், ஜீப் மிதமான வேகத்திலேயே சென்றது.

"யோவ்... இதப் பத்தி யாரு தகவல் தந்தா?"

"பீட்ல பூனாச்சி ரோந்து போகும்போது பார்த்துச் சொன்னாங்க சார்"

"எப்படி இது நடந்துச்சுனு விசாரிச்சயா?"

"நேத்து மூங்கில் மேட்டுல காட்டுத்தீ பிடிக்க வைச்சு, நம்ம கவனத்த எல்லா அங்க திருப்பி விட்டுட்டு சந்தன மரங்கள வெட்டி எடுத்திட்டுப் போயிருக்காங்க சார்."

“மரம் கடத்தல் பத்தி வெளியாளுகளுக யாருக்கும் தெரியாது தானே?”

“ஆமாங்க சார்.”

“அப்போ ஒன்னும் பிரச்சினையில்ல. இந்த மேட்டர் ப்ரஸ்க்கு போகாம மட்டும் பாத்துக்க.”

“சரிங்க சார்.”

“ஆமா, அந்த எருமைப் பாறை செட்டில்மெண்ட்க்கு கொடுத்த தகரச் சீட்டுக்கு பில் வாங்கிட்டயா?”

“என்.ஜி.ஓ. கொடுத்ததுக்கு எதுக்குங்க சார் பில்லு?”

“ஒரு பில்லு வாங்கிக் கொடு. கேள்வி கேட்காம சொன்னத மட்டும் செய்.”

“சரிங்க சார். வாங்கிடுறேன்.”

“பொண்டாட்டி, புள்ளனு யாரும் இல்ல. எதுக்குதான் இந்தாளு இப்படிக் காச அடிக்கறானோ? மத்தவங்க ஒரு கை நீட்டினால், இவர் இரண்டு கைகளையும் நீட்டி வாங்கிப் போட்டுக்கிறாரே?” என இளன் தனக்குத்தானே சத்தமின்றி சொல்லிக்கொண்டான்.

எதாவது கேட்டால், “சும்மா இல்ல அஞ்சு இலட்ச ரூபாய் கொடுத்து இந்த எடத்துக்கு வந்திருக்கேன். அதனால சில விஷயங்களுல இப்படி நடந்துக்கிறேன். ஆனா உங்கள நான் எதாவது தொந்தரவு பண்ணுறேனா?” எனக் கிருஷ்ணன் திருப்பிக் கேட்பார். ஒரு வனச் சரகராக தமிழ்நாடு வனச் சட்டப்படியும், வனவிலங்கு பாதுகாப்புச் சட்டப்படியும் வனச்சரகத்தைப் பாதுகாக்க வேண்டிய பொறுப்பு எல்லாம் அவருக்குக் கிடையாது என இளனுக்குத் தோன்றியது.

எதையோ யோசித்துக்கொண்டிருந்த இளனிடம் “என்னய்யா?” என கிருஷ்ணன் கேட்க, “ஒன்னுமில்லீங்க சார்” என முடித்துக் கொண்டான்.

வனத்திற்கு ஊடாக நீண்டு சென்ற சாலையின் நடுவே ஒரு குட்டி ‘சோலை மந்தி’* இரத்த வெள்ளத்தில் அடிபட்டுக் கிடந்ததைக் கிருஷ்ணன் கவனித்தார். வெள்ளி போல மினுங்கும் பிடரி மயிரிலும், உடலைப் போர்த்தியிருந்த கறுத்த ரோமங்களிலும்

★ சிங்கவால் குரங்கு

ரத்தம் உறைந்திருந்தது. சாலையில் விளையாடிக் கொண்டிருந்த அந்தக் குட்டி சோலை மந்தி, எதிர்பாராத விதமாக அதிவேகமாகச் சென்ற ஒரு வாகனம் மோதி பரிதாபமாக உயிரிழந்திருக்கும் என்பதை உணர்ந்தார்.

சாலையோரத்தில் இருபதுக்கும் மேலான சோலை மந்திக் கூட்டம் இரண்டு கால்களில் நின்றபடி பெரும் சோகத்துடன் உயிரற்றுக் கிடந்த குட்டியை வெறித்துப் பார்த்துக்கொண்டிருந்தது. இதனைப் பார்த்ததும் சோலை மந்திகளுக்குச் சற்றுத் தொலைவில் ஓட்டுநர் ஜீப்பினை ஓரங்கட்டி நிறுத்தினான்.

சற்றே வேகமாகக் கடந்து சென்ற ஒரு காரினை சோலை மந்திக் கூட்டம் மிரட்சியோடு பார்த்தது. அதில் ஒரு பெரிய சோலை மந்தி பரிதவிப்புடன் அங்கும் இங்கும் ஓடிக் கொண்டிருந்தது. அதுதான் அதன் தாயாக இருக்க வேண்டும். வாகனங்கள் ஏதும் வரவில்லை என்பதை உணர்ந்த நேரத்தில் தாய் சோலை மந்தி, தாவிச் சென்று சாலையில் மரணித்துக் கிடந்த குட்டியை நெருங்கியது.

சட்டென அக்குட்டியை எடுத்துத் தன் உடலோடு சேர்த்து அணைத்தபடி, சாலையோரத்திற்குத் தாவி ஓடியது. சுற்றி இருந்த மற்ற சோலை மந்திகள் ஒரே இடத்தில் கூடி, தாய் சோலை மந்தியைச் சுற்றி அரணாய் நின்றது. உயிரற்ற தனது குட்டியை உடலோடு அணைத்தபடி வேறு யாரையும் நெருங்கவிடாமல் வெகு நேரம் வருந்தியபடி நின்றது தாய் சோலை மந்தி.

சாலையில் செல்லும் வாகனங்களைப் பார்க்கும் போது, அதன் முகத்தில் பெரும் கோபமும், குட்டியைப் பார்க்கும் போது பெரும் துயரமும் நிழலாடியது. சிறிது நேரத்தில் அசைவற்ற தன் குட்டியை இறுக்கி அணைத்தபடி, காட்டிற்குள் ஓட மற்ற சோலை மந்திகளும் "கிரிச்... கிரிச்" எனச் சத்தமிட்டபடி அதைப் பின்தொடர்ந்தன.

இதனைப் பார்த்த கிருஷ்ணனுக்கு வெகு நேரம் அந்த இடத்தை விட்டு அகல மனம் வரவில்லை. கண்களில் கண்ணீர் முட்டியது. இதனை இளன் கவனித்திருந்தாலும், காட்டிக்கொள்ளாமல் அமைதியாக நின்றிருந்தான்.

"பாவம்ய்யா. ரொம்பக் கஷ்டமா இருக்கு. ஏய்யா... பாரெஸ்ட்குள்ள எப்படி போகனும்னு எவனுக்கும் அறிவு மயிரே இருக்காதா?"

"இல்ல சார். முன்ன எல்லா இந்த மந்திக மரத்துலதான் இருக்கும். இப்போ வெளியில இருந்து காட்டுக்குள்ள வரவங்க அதயிதனு

கொடுத்து பழக்குனதுனால ரோட்டுக்கு வந்திடுதுக. அதனால அப்பப்போ ஸ்பீடா வர வண்டிகள்ல அடிபட்டிடுது."

"ம்ம்ம்... இந்த எடத்துல சிங்கவால் குரங்குக நிறைய இருக்குறத பார்த்திருக்கேன். இப்படியே விட்டா சரியா இருக்காது. இங்க சிங்கவால் குரங்குக ரோட்டுக்கு வராம இருக்குறதுக்கு, மரங்களுக்கு நடுவுல தொங்குபாலம் போட ரெடி பண்ணணும்."

விலங்குகள் மீது அவன் காட்டும் அக்கறை ஒரு புறம் இருந்தாலும், எப்படியும் இதிலும் ஒரு தொகையை அடித்துவிடுவார் என இளன் நினைத்தபடி, "சரிங்க சார்" என்றபடி ஜீப்பை நோக்கி நகர்ந்தான்.

"புலிகள் காப்பகமா மாத்தியிருக்கறது சம்மந்தமா எல்லாப் பக்கமும் கூட்டம் நடத்தி முடிச்சுட்டாங்க. நம்ம ரேஞ்ச் மட்டும்தான் பாக்கியிருக்கு."

"ஆமாங்க சார்."

"நாளாணைக்கு வேங்கப்பதியில கூட்டம் நடக்குதுனு சொல்லச் சொல்லியிருந்தேனே?"

"சொல்லிட்டேனுங்க சார். எல்லோரையும் வாய்க்கால் மேட்டுக்கு வரச்சொல்லிட்டேனுங்க."

"ஏன்?"

"வேங்கப்பதிக்கு நடந்துதான் போகணுமுங்க சார். ஜீப் போகாது. அதனாலதான்."

"சரி. அவனுக எல்லா காட்டானுக. நம்ம சொல்லுறத எதயும் கேட்கமாட்டாங்க. எப்படியாச்சு அவனுகள காட்ட விட்டு வெளியே போகச் சம்மதிக்க வைக்கணும்."

"சரிங்க சார். ஆனா அவ்வளவு சீக்கிரம் காட்ட விட்டுப் போகமாட்டாங்கனு நினைக்குறேன் சார்."

"அந்தக் காட்டனுக இருக்கிறது 'கோர் ஜோன்'*ல. நாளீக்கு எதாவதுனா நாமதானே பதில் சொல்லணும். சொல்லுற மாதிரி சொன்னா எல்லா கேட்பாங்க" என்றபடி கிருஷ்ணன் ஏறிய ஜீப் புகையைக் கக்கியபடி சென்றது.

★ புலிகள் காப்பகத்தின் மையப்பகுதி.

20

“நூறு வருசத்துக்கு முன்னால இந்த ஆனெமலெ காட்டுக்கு, ஆடு, மாடுகள ஓடிக்கிட்டு ஒரு இடையர் கூட்டமொன்னு வந்துச்சு. பச்ச பசேல்னு இருந்த இந்த எடத்தப் பார்த்ததும் அவீங்களுக்கு ரொம்ப பிடிச்சு போச்சு. இங்கயே இருந்திடலாம்னு முடிவு பண்ணி தங்குனாங்க. அப்போ ஒரு அம்மன் சிலையை வைச்சு கோவில் கட்டி கும்பிட்டிட்டு, ஒரு பத்திருபது வருசம் இருந்திருப்பாங்க. ஆரம்பத்துல எந்தப் பிரச்சினையும் இல்லாம தான் இருந்துச்சு.

ஆனா நாளாக நாளாகத் தான் இங்க இருக்குற பிரச்சனைக அவீங்களுக்குத் தெரிய ஆரம்பிச்சது. ஒரு பக்கம் வருசத்துல ஆறேழு மாசம் மழெ ஓயாம கொட்டுச்சு. இன்னொரு பக்கம் அவீங்களோட ஆடு, மாடுக எல்லா புலி, சிறுத்தைக்கு இரையாச்சு. சமயத்துல ஆளுகக் கூட அதுகளுக்கு இரையானாங்க. இப்படியே சிரமத்தோடயும், பயத்தோடயும் வாழ முடியாதுங்கறது அவீங்களுக்குப் புரிய ஆரம்பிச்சது.

அப்போ அவீங்க துணிஞ்சு ஒரு முடிவு எடுத்தாங்க. இந்த எடத்த விட்டுப் போறதுக்கு அவீங்களுக்கு விருப்பம் இல்லனாலும், தங்களையும், ஆடு, மாடுகளையும் காப்பாத்திக்கோனும்னா அத விட்டா வேற வழியில்ல அப்படிங்கறது தெரிஞ்சதால, அந்த முடிவுக்கு வந்தாங்க.

ஆடு, மாடுகளே ஓட்டிக்கிட்டு மலையிறங்கிக் கீழே போனாங்க. போகும் போது அவீங்க கும்பிட்ட சாமி சிலையையும் எடுத்திட்டுப் போனாங்க. இன்னமும் அவீங்க இருக்குற ஊருல ஆனைமலெ அம்மனைத்தான் கும்பிட்டுக்கிட்டு இருக்காங்க.”

வாய்க்கால் மேட்டில் நின்றபடி வனச்சரகர் கிருஷ்ணன் சொன்ன கதையை பதியினரும், இளனும் கவனமாகக் கேட்டுக் கொண்டிருந்தனர்.

“இதெ நா உங்க கிட்ட சொல்லுறதுக்கு ஒரு காரணம் இருக்கு. இந்த ஆனெமலெ காட்டுல இருந்து வெளிய போனதுல, என்னோட பாட்டனும் ஒருத்தரு. அவரு மட்டும் அன்னிக்குப் போகமா இங்கயே இருந்திருந்தா, என்ன ஆயிருக்கும்....?”

“நா ரேஞ்சர் ஆயிருக்க முடியுமா...? நிச்சயமா ஆயிருக்க முடியாது. நானும் இந்தக் காட்டுல மிருகங்களோட மிருகங்களா தான் சுத்திட்டு இருந்திப்பேன். இன்னைக்கு நா நல்லா படிச்சு ஒரு அரசு உத்யோகத்துல இருக்கிறேன்னா, அதுக்கு அவரு இந்தக் காட்ட விட்டுப் போனதுதான் காரணம்.”

சற்று இடைவெளி விட்டு, “நீங்க நல்லா இருக்கணும்னா, உங்க குழந்தைக எல்லா நல்லா படிக்கணும். இந்தக் காட்டுலையே கெடந்தா படிச்சு மேல வர முடியாது. எப்போ உங்கள இருந்து ஒரு ரேஞ்சர், டி.எப்.ஓ, கலெக்டர் எல்லாம் வரது...?”

“அதுக்குத்தான் நா சொல்லுறேன். இந்தக் காட்ட புலிகள் காப்பகமா மாத்தியிருக்கறது உங்களுக்குக் கெடச்ச நல்ல வாய்ப்பு. காட்டுல மிருகங்களோட எந்த வசதியும் இல்லாம கஷ்டப்படுறதை விட்டிட்டு வெளியே வாங்க. உங்களுக்கு வீடோட எல்லா வசதியும் பண்ணித் தரது மட்டுமில்லாம, குடும்பத்துக்கு பத்து இலட்ச ரூபாய் பணமும் தருவாங்க. நா இருக்கேன். அரசாங்கம் இருக்கு. எங்கள நம்பி வாங்க.”

அதுவரை அமைதியாக இருந்த பதியினரிடம், சலசலப்பு எழுந்தது. தொண்டையைச் செருமியபடி மூப்பன் பேச ஆரம்பிக்கவும், சலசலப்பு ஓய்ந்தது.

“சார்... இத்தன காலம் நாங்க இருந்த காட்டுலதான் புலிகளும் இருந்துச்சு. இப்போ என்ன புதுசா புலிகள் காப்பகம்? இந்தக் காட்டுல தீய தடுக்குறது, ஆனெகள விரட்டுறதுனு எல்லா வேலைகளையும் நாங்கதா பண்ணிட்டு இருக்கோம். காட்டுக்குள்ள பாரஸ்ட் ஆளுங்களுக்குத் தடமே தெரியாது. எந்தத் தடம் எங்க போகும்னு சொல்லிக் கொடுத்ததே நாங்கதான். இப்பவும் உங்களுக்கு எந்த உசுரு எங்க இருக்குன்னு தெரியாது. நாங்க இல்லாம இந்தக் காட்டுல உங்கனால எதாச்சும் ஒன்னாவது பண்ண முடியுமா...?

உங்கப் பாட்டன் மாரி எங்கப் பாட்டனும் கீழே போயிருந்த இந்த மலை மண்மேடாயிருக்கும்.. எங்கள செட்டில்மெண்ட்டுல இருக்க

வைச்சப்போ எல்லாமே பண்ணித்தரோம்னு சொன்னீங்க. ஆனா இப்போ வரீக்கும் என்ன பண்ணுயிருக்கீங்க?"

கிருஷ்ணன் விரித்த வலையில் அவரே சிக்கிக்கொண்டது போல உணர்ந்தார். உடனடியாகச் சுதாரித்துக் கொண்டு, "அதைதானுங்க அய்யா நானும் சொல்லுறேன். இது டைகர் ரிசர்வ் - புலிக வாழுற காடு இது. இங்க நாங்களே நினைச்சாலும், உங்களுக்கு எந்த வசதியும் பண்ணித் தர முடியாது. அதைப் புரிஞ்சுக்கங்க. இல்ல இது உங்க எடம்னு சொல்ல எதாச்சும் பட்டா இருக்கா?"

"இந்தக் காடே எங்களது தா சார். அதுக்குப் பட்டா கிட்டா எதும் இல்ல தா. காடு நல்லாயிருக்கணும் சொல்லித்தான் எங்கள செட்டில்மெண்ட்டுல உக்கார வைச்சீங்க. தீப்போட்டு வெவசாயம் பண்னக்கூடாதுனு சொன்னீங்க. அதையெல்லா நாங்க கேட்கத்தானே செய்தோம். இப்போ என்னனா எங்களையும் வெளிய போகச் சொல்லுறீங்க?"

"உங்கள மாதிரி காட்டுல பட்டா இல்லாம இருக்குறவங்கள காட்ட விட்டு வெளியேத்தனும்னு வேங்கை என்.ஜி.ஓ. அகிலா கோர்ட்ல கேசு போட்டு நடத்திட்டு இருக்காங்க தெரியுமா? அவீங்க கேசுல ஜெயிச்சு உங்கள வெளியேத்துனா உங்களுக்கு எதும் கிடைக்காது. உங்க நல்லதுக்குதான் சொல்லுறோம். நாங்க சொல்லுறத கேளுங்க."

"இங்க கஷ்டம்னு கீழே போன, அங்க இன்னும் மோசமாயிடும். எதுவா இருந்தாலும் எங்க கஷ்ட நஷ்டமெல்லா இந்தக் காட்டுலையே இருக்கட்டும்" என்றார் மூப்பன்.

"இது டைகர் ரிசர்வ். புலிக நல்லா இருந்தாதான் காடு நல்லாயிருக்கும். இல்லனா காடு அழிச்சு போகும்."

"எங்க காட்ட அழிச்சது யாரு?... நாங்களா, இல்ல நீங்களா? நாங்க எங்க இருந்தோமோ அங்கதான் காடு இருந்துச்சு. நீங்க இருந்த எடத்துலதான் காடு அழிச்சு கெடக்குது. நீங்க காட்ட எங்க காப்பாத்தி இருக்கீங்க?"

"காட்ட காப்பாத்துறதுதானே எங்க வேலெ? அதுக்குதானே நாங்க இருக்கோம்."

"சர்க்காரு உங்களுக்கு மாசம் மாசம் சம்பளம் கொடுத்து இந்தக் காட்டயும், மரத்தையும் காப்பாத்த சொல்லுறதுனால செய்யுறீங்க. இல்லைனா உங்களுக்கும், காட்டுக்கும் என்ன தொடர்பு? சும்மா

பண்ணுவீங்களா? ஆனா நாங்க அப்படியில்ல. நாங்க செத்தா மரம் தின்னும். மரம் செத்தா நாங்க தின்போம்."

"அதெல்லா செரிங்க. முதுமலை யானைகள் முகாம்ல அம்முனு ஒரு வளர்ப்பு யானை இருந்துச்சு. அந்த யானைக்கு ஒரு குட்டி பொறந்துச்சு. கொஞ்ச நாள் அம்மாவும், குட்டியும் ஒன்னாவே இருந்துச்சு. குட்டிய தன் காலுக்குக் கீழயே வைச்சு அம்மு பார்த்துகிச்சு. ரெண்டும் ரொம்ப பாசத்தோட இருந்துச்சு. முகாமில ஒரு பாகன் ஒரு யானையைத் தான் பாக்கணும்னு ரூல்ஸ் இருப்பதால ஒரு கட்டத்துல அம்மாவையும், குட்டியையும் பிரிக்க வேண்டிய சூழல் வந்துச்சு...

குட்டியை அம்மாகிட்ட இருந்து பிரிக்கிறதுக்குள்ள ஒரு வழியாயிடுச்சு. அது பிரிய மறுத்து கத்தி கதறுச்சு. தாயும், குட்டியும் கண்ணீர் வடிச்சது. முரண்டு பிடிச்ச குட்டியை இழுத்துப் போக முடியாம பாகன்க திணறுனாங்க.. கொஞ்ச கொஞ்சமா அதை ரெண்டையும் பிரிக்க பாகன்க படாதபாடு பட்டாங்க. அதைப் பார்க்க ரொம்பவே பாவமா இருந்துச்சு. எல்லோரது கண்ணுலயும் தண்ணீ வந்திடுச்சு. அம்மு ரெண்டு நாளு சாப்பிடாம பிளிறிட்டே இருந்துச்சு..." என்ற கிருஷ்ணன் சிறு இடைவெளி விட்டு மீண்டும் தொடர்ந்தார்.

"அப்புறம் ஒரு வருசம் கழிச்சு அம்மாவையும், குட்டியையும் ஒருநாள் பாக்க முடிஞ்சது. ரெண்டும் அருகருகேதான் மேய்ந்திட்டு இருந்தாலும், வேற வேற யானைக மாதிரி கண்டுக்கவே இல்ல. கொஞ்ச நேரத்துல பாகன்க வந்து கூப்பிடவும், திரும்பிக்கூட பாக்காம போயிட்டுச்சுக. இவ்வளவு தா அம்மாவுக்கும், குட்டிக்குமான பாசம். இதேமாதிரி ஆரம்பத்துல கஷ்டமா இருந்தாலும், காட்ட பிரிந்து போறது போகப்போக பழகிடும். ஏன்னா, மனுசங்களும் விலங்குகளும் ஒண்ணா வாழுறது சாத்தியமே இல்லை. காடுங்கறது விலங்குக வாழுறதுக்கு மட்டும் தான்."

"சார், தாய விட்டுட்டு புள்ளயும், புள்ளய விட்டுட்டு தாயும் வாழ்ந்திட முடியும். ஆனா நாங்க காட்ட விட்டுப் போறாதுங்கறது, உடம்புல இருந்து உசுரு பிரிஞ்சு போற மாதிரிங்க" என்ற மூப்பன் பேச்சைக் கேட்டு கிருஷ்ணன் வாயடைத்துப் போனார்.

"உலகம் எங்கயோ போயிட்டு இருக்கு. இந்த மலையில இருந்து கீழ போயி பாருங்க. அங்க ஆட்கள் எவ்வளவு வசதியோட

சந்தோசமா வாழுறாங்கனு தெரியும். உங்க நல்லதுக்குச் சொன்னா கேட்க மாட்டீங்க.... நாங்களா இனி உங்கள வெளியே போகச் சொல்லமாட்டோம். விருப்பப்பட்டு வரவங்களுக்குப் பணத்தோட எல்லா வசதியும் பண்ணித்தரத் தயாரா இருக்கோம். நீங்க சொன்னது எல்லாம் கிராம சபைக்கூட்டத்துத் தீர்மானமா எழுதியிருக்கோம். இத படிச்சுப் பார்த்து கையெழுத்து போடுங்க. நீங்க சொன்னது எல்லாம் சர்க்காருக்குப் போய்ச் சேரும்."

தீர்மானம் எழுதப்பட்டு இருந்த நோட்டில் எழுதப் படிக்கத் தெரியாதவர்கள் நீல நிற மையைத் தொட்டுக் கைவிரல் ரேகைகளைப் பதிவு செய்துவிட்டுக் கிளம்பினர். படிக்கத் தெரிந்தவர்களோ பழக்கப்படுத்தப்பட்ட செயல்களை மட்டுமே செய்யும் கும்கி போல எதையும் கவனிக்காமல் வெறுமனே கையெழுத்திட்டனர். இறுதியாக இளன் நோட்டினைத் திறந்து படித்தான்.

அதில்

'இன்று காலை சுமார் 11 மணியளவில் வேங்கைப்பதியில் சிறப்பு கிராம சபைக் கூட்டம் நடைபெற்றது. அதில் வனச்சரகர், வனவர், வனக்காப்பாளர் மற்றும் கிராம மக்கள் முன்னிலையில் நடைபெற்ற இக்கூட்டத்தில் கீழ்க்கண்ட தீர்மானங்கள் ஏக மனதாக நிறைவேற்றப்பட்டது.

தீர்மானம் : 1

ஆனைமலை இந்திராகாந்தி வனவிலங்கு சரணாலயத்தைப் புலிகள் காப்பகமாக மாற்றியது என்பதை ஏக மனதாக ஏற்றுக் கொள்ளப்பட்டுத் தீர்மானம் நிறைவேற்றப்பட்டது.

தீர்மானம் : 2

இந்தக் காட்டினைப் புலிகள் காப்பகமாக மாற்றுவதால் கிராம மக்களின் வாழ்வாதாரத்திற்கு எந்த வகையிலும் பாதிப்பும் இல்லை. மக்களுக்கு எவ்வித இடையூறும் இல்லை என்பதை அனைவராலும் ஏக மனதாக ஏற்றுக்கொள்ளப்பட்டு தீர்மானம் நிறைவேற்றப்பட்டது' என எழுதப்பட்டு இருந்தது.

இதனைப் படித்துப் பார்த்த இளன் அதிர்ந்து நிமிர்ந்தான். கிருஷ்ணன் கிளம்பிய ஜீப் வண்டித்தடத்தில் புழுதியை வாரியிறைத்தபடி சென்றுகொண்டிருந்தது.

ஆழியாறு

முதுவேனில் காலம்

21

ஆனைமலை மலைக்காடுகள் அடை மழையில், புத்துயிர் பெற்றிருந்தன. மலைகளில் இருந்து வழிந்தோடி வரும் நீரைத் தேக்கிக் கொண்டு ஆழி போல மலையடிவாரத்தில் நின்றிருந்தது, ஆழியாறு அணை. அணையை ஒட்டிச் செல்லும் வால்பாறைச் சாலையில் வாகனங்கள் பாய்ந்தோடின. அதீத ஹாரன் சத்தத்துடன் அடுத்தடுத்து பத்திருபது இரு சக்கர வாகனங்கள் அதிவேகத்துடன் சீறிப் பாய்ந்தன. கடந்து சென்ற வாகனங்களின் இரைச்சலும், ஹாரன் சத்தமும் மணிக்கு எரிச்சலூட்டின. கண்களை இறுக்க மூடித் திறந்தான்.

அவ்வாகனங்களின் சத்தம் வெகு தொலைவிற்குச் செல்லும் வரை, தனது இரு சக்கர வாகனத்தைச் சாலையோரத்தில் நிறுத்திக்கொண்டான். அவனுக்குப் பின்னால் காட்டுராசா அமர்ந்திருந்தான். காட்டுராசா அணைக்குள் பார்வையைச் செலுத்தினான். மதகுகளுக்கு அருகே ஆழியார் அணை *1962* என்ற பெயர்ப் பலகை கண்ணில் பட்டது. அணைக்கு எதிர்புறம் வழிந்தோடிய ஆற்று நீரில் பலர் குளித்துக் கொண்டிருந்தனர்.

அச்சத்தங்கள் கடந்து சென்ற பின்னர் மணி வண்டியை ஓட்டினான். சற்று தூரம் சென்றதும் அணைக்கு முன்பாக இருந்த பூங்காக்களில் மக்கள் குடும்பம் குடும்பங்களாகக் குவிந்திருந்தனர். குழந்தைகள் அதற்கும் இதற்குமாக ஓடியாடி விளையாடின. சாலையோரக் கடைகளில் தீச்சட்டியில் வறுபட்டுக்கொண்டிருந்த மீனின் வாசம், காட்டுராசாவின் மூக்கைத் துளைத்துப் பசியைத் தூண்டியது.

ஒரு தள்ளுவண்டியைச் சுற்றிச் சிறுவர்கள் பலர் நின்று கொண்டிருந்தனர். அந்த வண்டியில் பாப்பாட்டன் குழல்கள் குவியல் குவியலாக அடுக்கி வைக்கப்பட்டு இருந்தன. பாப்பாட்டன் குழல், மூங்கில் துண்டில் பனை ஓலையை வைத்துக் கூம்பு வடிவத்தில் சுற்றி வண்ணத்தாள்களால் அலங்கரிக்கப்பட்டு இருந்தது. சிறுவன் ஒருவன் பாப்பட்டாங்காயை எடுத்து

மூங்கிலில் இருந்த துளைக்குள் வைத்தான். கைப்பிடிக் குச்சியால் வேகமாக அழுத்தினான். அச்சிறுகாய் உடைந்து சிதறிய போது எழுந்த 'பட்' என்ற சிறு ஓசையைக் கூம்பு வடிவம் பெரிதுபடுத்திக் கொள்ளுப் பட்டாசு வெடிப்பது போலக் கேட்கச் செய்தது. மலைப்பாதையில் விரிந்திருந்த மலைக்காடுகளையும், அணையில் தேங்கியிருந்த நீரையும் பார்த்தபடி இருவரும் சென்றனர். சாலையில் ஊர்ந்து சென்ற ஓர் உடும்பு நாவல் மரத்தில் ஏறியது.

"அந்தக் காலத்துல இங்க ரோடு போட எவ்வளவு கஷ்டப்பட்டு இருப்பாங்க?" வால்பாறை சாலையைப் பார்த்தபடி காட்டுராசா கேட்டான்.

"இந்தச் சாலை போட்டதுக்குப் பின்னால ஒரு பெரிய கதெயே இருக்கு. இந்தச் சாலை வழியா தா இங்க மலைகளுல தேயிலைத் தோட்டங்க வந்து, காடுக அழியக் காரணமா இருந்துச்சு."

"அப்படியா?"

"ஆமா. உலாந்தியில இருந்த மாதிரி தரமான தேக்கு இல்லாதனால பூனாச்சி மலக்காடுக கொஞ்சக் காலம் தப்பி இருந்துச்சு. ஒரு முறை பிரிட்டிஷ் இந்தியாவோட மகாராசாவா இருந்த எட்வர்டுனு ஒரு இளவரசர் ஆனைமலைக்கு வந்து, அக்கா மலெயில தங்கி வேட்டையாட இருந்தாரு. அதுக்காக இளவரசரு குதிரையில போகுறதுக்குப் போட்டது தா இந்த ரோடு. அதனால தா குதிரை போகுற மாதிரி இந்தச் சாலையும் வளஞ்சு நெளிஞ்சு போகுது.

வேட்டைக்காக வர இளவரசருக்கு விலங்குகளோட தடம் கண்டு சொல்ல ஒரு காடர் குடும்பத்தினர் அமர்த்தப்பட்டாங்க. இளவரசரு வருகைக்காக வெள்ளக்காரங்க சமவெளி மலையடிவாரத்துல ஒரு கேம்ப் போட்டு ஜாருரா ஏற்பாடு பண்ணுனாங்க. அந்த எடம் ஆங்கிலக்குறிச்சினு சொல்ல ஆரம்பிச்சு, இப்போ அங்கலக்குறிச்சியா மாறியிருக்கு."

"ஓ"

"எல்லா ஏற்பாடும் முடிச்சதுக்குப் பின்னாலயும் எதனாலையோ, இளவரசரால இங்க வர முடியல. ஆனா அந்தக் குதிரை சாலை தா இப்போ வால்பாறை சாலையா இருக்கு."

"ம்ம்ம்"

"அப்புறம் கொஞ்ச நாளுல இளவரசருக்குத் தடம் கண்டு கூற அமர்த்தப்பட்ட காடர் குடும்பத்தினர் எதோ மாய சக்தியால பீடிக்கப்பட்டு, இறந்துவிடப் போவதாகச் சொன்னாங்க. சொன்ன மாதிரியே அடுத்தடுத்து செத்தும் போனாங்க."

"ஏன், என்னாச்சு?"

"அவீங்க நஞ்சு கொடுக்கப்பட்டு இறந்ததா சொல்லுறாங்க. ஆனா இப்போ வர அவீங்க சாவு மர்மமா தா இருக்கு."

அணையைக் கடந்து சற்று தூரம் சென்ற பின்னர், மணி வண்டியை இடது புறமாகத் திருப்பினான். கரடு முரடாக இருந்த மண் தடத்தில் வண்டி சென்றது. வெகு தூரம் சென்ற நிலையில் அணை நீரும், ஆங்காங்கே சாளைகளும் தெரியத் துவங்கின. அதுதான் மலைப்பதியாக இருக்குமென காட்டுராசாவிற்குத் தோன்றியது.

ஒன்றை விட்டு ஒன்று தள்ளியிருந்த சாளைகள், நண்பகல் அமைதியில் மூழ்கியிருந்தன. ஆட்கள் நடமாட்டமின்றி இருந்தது. புல்வெளியில் நான்கைந்து ஆட்டுக்குட்டிகள் மேய்ந்து கொண்டிருந்தன. அங்கொன்றும், இங்கொன்றுமாகத் தென்னை மட்டையால் பின்னப்பட்ட கூரைச் சாளைகள் இருந்தன. சில கூரைகளின் மீது தார்ப்பாயும், சில கூரைகளின் மீது சிமெண்ட் சீட்டும் மழை ஒழுகாமல் இருப்பதற்காகப் போடப்பட்டிருப்பது தெரிந்தது. சாளைகளின் முன்பக்கம் மண் சுவர்களாலும், தென்னை மட்டையாலும் அடைக்கப்பட்டு இருந்தன.

வண்டியை ஓடந்தழையில் வேயப்பட்ட கூரையின் மீது நீல நிறத் தார்ப்பாயினால் மூடப்பட்டிருந்த சாளையின் முன்பாக மணி நிறுத்தினான். வண்டிச் சத்தத்தைக் கேட்டதும் சில குழந்தைகள் கூச்சலுடன் ஓடி வந்தனர். குழந்தைகள் மணியுடன் சிரித்துப் பேசியபடி, அவன் கொடுத்த சாக்லேட்டுகளைப் பெற்றுச் சென்றனர். புதிதாக வந்திருந்த காட்டுராசாவை ஒருவித தயக்கத்துடன் திரும்பித் திரும்பிப் பார்த்துச் சென்றனர்.

மணியுடைய சாளையின் முன்பக்கம் மண் சுவரால் கட்டப்பட்டு இருந்தது. அதில் ஆங்காங்கே மண் பெயர்ந்து ஓடைக் கற்கள் வெளியே தெரிந்தன. வாசல் வரை வந்த மணியின் தாய், இருவரையும் சாளைக்குள் வரவேற்றார். தலை குனிந்தபடி சாளைக்குள் செல்ல வேண்டியதாக இருந்தது. மழையில் ஒழுகி ஒழுகி சாளை முழுக்க ஓதமாகியிருந்தது. மண் தரையில்

விரிக்கப்பட்டு இருந்த பாயில் அமர்ந்தனர். மண்ணின் ஈரத்தைக் காட்டுராசாவால் உணர முடிந்தது.

மணியின் தாய் குடிக்கத் தண்ணீரைக் கொண்டு வந்து கொடுத்து விட்டு, தேநீர் வைக்கும் பொருட்டு விறகடுப்பில் பாத்திரத்தை வைத்து தீக்கங்கை ஊதிவிட்டார். மண் தரையில் நான்கு குடங்களும், சில பாத்திரங்கள், மளிகைப் பொருட்களும் வைக்கப்பட்டு இருந்தன. இருள் மூழ்கிக் கிடந்த மூலையில் புத்தம் புதிதாகக் கொடுக்கப்பட்ட இலவச வண்ணத் தொலைக்காட்சியின் அட்டைப் பெட்டி திறக்கப்படாமலேயே வைக்கப்பட்டு இருந்தது. ஒரு பக்கம் கட்டப்பட்டு இருந்த கயிற்றில் துணிகள் போடப்பட்டு இருந்தன.

கூரையில் இருந்தும், மண் சுவர்களில் இருந்தும் நீர் ஒழுகிய தடங்கள் தெரிந்தன. கூரையில் இருந்து ஒழுகும் மழை நீரைப் பிடிக்க ஆங்காங்கே பாத்திரங்கள் வைக்கப்பட்டு இருந்தன. மூலையில் ஒரு பீரோ இருந்தது.

மணியின் தாய் கொடுத்த தேநீரைக் குடித்த பின்னர், "மச்சு, வா வெளியில நடந்திட்டே பேசலாம்" என மணி, காட்டுராசாவை வெளியே அழைத்துச் சென்றான்.

"மச்சு, ஏதும் படத்துக்குப் போலாமா?"

"வேண்டா மாப்ள."

"இல்லன்னா எங்காச்சும் போவோமா?"

"ம்ம்ம்... எங்க போறது?"

"மணி இவீட வரீ" தூரத்தில் இருந்து ஒருவன் அழைத்தான்.

"இரு மச்சு, வாரேன்" என்றபடி மணி அவனை நோக்கி நடந்து சென்றான். காட்டுராசா அங்கேயே நின்றுகொண்டான்.

"நீண்டாத்து ஒந்து பறயணும்."

"பறா. நா கேக்கானு."

"அது வந்து..."

"அட, எந்தி இருந்தாலும் சொல்லு."

“இல்ல. மலெ மக்களுவ, மக்களு சாளைக்குள்ள கூட்டிக்கொண்டு வரனது சரியில்ல.”

மணி எதுவும் பேசாமல் அவனையே முறைத்தபடி பார்த்தான்.

“எந்தாயிலும் அவீங்க நமுகு தாழ உள்ளவரானு.”

“போதும். நீ பேச வேண்டா.”

“எந்தி இருந்தாலும் முறையினு ஒந்து இருக்குதானே.”

“எந்தானு நிங்க? இங்கன எல்லாரும் பிரிச்சு உள்ளது காரணமானு இந்த நெலமையில இருக்கானு. இதப்பத்தி இனி ஒந்தும் பறயேண்டா” என்றபடி மணி வேகமாகக் காட்டுராசாவை நோக்கி நடந்து வந்தான்.

“ஏன்? எதும் பிரச்சினையா மணி?”

“ஒந்துமில்ல மச்சு, வா நாம போலாம்” என்றபடி நடந்தான்.

ஆடிக்காற்று பலமாக வீசிக்கொண்டிருந்தது. மணி அவனது பாட்டி வானம்மா சாளைக்குக் காட்டுராசாவை அழைத்துச் சென்றான். மலைப்பதியில் இருந்து சற்றுத்தள்ளி அவளது சாளை இருந்தது. இருவரும் பேசிக்கொண்டே நடந்தனர்.

“மழெ காலத்துல எப்படிச் சமாளிக்கிறீங்க?”

“மழெ காலத்துல எங்க பாடு பெரும்பாடுதான். மழை வந்தாலே எல்லாருக்கும் பயம் வந்திடும். எப்போ மண் செவுரு இடிஞ்சு விழுமோனு பயத்துல ராத்திரி முழுக்கத் தூங்காம குழந்தெ குட்டிகளோட இருட்டுல முழிச்சிட்டு இருப்போம். கொஞ்சம் அசந்தாலும் அவ்வளவுதான்...” என்ற மணியின் வார்த்தைகளில் விரக்தி மிகுந்திருந்தது.

“மலெக் காட்டுல இருக்கிற எங்க நெலமை தா அப்படினா, கீழே இருக்குற உங்க நெலமையாவது கொஞ்சம் நல்லாயிருக்கும்னு நெனச்சேன்.”

“அட... போ மச்சு. கேட்டா இது டேம் ஓட்டி வரதுனால வனக்கிராமம் இல்லீங்கறான் ஒருத்தன். இது ரெவன்யூ டிபார்மெண்ட்டுலையும் வராதுங்கறான் இன்னொருத்தன். விலங்குக மேலெ காட்டுற அக்கறையைக் கூட மனுசங்க நம்ம மேலெ யாரும் காட்டுறதில்ல. வாழ வழியில்லாம, கேட்க

நாதியில்லாம கெடக்குறோம். இதப் பத்தி எத்தனை மொற பெட்டிசன் கொடுத்தாலும், யாரும் எட்டிக் கூட பாக்குறதில்ல..."

"........."

"அணெ நிறைஞ்சா தண்ணீ பதி வரைக்கும் வந்திடும். ஓதத்தில் பாயப்போட்டு படுத்திருப்பதால எல்லாருக்கும் காய்ச்சல், தலைவலினு வரும். அப்படித்தான் என் அப்பா ஓதத்தால ஜன்னி வந்து செத்துப் போனாரு" என்ற போது மணியின் கண்கள் கலங்கின. மணியின் தோள் மீது காட்டுராசா ஆறுதலாகக் கைகளைப் போட்டபடி நடந்தான். மேடான பகுதியில் ஏறிய போது, சற்றுத் தொலைவில் ஆழியாறும், மின் உற்பத்தி நிலையமும் தெரிந்தது. அதனைப் பார்த்து மணி சிரிக்க, "ஏன் சிரிக்கிற?" எனக் காட்டுராசா கேட்டான்.

"ஒந்துமில்ல. இங்க உற்பத்தியாகுற கரெண்ட் ஊருக்கெல்லா போகுது. ஆனா இங்கயே இருக்குற பதிக்கு மட்டும் வரமாட்டிங்குது" என்றபடி ஒரு விரக்திப் புன்னகையை உதிர்த்தான். காட்டுராசாவிற்கு என்ன சொல்வது எனத் தெரியவில்லை. எதுவும் சொல்லிக்கொள்ளாமல் தொடர்ந்து நடந்தனர்.

வானம்மா சாளைக்குள் இருவரும் சென்றனர். அங்கு வானம்மா கட்டிலில் அமர்ந்திருந்தாள். அந்தச் சாளையில் அவள் மட்டுமே தனியாக இருக்கிறாள் என்பதைக் காட்டும் வகையில், சில துணிகளும், சில பாத்திரங்களும் மட்டுமே இருந்தன. காட்டுராசாவை அறிமுகம் செய்து வைத்தான். அவள் உடல் தளர்ந்து மெலிந்திருந்தாள். கைகள் முழுக்க பச்சை குத்தியிருந்தாள். வெற்றிலை போட்டுப் போட்டு உதடுகள் சிவந்திருந்தது. மூவரும் வெகு நேரம் பேசிக்கொண்டிருந்தனர். அரிதாகக் கதைச் சொல்லும் வானம்மா அன்று அவளாகவே தனது கதையை மெல்லிய குரலில் சொல்லத் துவங்கினாள்.

22

நவமலையில் இருந்து இறங்கிய ஆழியாறு, வடமேற்குத் திசையில் பாய்ந்தோடிக் கொண்டிருந்தது. ஆற்றின் கிழக்குக் கரையில் சிங்காரத்தோப்பு இருந்தது. ஆற்றங்கரைக்கு அருகே மலசர்களும், சற்றுத்தள்ளி இரவாலர்களும் சாளை போட்டிருந்தனர். ஆற்றங்கரையையொட்டிக் கவுண்டர்கள், இரவாலர்கள், மலசர்களின் நிலங்கள் இருந்தன. அங்கு வானம்மாவின் தந்தை நஞ்சனுக்கும் கொஞ்சம் நிலம் இருந்தது. அதனைச் சுற்றியெங்கும் கவுண்டர்களின் ஆடிப்பட்டத்தில் போட்ட மட்டக்காரி நெல் வயல்வெளிகளும், மா, பலா, கொய்யா தோப்புகளும் இருந்தன.

முன்னிரவு பெய்த மழையால் வானில் சூரியக் கதிர்கள் கருமேகத்தை ஊடுருவி மண்ணைச் சேர முடியாமல் தவித்தன. மழையின் ஈரம் கருங்கல் சாலையில் ஒட்டியிருந்தது. பூனாச்சி மலைக்குச் செல்லும் அச்சாலை ஆழியாறு ஆற்றின் மீது இருந்த கல்பாலத்தைக் கடந்து ஆதாளியம்மன் கோயிலுக்கருகே சென்று மேற்கே திரும்பி வண்ணாந்துறையில் இருந்து சித்தாறு மேல் சென்று குரங்கு அருவியை அடையும். தூரத்தில் கூட்டம் கூட்டமாக ஆட்கள் மூட்டை, முடிச்சுகளைச் சுமந்தபடி பூனாச்சி மலைக்குக் கால்நடையாகச் சென்றுகொண்டிருந்தனர். அவர்களைப் பார்த்தபடி பரட்டைத் தலையுடன், ஆடைகளற்ற கறுத்த உடலுடன் வானம்மா நின்றிருந்தாள். நான்கைந்து வயதான அவள் வயது சிறுமிகள் ஆற்றில் குளித்து விளையாடுவது தெரிந்தது. ஆற்றுக்குச் செல்லக் கிளம்பியவள் கூட்டமாகச் சென்றவர்களைப் பார்த்தபடி நின்றிருந்தாள்.

கூட்டத்தினர் கண்ணிலிருந்து மறையும் வரை, வானம்மா அவர்களையே பார்த்தபடி இருந்தாள். "அங்காவு எந்து பாத்து கொண்டிருக்கனு விள?" நஞ்சன் கேட்டதும், சாளையை நோக்கித் திரும்பி ஓடினாள். நஞ்சன் சாளையின் முன்பாக அமர்ந்திருந்தார்.

"ப்பா... கூட்டமா எங்காவு போனீ?"

"பூனாச்சி மலெக்கு தேயில தழ புடுங்கப் போனீ."

"ம்ம்ம்"

"குறச்சு தண்ணீ குடிக்கக் கொண்டு வரு விள" சாளைக்குள் ஓடிச் சென்று செம்பில் மோந்து வந்து வானம்மா கொடுத்த தண்ணீரை நஞ்சன் குடித்தார். கவலை பூசிய முகத்துடன் அவர் அமர்ந்திருந்தார். குழப்ப ரேகைகள் அவரது முகத்தில் படர்ந்திருந்தது. நஞ்சன் வெகு நேரமாக ஒரே இடத்தில் அமர்ந்திருப்பதை இதற்கு முன்பு வானம்மா பார்த்ததில்லை.

திடீரென மழைத் தூறல் போட்டு நின்றது. சாளைக்கு அருகே இருந்த உரலைப் பார்த்தார். ஓர் உழவு மழை பெய்திருப்பது தெரிந்தது. இதுவே வேறொரு நாளாக இருந்திருந்தால் சோளத்தையோ, கம்பையோ விளைவிக்க நிலத்தை உழத் துவங்கியிருப்பார். இரண்டு உழவு மழையாக இருந்திருந்ததால் சாமையோ, ராகியோ போட்டிருப்பார். அடுப்பில் சோளச்சோறு, ராகிக்களி, கம்பஞ்சோறு என எதையேனும் செய்ய நிலம் குறைவில்லாமல் கொடுத்தது. இனி நம் இடம் நமக்கு இல்லை என்ற கவலை, ஆடிக்காற்றில் அலையும் தூசியைப் போல அவரது மனதில் ஆடியது.

மேற்கு மலைத் தொடர்ச்சியில் இரண்டாகக் கோடு போட்டது போல, வடக்குப்புறம் மெட்ராஸ் ஸ்டேட் என்றும், மேற்குப்புறம் கேரளா என்றும் மத்திய சர்க்கார் பிரித்ததாக வந்து சேர்ந்த செய்தியோடு, "ஆழியாறு ஆத்த மறிச்சு அணை கட்டப் போறாங்க. நீங்க இந்த எடத்த விட்டு வேற எடத்துக்குப் போகணும்" என அதிகாரிகள் வந்து நின்றனர். அதைக் கேட்டதில் இருந்தே நஞ்சனிடம் கவலை நிரந்தரமாகத் தங்கிவிட்டது. அவரைப் போலவே சிங்காரத்தோப்பும் கவலையில் மூழ்கி தத்தளித்துக் கொண்டிருந்தது. அதிகாரிகளும், அரசியல்வாதிகளும் அடிக்கடி வருவதும், பேசுவதுமாக இருந்தனர். அவர்கள் சொல்வது எதுவும் நஞ்சனுக்குப் புரியவில்லை. சிங்காரத்தோப்பினர் சொல்வது எதுவும் அவர்களுக்குப் புரியவில்லை.

அணை கட்டும் பணிகள் துவங்கின. கட்டுமானப் பணிகள் துரித கதியில் அதிவேகமாக நடந்து கொண்டிருந்தன. ஆற்றின் மையத்தில் வேலை செய்வதற்காக ஆற்றைச் சற்று வடபக்கம் இடமாற்றி விட ஆயிரக்கணக்கான மணல் மூட்டைகள் அடுக்கி வைத்து ஆற்று நீர் ஒதுக்கி விடப்பட்டிருந்தது. புதிதாக

வந்த ஆயிரக்கணக்கான தொழிலாளர்களுக்காக ஆங்காங்கே குடிசைகள் முளைத்தன. சிறு கரடுகள் வெடி வைத்துத் தகர்க்கப்பட்டன. உடைக்கப்பட்ட கற்களை மாட்டு வண்டிகள் எடுத்துச் சென்றுகொண்டிருந்தன. கனரக இயந்திரங்கள் மண்ணைத் தோண்டி எடுத்தன. எடுக்கப்பட்ட மண்ணை நூற்றுக்கணக்கான லாரிகள் கரைகள் அமைக்க வேண்டி கொண்டு சென்றன. அணை நெடுகிலும் நூற்றுக்கணக்கான தொழிலாளர்கள் கடிகார முட்களாய் இயந்திர கதியில் இயங்கிக் கொண்டிருந்தனர்.

சில நாட்களுக்குப் பின்னர் இரவாலர்களும், மலசர்களும் உணவு தானியங்களையும், பொருட்களையும் தலையில் சுமந்துகொண்டு கால்நடைகளைக் கையில் பிடித்துக்கொண்டு வரிசையாகச் சிங்காரத்தோப்பில் இருந்து வெளியேறி நடந்தனர். கூட்டத்தில் நடுவில் நடந்து கொண்டிருந்த நஞ்சனுக்கு முகம் சுருங்கியிருந்தது. கண்கள் சிவந்திருந்தன. வானம்மா கண்ணீர் வடிய அழுது கொண்டே திரும்பித் திரும்பிப் பார்த்தபடி நடந்தாள்.

"ப்பா... எங்காவு போனீ?"

"நமுக்கறியலா."

"திருச்சு எப்போ வரு?"

"இனி இவீட வரீல்லா."

வானம்மா வெடித்து அழத் துவங்கினாள். என்ன நடக்கிறது என்பது அவளுக்குப் புரியவில்லை. ஆனால் அந்த ஆற்றையும், இடத்தையும் பிரிந்து செல்கிறோம் என்பது மட்டும் புரிந்தது. அந்தத் துயரம் அவளை வாட்டி வதைத்தது. சிங்காரத்தோப்பினர் அகதிகள் போல வெளியேறிச் செல்வதைப் பலர் வேடிக்கை பார்த்தனர்.

இதைச் சொல்லும் போது வானம்மாவின் கண்களில் கண்ணீர் ஊற்றெடுப்பதைக் காட்டுராசா கவனித்தான்.

சிங்காரத்தோப்பினர் வெளியேற்றப்பட்ட நான்கைந்து ஆண்டுகளில் வில்லோனி மலைக்கும், புளியன்கண்டி மலைக்கும் இடையே ஆழியாறு அணை சிங்காரமாக எழுந்து நின்றது. அதில் ஆனைமலைகளில் இருந்து பாய்ந்தோடி வந்த தண்ணீர், ஆழி போலச் சூழ்ந்தது. நெல்வயல்களும், தோப்புகளும், சாளைகளும்

இருந்த இடம் தண்ணீரில் மூழ்க, சிங்காரத்தோப்பு இருந்த இடம் தெரியாமல் மறைந்து போனது.

"ஆழியாறு அணையைத் திறந்து வைக்க காமராசரு வராரு" என்பதுதான் பாறைப்பதி முழுவதும் பேச்சாக இருந்தது. இதைக் கேட்டதில் இருந்து பத்து வயதுச் சிறுமியாக இருந்த வானம்மாவிற்குக் கையும் ஓடவில்லை. காலும் ஓடவில்லை. காமராசரைத் தனது பதிக்கு அழைத்து வந்துவிட வேண்டுமென்ற எத்தனிப்பு அவளை உந்தித் தள்ளியது.

ஆனைமலை மலைத்தொடரில் பாய்ந்து வரும் தண்ணீரை அணைகட்டித் தடுத்து, வாய்க்கால்கள் வழியே ஓடச் செய்து, பரவிக்கிடக்கும் நிலங்களுக்கெல்லாம் பாயச் செய்திருந்தனர். சிங்காரத்தோப்பில் இருந்த இரவாலர்கள் வடக்குப் பகுதிக்கும், மலசர்கள் தென்கிழக்குப் பகுதிக்கும், மலை மலசர்கள் மேற்குப் பகுதிக்கும் இடம் பெயர்ந்திருந்தனர். மலசர்களின் ஒரு பகுதியினர் தெற்கே ஆழியாறு ஆற்றுக்கு அருகே பாறைப்பதியை அமைத்திருந்தனர். புது இடத்திற்கு வந்து நான்கைந்து ஆண்டுகளாகியும் ஒத்து வரவில்லை. இருந்தாலும் மலையடிவாரத்தில் ஆழியாற்றைப் பார்த்துக் கொண்டிருப்பது வானம்மாவிற்குச் சற்று நிம்மதியாக இருந்தது. வானம்மா அவளது தோழி மல்லியைத் தேடிச் சென்றாள்.

"என்னு வானம்மா? குக்கு. எந்தி இந்நேரத்துல வந்திருக்கனு நீயு?"

"காமராசர காணப் புவா விள?"

"அங்காவு எதுக்கு விள? அங்க நிறைய ஆள்காரு இண்டாகு. நம்மூ எதுக்குப் போகனும்?"

"காமராசர கண்டு பேசிக்கொண்டு, நம்மூ பதிக்குக் கூட்டிக்கொண்டு வரனு."

இதைக்கேட்டதும் மல்லி பதறிப் போனாள். "அவரு எல்லா பெரிய மனுசரு. நம்மூ பதிக்கு எதுக்கு வருவாரு?"

"அவரு எத்தர பெரிய மனுசரா இருந்தாலும் சரி, நம்மூ பதிக்குக் கூட்டிக்கொண்டு வரக்கென்ன?" வானம்மா பேச்சில் பிடிவாதம் இருந்தது.

"நீயெல்லா சொன்னா கேட்க மாட்டே விள. அவர எதுக்குப் பதிக்குக் கூட்டிக்கொண்டு வரனு?"

“ஊருல உள்ளவரு எல்லாரும் நல்லாயிருக்க அண கட்ட எடம் கொடுக்கு. ஞாங்களுக்கு எந்து தந்து? எங்கன நெலமை எங்கனே இருக்குனு அவ லொக்கிட்டு வன்னு காணிக்கிறனு.”

“வேண்டா விள. எனிக பேடியாகுனு. நா வரீல்லா.”

“சரி. நின்களை யாரும் வர வேண்டா. நானே போயி கண்டிட்டு வருனு.”

வானம்மா நெடுநெடுவென நடக்க ஆரம்பித்தாள். ஆழியாறு அணையின் மேற்குக் கரையோரத்தில் இருந்த மலை மலசர்களின் சின்னார்பதிக்குள், அணை நீர் பரவியிருந்ததைப் பார்த்தபடி வானம்மா நடந்தாள்.

ஆழியாறு திருவிழாக் கோலம் பூண்டிருந்தது. எதிர்ப்படும் மக்கள் எல்லாம் கொண்டாட்டத்தில் மிதந்தனர். ஒவ்வொரு முகத்திலும் மகிழ்ச்சி பூத்துக் குலுங்கியது. வெள்ளை வேஷ்டி, சட்டைகளுடன் ஆண்களும், புதுச் சேலைகளுடன் பெண்களும் கூட்டம் கூட்டமாகக் குவிந்திருந்தனர். மாட்டு வண்டிகள் வால்பாறைச் சாலையில் வரிசையாக நிறுத்தி வைக்கப்பட்டு இருந்தன. சில மோட்டார் வாகனங்களும் நின்றிருந்தன. வானம்மா கூட்டத்திற்குள் புகுந்து நடந்தாள்.

“பழனிச்சாமி கவுண்டர சும்மா சொல்லக்கூடாதுய்யா... மல மேல இருக்குற தண்ணீய கீழ கொண்டு வரனும். மேக்கால போற தண்ணீய கெழக்க திருப்பணும்னு சொல்லிச் சொல்லிக் கேட்காததை, எம்.எல்.சி பதவியை ராஜினாமா பண்ணிடுவேனு சொல்லி சாதிச்சுட்டாரு. அந்த மனுசன் இல்லாட்டி இதெல்லா நடந்திருக்குமா?... இனி வானம் பாத்து வெள்ளாமை பண்ண வேண்டியதில்ல” எனக் கூட்டத்தில் வழுக்கைத் தலையோடு இருந்த ஒருவன் பேசியது வானம்மா காதில் விழுந்தது.

ஆழியாறு அணை திறக்கப்பட்டது. அணையில் இருந்து மதகுகள் வழியாகத் தண்ணீர் கொட்டுவது, மழைக்காலங்களில் மலையிலிருந்து நூறு அருவிகள் ஒன்றாகக் கொட்டுவது போல இருந்தது. ஆர்ப்பரித்துக் கொட்டும் தண்ணீர், ஆற்றுக்குள் பாய்ந்தோடியது. மதகுகள் வழியாகத் தண்ணீர் கொட்டுவதை வானம்மா விழி விரித்து, வாய் பிளந்து ஆச்சரியத்தோடு பார்த்தாள்.

“காமராசரு கட்டி வைச்சியிருக்கறது அணை இல்ல. வறண்ட நெலமா இருக்குற இந்த மண்ணெப் பொன்னாக்குற அட்சயப் பாத்திரமாக்கும்” வெள்ளை மீசையை முறுக்கியபடி கதர் சட்டை அணிந்திருந்தவன், பெருமிதமாக வானம்மாவிடம் சொல்லிச் சென்றான். ஆங்காங்கே நின்றிருந்த கூட்டம் தெற்கு நோக்கி ஓடியது. வானம்மாவும் ஓடினாள்.

பெருங்கூட்டம் கூடியிருந்தது. ஆட்கள் முந்தியடித்துக் கொண்டு முன்னால் சென்றனர். அக்கூட்டத்திற்குள் நுழைந்து செல்வது வானம்மாவிற்குப் பெரும்பாடாக இருந்தது. கிடைக்கும் இடைவெளிக்குள் எல்லாம் புகுந்து, கூட்டத்திற்குள் பிதுங்கி முன்னேறிச் சென்றாள். வானம்மாவிற்கு வியர்வை வடிந்து துணியெல்லாம் நனைந்திருந்தது.

“மெட்ராஸ் மாநில முதலமைச்சர் காமராசர் உரையாற்றுவார்.”

தூரத்தில் ஒருவர் எழுந்து பேசுவது தெரிந்தது. வழுக்கைத் தலையுடன், தொளதொளவென்ற வெள்ளைச்சட்டையும், நரைத்த சிறு வெள்ளை மீசையுமாக இருந்தார். அவர்தான் காமராசராக இருக்க வேண்டுமென வானம்மா நினைத்தாள். அவர் பேசியது எதுவும் இவளது காதில் விழவில்லை. தன்னோடு பதிக்கு வருமாறு கைகளை நீட்டிச் செய்கை செய்தாள். பக்கத்தில் நின்றிருந்தவன் ஒரு மாதிரியாக ஏறயிறங்கப் பார்த்தான். “ச்ச்ச்... கையகால ஆட்டாம அமைதியா நில்லு” என ஒருவன் அதட்டினான். அதனைப் பொருட்படுத்தாமல் வானம்மா தொடர்ந்து செய்கை செய்தாள். காமராசரின் கவனம் அவள் மீது படவில்லை.

காமராசர் பேசி முடித்ததும் கூட்டம் கலைந்து செல்லத் துவங்கியது. காமராசரும், உடன் வந்திருந்தவர்களும் நடந்து சென்றனர். அவர்களைச் சுற்றிப் பலர் சூழ்ந்திருந்தனர். “அய்யா, அய்யா” என்றபடி வானம்மா முந்தியடித்துச் சென்றாள். காமராசர் வானம்மாவிற்கு நன்றாகத் தெரிந்தபோது, வெள்ளை நிற காரில் ஏறி அமர்ந்திருந்தார். வானம்மா கைகளை ஆட்டியபடி வேகமாக ஓடினாள். காமராசர் சிரித்தபடி கைகளை ஆட்டினார். கார் புறப்பட்டுச் சென்றது. அடுத்தடுத்து நான்கைந்து கார்கள் செல்ல அவற்றின் பின்னால் வானம்மா சிறிது தூரம் ஓடி ஓய்ந்தாள்.

23

ஆற்று வெள்ளம் போல ஐந்தாண்டுகள் பாய்ந்தோடின. வானம்மா பூப்படைந்த நாளில் இருந்து முட்டுச்சாளையில் தங்கியிருந்தாள். அங்கு விரிக்கப்பட்டு இருந்த ஒரு பாயில் வானம்மா உடன் மல்லி அமர்ந்திருந்தாள். எப்போது அங்கிருந்து சாளைக்குச் செல்வோம் என ஏக்கத்துடன் இருந்த வானம்மாவிடம், "ஏழாம் தெவச சடங்கு முடிஞ்சதுக்கு அப்புற மேலு போயிக்கலாம் விள" என மல்லி சொல்லியிருந்தாள்.

ஏழாவது நாள் விடியல் வானம்மாவிற்கு நிம்மதியையும், மகிழ்ச்சியையும் கொண்டு வந்திருந்தது. அத்தை, அண்ணி முறையும் கொண்டவர்கள் வந்து வானம்மாவைக் குளிப்பாட்டி, தாய்மாமன் காளி வாங்கி வந்திருந்த ஆடை, அணிகலன்கள், அலங்காரப் பொருட்களால் அலங்கரித்தனர். சாளை முற்றத்தில் பதியிலுள்ளவர்கள் சேர்ந்து பச்சைப் பந்தலிட்டு, காட்டுப் பூக்களால் அலங்கரித்து அழகுபடுத்தினர். துத்தி, நாயனம், உருமி முழங்க பதியிலுள்ள ஒவ்வொரு சாளையிலிருந்து சீர்த்தட்டம் கொண்டு வரப்பட்டது. சீர்த் தட்டங்கள் பந்தலின் நடுவில் வைக்கப்பட்டது.

அத்தட்டங்களுக்கு முன்னால் வானம்மா கிழக்கு முகமாக அமர வைக்கப்பட்டாள். தட்டங்களில் விதவிதமான தின்பண்டங்கள் வைக்கப்பட்டு இருந்தன. அவற்றைப் பார்த்ததும் வானம்மா நாக்கில் எச்சில் ஊறியது. எப்போது சாப்பிடக் கிடைக்கும் என ஏக்கமாக இருந்தது. சுற்றியிருந்தவர்கள் அவளைப் பார்த்துக் கொண்டிருந்ததால், அதனை வெளிக்காட்டிக் கொள்ளாமல் அமைதியாக அமர்ந்திருந்தாள்.

"எந்தானு விற காமராசரு கட்சி தோத்துப் போயிடுனு?"

"அதே. ஏதோ சூரிய சின்னக்காரங்க ஜெயிச்சு கொண்டாங்க."

"எந்தி சொல்லுனு? விசோசிக்கான் பட்டுனுனில்லா. 'வையா'*வ இருக்குனு."

"உருபியாக்கு மூந்து படி அரியிடானு பறஞ்சு ஜெயிச்சினு. எந்து நடக்குனு காண."

சற்றுத் தொலைவில் இரண்டு பேர் சத்தமாகப் பேசிக் கொண்டிருந்தனர். காமராசர் என்ற பெயரைக் கேட்டதும் வானம்மாவின் மனம் படபடத்தது. காமராசரின் கட்சி தோல்வியடைந்துவிட்டது என்பது வானம்மாவிற்குச் சற்று வருத்தம் அளித்தது.

வானம்மா கன்னத்தில் அத்தை, அண்ணி முறை உள்ளவர்கள் வரிசையாக வந்து சந்தனத்தைப் பூசிவிட்டனர். வெட்டரிவாளால் தேங்காய் உடைத்து, சூடம் கொளுத்திச் சாமி கும்பிட்டனர். சிலர் பணத்தையும், சிலர் பொருட்களையும் கொடுத்தனர். அதனை வாங்கி வானம்மா மல்லியிடம் கொடுத்தாள். சடங்குகள் முடிந்ததும், வானம்மாவைச் சாளைக்குள் அழைத்துச் சென்றனர். சாளை வாசற்படியில் ஒரு விளக்கு வைக்கப்பட்டிருந்தது. அதைத் தாண்டி வானம்மா சாளைக்குள் சென்றாள்.

"எந்து நஞ்சா பொண்ணுகு மாப்பிள்ள நோக்கவோ?"

"செரி. நோக்கா"

சீர்த்தட்டம் கொண்டு வந்தவர்களுக்குத் தட்டைத் திருப்பிக் கொடுக்கும் போது, அதில் வெற்றிலை, பாக்கு வைத்து மூப்பன் கொடுத்தார். பின்னர் ஆட்டம் பாட்டமும் விருந்தும் நடந்தது. வானம்மா தங்கியிருந்த முட்டுச்சாளை பிரிக்கப்பட்டு பதிக்கு வெளியே எடுத்துச் சென்று எரித்துவிட்டு வந்தனர்.

தீட்டுக் காலங்களில் தங்க வானம்மாவிற்காகப் புதிதாகக் கட்டப்பட்ட முட்டுச்சாளைக்குள் ஏழாவது முறை செல்வதற்குள், அவளுக்குத் திருமண ஏற்பாடுகள் நடந்தது.

"நீங்கட சாளையில ஒந்து கன்னுக்குட்டி இண்டு. அதுக்கு மூக்குக் கயிறு இடாம் வந்திருக்குனு. நீங்களுக்கு சம்மதமானு? இல்லியோ?" என வானம்மாவின் தாய்மாமன் காளி கேட்டார்.

"எப்போயாயிலும் நீங்களுக்குச் சொந்தமாகற கன்னுக்குட்டிதான். மூக்குக் கயிறு இட்டுட்டு போக்கோ" என்றார் நஞ்சன்.

★ கவலை

“கல்லாணத்துக்கு ஏற்பாடு செய்தாலோ?”

“நீங்கட சாளக்கு பொண்ணுன தர எந்தானு? அம்மிக்கல்லு இண்டு, ராயிக்கல்லு இண்டு, அவர மட இண்டு, பொனக்காட்டு ராயி இண்டு. பொண்ணுக் கட்டி கொடுத்தா விள நல்லா ஜீவிக்கும்னு.”

மூப்பன் முன்னிலையில் நஞ்சனிடம் ‘தடுதலப் பணமாக’★ ஒன்றே கால் ரூபாயைக் காளி கொடுத்துச் சென்றார். நல்ல நாள் பார்த்து ரங்கனுக்கும், வானம்மாவிற்கும் நிச்சயம் நடந்தது. வானம்மாவிற்குத் தேவையான கண்ணாடி, மஞ்சள், கம்மல், மூக்குத்தி உள்ளிட்டவற்றை ரங்கன் குடும்பத்தினர் வாங்கி வந்தனர். விருந்து முடிந்ததும் மூப்பன் முன்னிலையில் பரிசப் பணம் பன்னிரண்டு ரூபாயை நஞ்சனிடம், ரங்கன் கொடுத்தான். திருமணத்திற்கு நாள் குறித்துச் சென்றனர்.

வானம்மா சாளையின் முன்பு பச்சை மூங்கில்களாலும், பச்சை தென்னந்தடுக்குகளாலும் பந்தலிடப்பட்டது. அதிலிருந்த ஈஞ்சிலை, பனை ஓலை தோரணங்கள், காட்டுப்பூக்கள் பந்தலை அழகுபடுத்தின. பந்தலுக்குள் தரை சாணமிட்டு மெழுகப்பட்டிருந்தது. பந்தலில் மூங்கில் தப்பைகளைக் கொண்டு மரவணைத் திண்ணை கட்டினார்கள். அதைச் சேலையால் திரைகட்டி மறைத்தார்கள். இருவருக்கும் தாய் மாமன்கள் பூமாலை அணிவித்ததும், காலைத் தொட்டு வணங்கினார்கள். பின்னர் அத்திண்ணையில் பாய் விரித்து மணமக்கள் அமர வைக்கப்பட்டனர்.

ரங்கன் குடும்பத்தினர் கொண்டு வந்திருந்த ஆடைகள், கம்மல், மூக்குத்தி, வளையல், மாலை, கொலுசு போன்றவற்றை வானம்மா அணிந்திருந்தாள். வெட்கமும், சிரிப்புமாக வானம்மா மகிழ்ச்சியாக அமர்ந்திருந்தாள். ஒரு தட்டில் சோறு உருட்டு உருண்டையை ரங்கன் எடுத்துக் கொண்டு கையைப் பின்னால் கொண்டு சென்றான். அதை வானம்மா வாங்கி ரங்கனின் மடியில் போட்டாள். அதேபோல வானம்மா கையில் இருந்த உருண்டையை ரங்கன் வாங்கி அவளின் மடியில் போட்டான்.

இருவருக்கும் இடையே வெள்ளை வேட்டியைத் திரை போலப் பதியினர் பிடித்தனர். “வாளக்காய அறுத்து வட்டல்ல போட்டு மயிருக்குளுந்தா கேளடித் துப்பியா துடீ” எனக் கூறிக்கொண்டு

★ பெண் கொடுக்க சம்மதித்தவுடன் ஆண் வீட்டார் பெண் வீட்டார்க்குக் கொடுக்கும் சிறு தொகை.

மணமக்கள் இருவரும் தலையை முட்டிக்கொண்டனர். திரை விலக்கப்பட்டு மரவணையில் இருவரும் அமர்ந்தனர். தவிலும், நாதஸ்வரமும் ஒலித்தன. மஞ்சள் கயிற்றை வானம்மா கழுத்தில் ரங்கனின் தங்கை கட்டினாள். பின்னர் இருவரும் மாலை மாற்றிக் கொண்டனர்.

பெண்கள் வட்டமாக நின்று பாடல்களைப் பாடியவாறு சேலை முந்தானையை அசைத்தபடி நடனமாடினார்கள்.

"வாழ நேரசக்கட்டி

வாழ நேரசக்கட்டி

வடவரங்கிளி வளத்தி

வரானவன் பழனி

வள்ளிக்கு மாலை கொண்டு சோ... ஓ...

தென்ன நேரசக்கட்டி

தென்ன நேரசக்கட்டி

தெம்பரங்கிளி வளத்தி

வரானவன் பழனி

வள்ளிக்கொரு மாலை கொண்டு சோ... ஓ...

...."

திருமணம் முடிந்ததும் வானம்மா, ரங்கனுடன் நீரோடைப்பதிக்குச் சென்று குடியேறினாள்.

24

“ராரி ராரி ராராரோ - எங்கம்மிணிக்கு
சாதம் வருதோ பின்னாலே
ராரி ராரி ராரி - எங்கண்ணுமே
கானகத்துக் கிளியோறங்கு
நா வீட்டுத்தே அஞ்சொரொம்பு
எங்கம்மிணிக்குக்
கானகத்தோ மயிலொறங்கு
...”

என மாரியம்மா தாலாட்டுப் பாடியபடி தொட்டிலை ஆட்டிக் கொண்டிருந்தாள். தொட்டிலுக்குள் அவளது குழந்தை உறங்கிக் கொண்டிருந்தது.

“விள, மானு இறச்சியிண்டு. வேணோ?” என்றபடி மாரியம்மா சாளைக்குள் வானம்மா சென்றாள்.

“ஏதுக்கா?” எனத் தொட்டிலைத் திறந்து குழந்தை உறங்கிவிட்டதை உறுதி செய்தபடி அவளுக்கருகே சென்றாள்.

“எம் புருசன் கொண்டு வந்தானு.”

“சரி கொடுங்க. நாமும் காய்ச்சித் தின்னு ரொம்ப நாளாச்சு.”

“முன்ன எல்லா இப்படியில்ல சாமி. அப்பயெல்லா பேடியா அஞ்சமாட்டோம். இப்போ இப்படிப் பேடியா தின்னோனு வேண்டியிருக்கு. தும்மியாலும் தூரியாலும் பாரெஸ்ட்காரரு வந்து கேசு இடுனு நிக்கு.”

மான் கறியைக் கொடுத்த வானம்மா நேரம் கடத்தினால் கறி திரண்டு போய் புல்லின் வாடை அடிக்கும் என்பதால் விரைவாகக் கறியைச் சமைக்கச் சொன்னாள். கறியை வாங்கிய மாரியம்மா

சமையலுக்கான வேலைகளைப் பார்க்கத் துவங்கினாள். வானம்மா அவளுக்கு உதவி செய்தபடி பேசிக்கொண்டிருந்தாள்.

வானம்மாவிற்குப் பொழுது போகாத நேரங்களில் மாரியம்மாவைத் தேடி வந்துவிடுவாள். அவளும் அப்படித்தான். நீரோடைப்பதிக்கு வந்ததில் இருந்து மாரியம்மா வானம்மாவிற்கு உற்ற தோழியாகி இருந்தாள். மாரியம்மா பதிக்காரி இல்லை. எங்கிருந்தோ தேயிலை பறிக்க வால்பாறை வந்த அவளுக்கும், எஸ்டேட் வேலைக்குச் சென்ற பொன்னானுக்கும் காதல் மலர்ந்தது. வீட்டினர் எதிர்ப்பை மீறித் திருமணம் செய்து கொண்டனர். துவக்கத்தில் பதியினரும் மாரியம்மாவை ஏற்றுக்கொள்ளவில்லை. இருவரும் பதியோரத்தில் தனியாக ஒரு சாளை கட்டித் தனிக்குடித்தனம் நடத்தினர்.

சில மாதங்களில் அவளது வீட்டினருடன் அவள் எந்த ஒட்டுதலும் இல்லாமல் இருப்பதைப் பதியினர் உணர்ந்தனர். அதன் பின்பு பொன்னானின் பெற்றோர் அவளைச் சாளைக்கு அழைத்து வந்து, 'பொகத்தண்ணி ஊத்தறது'சடங்கு நடத்தினர். முற்றத்தில் நிற்க வைத்து ஏழு குடம் தண்ணீரைத் தலையில் ஊற்றி, சாம்பிராணிப் புகையை அவளது முகத்தில் படுமாறு சடங்கு செய்து மாரியம்மாவைப் பதிக்காரியாகச் சேர்த்துக் கொண்டனர். அவளும் பதிக்காரியாக மாறியிருந்தாள்.

யாரும் இல்லாத சமயமாக இருந்ததால், மாரியம்மா தனது மனதிலிருந்த அந்தச் சந்தேகத்தை வானம்மாவிடம் கேட்டு விடலாம் என முடிவெடுத்தாள். இருந்தாலும் தவறாக எடுத்துக் கொள்வாளோ என்ற பயமும், தயக்கமும் இருந்தது.

"அக்கா..."

"பற விள."

"நா ஒந்து கேப்பேன். தப்பா எடுத்துக்கக் கூடாது."

"சரி, பற."

"இல்ல, நா வெளியே இருந்து வந்தவோ. இதெமாதிரி பதி பொண்ணு வேற ஆளக் கண்ணாலம் பண்ணிட்டு வந்தா ஏத்துப்பீங்களா?" சற்றே தயங்கியபடி கேட்டாள்.

"ஏல்குனுயில்லா" உறுதியோடு சொன்னாள்.

“சரிக்கா” என்றவள், பேச்சைத் திசை திருப்ப வேண்டுமென நினைத்துக்கொண்டு பேச்சைத் துவக்கினாள்.

“அண கட்ட ஆளுக வந்து குவிஞ்சிட்டே இருக்காங்களேக்கா?”

“ஆமா, எவிட எவிடானோ இருந்து ஆளுகாரர கூட்டிட்டு வருனு.”

“எத்தன அணெ தா கட்டுறாங்களோ?”

“அதெல்லா நமுக்கறியா. காமராசரே போனதுக்கு அப்புறமும் அவீட சோலி நடந்துகொண்டிருக்குனு.”

“பதி ஆட்களையும் வேலெக்கு வரச்சொல்லி கூப்பிடுறாங்களாம்?”

“அதே, நங்களும் அவிடத்தானே ஜோலிக்கு புவானு உள்ளது.”

“என்னக்கா சொல்லுறீங்க?”

“அட, இவிட எந்து வருமானம் இண்டு? காட்டுல ஒந்துமில்ல. அந்தப் பாரெஸ்ட்காரரு எதும் செய்யா விடுனிலா. ஒந்துமில்லாம இருக்குறதுக்கு அவீட போயி நாலு காசு சம்பாதிச்சிட்டு இரீக்கா.”

“அதுவும் சரிதான்க்கா. எஸ்டேட் சோலிக்கு அது எவ்வளவோ தேவலனு நினைக்குறேன்.”

மாரியம்மா சமைத்து முடித்தாள். வானம்மாவை அவள் சாப்பிட அழைத்த போது, வேண்டாம் என மறுத்து விட்டு “சரி. நா போனு விள” என்றபடி கிளம்பினாள்.

பரம்பிக்குளம் ஆற்றின் நீரைத் திசை திருப்பி, அணை கட்டும் பணி நடந்துகொண்டிருந்தது. அணைகளும், சுரங்கப்பாதைகளும் கட்ட குன்றுகளும், பாறைகளும் வெடி வைத்துத் தகர்க்கப்பட்டன. நாள்தோறும் ஓயாது வெடிச்சத்தம் கேட்டுக்கொண்டேயிருந்தது.

எதிர்காலத்தில் எங்கு பார்த்தாலும் பச்சை பசேலென தோட்டங்களும், தோப்புகளும், வயல்களும் பரவி வளமை செழிக்க இந்த நீராதாரங்கள்தான் முதுகெலும்பு என்பதைப் பொறியாளர்கள் அறிந்திருந்தனர். அடர்ந்த வனப்பகுதியில் சாலைகள் அமைக்கப்பட்டன. பல்வேறு ஊர்களிலிருந்து தொழிலாளர்கள் அழைத்து வரப்பட்டனர். அவர்கள் தங்க நீண்ட குடிசைகள் போடப்பட்டன. கொசுக்கடியும், மலேரியாவும், வன விலங்குகளும் தொழிலாளர்களை அச்சுறுத்தினாலும், பணிகள்

நிற்காது நடந்தன. அதன் விளைவாக அணைகள் வனப்பகுதிகளை மூழ்கடித்து எழுந்து நின்றன.

பரம்பிக்குளத்திற்கும், தூணக்கடவிற்கும் இடையே முதல் சுரங்கப்பாதை குதிரை லாட வடிவில் தோண்டப்பட்டுக் கொண்டிருந்தது. அதில் வானம்மாவும், அவளது கணவன் ரங்கனும் ஈடுபட்டிருந்தனர். கடப்பாரையில் மண்ணைத் தோண்டிக் கொண்டிருந்த ரங்கனின் உடலெங்கும் மண் அப்பியிருந்தது. வியர்வை வழிந்து ஒழுகியது. குத்திவிட்ட மண்ணை அள்ளிக் கூடையில் போட்டு வானம்மா தலைக்கு ரங்கன் தூக்கி வைத்தான். கூடை மண்ணை சுமந்து சென்ற வானம்மா மலைச்சரிவில் போட்டு வந்தாள். ரங்கன் மடியில் வைத்திருந்த கஞ்சாவை எடுத்துக் கொஞ்சமாகக் கிள்ளி வாயில் திணித்துக்கொண்டான். கதகதத்து ஊறிய எச்சிலைத் துப்பியபடி மீண்டும் மண்ணைத் தோண்டினான்.

சுரங்கம் தோண்டும் பணியில் ஒரு குழுவினர் பரம்பிக்குளத்தில் இருந்து தூணக்கடவு நோக்கியும், மற்றொரு குழு தூணக்கடவில் இருந்து பரம்பிக்குளம் நோக்கியும் ஈடுபட்டிருந்தனர். உயரமான குன்றுகளின் மீது ஏறி நின்றபடி பொறியாளர்களும், அதிகாரிகளும் சர்வே செய்துகொண்டிருந்தனர். சில நாட்களாகப் பலர் ஒவ்வொரு குன்றுகளாக ஏறி நின்று பார்த்துக் கொண்டிருப்பதை வானம்மா பார்த்துக்கொண்டிருந்தாள்.

"இப்படித் தோண்டுனா ரொம்ப காலம் பிடிக்கும். சீக்கிரமா இந்தச் சுரங்கத்த முடிச்சா தா மத்த ஏழு சுரங்கப்பாதை பணிய விரைவா தொடங்க முடியும்" என்பதை மட்டும் அவர்கள் பேச்சிலிருந்து வானம்மா புரிந்துகொண்டிருந்தாள். அவர்களின் மற்ற பேச்சுகள் எதுவும் அவளுக்குப் புரிந்ததில்லை.

இரண்டு ஆண்டுகளுக்கு முன்பு சோலையாறு அணை கட்டும் பணியின் போது சாரம் சரிந்து விழுந்து, நஞ்சன் உயிரிழந்திருந்தார். அன்று அவள் அழுத அழுகையை வாழ்நாளில் அழுததில்லை. இப்போதும் அவளது அப்பா நினைவு வரும்போதும், அவர் குறித்து யாரேனும் பேசும் போதும் அவளது கண்களில் கண்ணீர் தானாக ஊற்றெடுத்து வடியும். வானம்மாவிற்குத் தந்தையின் நினைவு வராத வகையில் ரங்கன் பார்த்துக்கொண்டான்.

அணை கட்டும் வேலைக்கு வந்த பின்னர், நாள்தோறும் வேலையும் இருந்தது. வருமானமும் கிடைத்தது. ரங்கன்

சாராயத்திற்குச் செலவு செய்வது மட்டும்தான், வானம்மாவிற்கு எரிச்சலாக இருந்தது. அதைத்தவிர ரங்கனிடம் குறைசொல்ல அவளிடம் எதுவும் இருக்கவில்லை.

"எல்லோரும் இங்க வாங்க" என ஒருவன் உரக்கக் கத்துவது கேட்டது. வானம்மாவும், ரங்கனும் குரல் கேட்ட இடத்தை நோக்கி நடந்தனர். மற்றவர்களும் வந்தனர். அங்கு தோண்டப்பட்டு இருந்த கிணற்றைச் சுட்டிக்காட்டி பேசிக் கொண்டிருந்தனர். வானம்மா அந்தக் கிணற்றைப் பார்த்தாள். சரிவான நிலப்பாதையில் கிணறு தோண்டப்பட்டு இருந்தது. அதற்குள் ஒரு லாரி ஏறியிறங்கலாம்.

"இப்போ வரை ரெண்டு குழுவா சுரங்கம் தோண்டிட்டு இருந்தோம். இனி நாலு குழுக்களா பண்ணப் போறோம். ஏற்கெனவே ஒரு குழு பரம்பிக்குளத்துல இருந்தும், இன்னொரு குழு தூணக்கடவுல இருந்தும் சுரங்கம் தோண்டிட்டு இருக்காங்க. இனி இந்தக் கிணத்து முகப்புல இருந்து ஒரு குழு பரம்பிக்குளம் நோக்கியும், மற்றொரு குழு தூணக்கடவு நோக்கியும் தோண்டிட்டுப் போகணும். எதிர்முனையில இருந்து வரவங்களும், இந்தப் பக்கத்துல இருந்து போறவங்களும் ஒரே நேர்க்கோட்டுல சந்திக்கணும். இப்போ இருந்து ஆட்கள பிரிச்சுப் பண்ண ஆரம்பியுங்க. நா சொல்லுறது புரியுதுதானே."

"நான்கு பக்கங்களிலிருந்து வருபவர்களும் ஒரே லைன்ல சரியா சந்திக்க முடியுமா?" ஒருவன் குழப்பத்துடன் கேட்டான்.

"எங்க கணிப்புப்படி எல்லா சரியா நடந்தா, முடிஞ்சளவு ஒரே லைன்ல வந்திடும். எல்லோரும் வேகமா வேலெ பாருங்க. சீக்கிரம் முடிக்கணும்."

"சரிங்க சார்" என்றபடி கூட்டம் கலைந்தது. நான்கு பக்கங்களில் இருந்தும் சுரங்கம் தோண்டப்பட்டது. ஓய்வில்லாது சுழற்சி முறையில் ஆட்கள் சுரங்கம் தோண்டினர். சில நாட்களில் "ஒன்றரை அடி வித்தியாசத்தில் சுரங்கம் ஒரே நேர்க்கோட்டில் சந்தித்தது" எனப் பொறியாளர்களும், அதிகாரிகளும் மகிழ்ச்சியில் துள்ளிக் குதித்தனர். இதனைக் கொண்டாடும் வகையில் தலைமைப் பொறியாளர் விருந்து என அனைத்துத் தொழிலாளர்களுக்கும் ஆட்டுக்கறி குழம்பும், சோறும் இரவு உணவாகப் பரிமாறப்பட்டது. விருந்து சாப்பிட்டு விட்டு வானம்மா ரங்கனைத் தேடிப் பார்த்தாள். அங்கு அவனைக் காணவில்லை. குடிசைக்குச் சென்று பார்த்தாள். அங்கேயும்

அவனைக் காணவில்லை. சாராய போதையில் எங்கேனும் விழுந்து கிடப்பான், போதை தெளிந்ததும் வருவான் என நினைத்தபடி வானம்மா சாளைக்குள் சென்று உறங்கிப் போனாள்.

காலையில் கூச்சல் கேட்டு வானம்மா கண் விழித்தபோது, பொறியாளர்களின் கூடாரம் இருந்த இடம் களேபரமாகக் காட்சியளித்தது. தலைமுடியைக் கைகளால் கோதி இழுத்து கொண்டை போட்டபடி, வானம்மா எழுந்து சென்று பார்த்தாள். வரிசையாகப் போடப்பட்டிருந்த பத்திருபது கூடாரங்களைக் காட்டு யானைகள் அடித்து நொறுக்கித் தரைமட்டமாக்கியிருந்தன. ஆங்காங்கே காட்டு யானைகளின் சாணங்கள் குட்டுக்குட்டாகக் கிடந்தது. மரக்கிளைகள் முறிந்து கிடந்தன. செடிகொடிகள் இழுத்து எறியப்பட்டிருந்தன. ஒரேயொரு கூடாரம் மட்டும் யானைகளின் தாக்குதலில் இருந்து தப்பியிருந்தது.

இரவு விருந்து முடித்ததும் பொறியாளர்கள் ஒரு கூடாரத்தின் முன்பு தீ மூட்டியபடி வெகுநேரம் பேசிக்கொண்டு உறங்கியிருந்தனர். தீக்கங்குகள் இருந்த அந்தக் கூடாரத்தை மட்டும் காட்டு யானைகள் விட்டு விட்டுச் சென்றிருந்தது. அக்கூடாரத்தின் முன்பு தீயில் எரிந்து அணைந்திருந்த நான்கைந்து மரக்கட்டைகள் இருந்தன. ஒவ்வொருவரின் முகத்திலும் அச்சம் அப்பியிருந்தது.

வானம்மா தனது சாளைக்கு வந்து பார்த்தாள். ரங்கனைக் காணவில்லை. பதறிப் போய்த் தேடி அலைந்தாள். உடன் வேலை செய்பவர்களும் அவனைத் தேடி அலைந்தனர். இறுதியாகப் பொறியாளர்களின் கூடாரத்தில் இருந்து சற்றுத் தள்ளி உடல் நசுங்கி ரங்கன் பிணமாகக் கிடந்தது தெரியவந்தது. ரங்கனின் உடலைக் கட்டியணைத்துக் கொண்டு வானம்மா கதறித் துடித்தாள். தாரை தாரையாகக் கண்ணீர் வடித்தாள். அவளின் அழுகை அனைவரையும் உலுக்கியது.

“சாந்துமொரு திண்ணையில

என்கூடப் பொறந்த சந்திரரும் திண்ணையிலே

இன்னிக்கு சாந்து தூக்க உறவுக்கு

என்கூட பொறந்த சந்திரரே...

பூவுமொரு திண்ணையில

என்கூடப் பொறந்த புண்ணியாரும் திண்ணையிலே

இன்னிக்கு பூ தூக்க உறவுக்கு
என்கூடப் பொறந்த புண்ணியாரே"

ஒருத்தி கண்ணீர் மல்க ஒப்பாரி வைத்தாள். ரங்கனின் உடலைப் பதிக்கு எடுத்துச் செல்லும் போது, மேகம் திரண்டு கிழக்கை மூடிக் கொண்டு வந்தது. லேசான தூறலோடு துவங்கி, சடசடவென மழை கொட்டியது.

இறுதிச்சடங்குகள் முடித்து உடல் அடக்கம் செய்யப்பட்டது. ரங்கனின் சாளையில் ஐந்தாம் நாள் கருமாதி நடந்தது. அரிசி சோறும், கோழிக் குழம்பும் படையலிடப்பட்டது. தரையைச் சுத்தமாகச் சாணம் கொண்டு வானம்மா மெழுகியிருந்தாள். ஒரு வெள்ளைத் துணி விரிக்கப்பட்டு, அதில் ஏகமாக அரிசி போடப்பட்டது. சாம்பிரானிப் புகை காட்டிய பின், ஒரு கட்டெறும்பைப் பிடித்துக்கொண்டு வந்து அத்துணி மீது விட்டனர். அதனைச் சுற்றி வட்டமாக உறவினர்கள் அமர்ந்திருந்தனர். பெண்கள் சேலை முந்தானையை விரித்தபடியும், ஆண்கள் வேஷ்டி, துண்டுகளைப் பிடித்தபடி "வரு.. வரு..." என எறும்பை அழைத்தனர்.

சிறிது நேரம் அங்குமிங்குமாகக் கட்டெறும்பு உலாவியது. ஒரு அரிசியை எடுத்தபடி மெல்ல ஊர்ந்து, வானம்மா சேலை முந்தானை மீதேறியது. "ரங்கனுக்கு அவ பெண்டு மேல தா பாசம் அதிகமானு" எனக் கூட்டத்தில் ஒருவர் கூறினார். வானம்மா கண்களில் கண்ணீர் கொட்டியது.

25

அன்று ஞாயிற்றுக்கிழமை விடுமுறை நாள் என்பதால், வானம்மா மெல்லத் தாமதமாகப் படுக்கையில் இருந்து எழுந்தாள். வேலை இல்லாததால் என்ன செய்வது என யோசித்தபடி, ஓடைக்குக் குளிக்கச் சென்றாள். வெண் தேக்கு மரத்தில் செம்பூத்து இருப்பதைப் பார்த்ததும், அவளது மனம் கலங்கியது. எதாவது தீங்கு வருமோ என அஞ்சினாள். மூன்று எருக்கம் இலையைக் கிள்ளி எடுத்து, மூன்று கற்களை அவ்விலைகளில் வைத்து தாண்டிச் சென்றாள். தீங்கு அந்தக் கற்களைத் தாண்டிய இடத்தோடு நின்றுவிடும் என நினைத்தபடி நடந்தாள்.

ஓடையில் குளித்துவிட்டு ஓடைக்கரையில் நின்றபடி, உடலில் இருந்த ஈரத்தைத் துடைத்தபடி துணியை மாற்றினாள். ஓடைக்கரையில் வாலை மேலும் கீழும் ஆட்டி ஆட்டி வாலாட்டிக் குருவி ஒன்று நடந்துகொண்டிருந்தது. வானம்மாவின் கண்களைப் பின்னால் இருந்து வந்த இரண்டு கைகள் மூடி மறைத்தன. பதறியபடி அக்கைகளைத் தொட்டுப் பார்த்த மறுநிமிடம், அது அவளுக்குப் பரீட்சயமான கரங்கள்தான் என்பதை உணர்ந்து நிம்மதிப் பெருமூச்சு விட்டாள்.

“எப்ப பார்த்தாலும் வெளையாட்டுதானா? கையெடு மயிலு” எனச் சிரித்தபடி வானம்மா சொன்னாள்.

“என்னவு நானானு கண்டுபிடிச்ச?”

“உன்ன தவிர வேற இப்படி யாரு பண்ணப் போறாங்க?”

“ம்ஹூம். சரி நா கன்னிமாரா போகுனு. நீயும் வாயேன்.”

“சரி” என்றபடி இருவரும் காடுகளுக்குள் நடந்து சென்றனர். மயிலா மடியில் கட்டிக்கொண்டு வந்திருந்த நெல்லிக்காய்களை உப்பைத் தொட்டுக் கடித்து ருசித்தபடி நடந்தனர். பெரிய ஓடைகளின் குறுக்கே கிடந்த காட்டு மரங்களின் மேல் நடந்து ஓடையைத் தாண்டிச் சென்றனர். அட்டைகளும்,

கருங்குரங்குகளும், விலங்குகளின் எச்சங்களும், வண்டுகளின் ரீங்காரங்களும் தவிர மற்ற எதையும் காதால் கேட்கவோ, கண்ணால் காணவோ இயலவில்லை.

காடச்சியான மயிலா வானம்மாவோடு வேலை செய்து கொண்டிருந்தாள். அவள் தலையை வாரிக் கொண்டை போட்டு, காட்டுப்பூக்களுடன் மூங்கில் சீப்பைச் செருகி வைத்திருந்தாள். நெல்லிக்காய் புளிப்பில் வாயிலூறிய எச்சிலை விழுங்கிக் கொண்டு பேசினாள். பற்களைச் செதுக்கிக் கூராக்கி இருப்பது தெரிந்தது.

“ஒரு கதெ சொல்லு வானம்மா.”

“முன்ன ஒரு காலத்துல கடவுள் ஒரு நாள் வரம் கொடுக்க எல்லா மக்களுவையும் கூப்பிட்டாராம். அங்க போன எல்லா பொம்பளைகளையும் முந்தானைச் சேலையை விரிச்சுப் பிடிச்சு நிறைய வரம் வாங்குனாங்களாம். ஆனா மலசர்ல இருந்து போன மூத்தம்மா, கையில இருந்த கிழங்கு எடுக்குற தட்டுக் குச்சியை நீட்டி வரம் வாங்குனாளாம். அப்போ அந்தக் குச்சியில வெறும் நாலணாதா நின்னுச்சாம். அதனால தா நாங்க ஏழையா இருக்கோமாம். இப்போவும் நாங்க முதலாளிக கிட்ட பணம் கேட்குறப்போ, ‘ங்கோவ், ஒரு நாலணாக் குடுங்கோ, ங்கோங் ஒரு நாலணாக் குடுங்கொ’னு கேட்டிட்டு இருக்கோம்.”

யாசகம் கேட்பது போல வலது கையை நீட்டி ஆட்டியவாறு வானம்மா சொன்னாள். இதைக் கேட்டு மயிலா சிரிக்க, வானம்மாவும் சிரித்தாள்.

“வேற ஒரு கதை சொல்லு.”

“என்ன கதெ சொல்ல?”

“ஆனெ கத சொல்லு.”

“ஒரு காலத்துல ஒரு மலசன் வீட்டுல பத்துக் குழந்தைக இருந்துச்சாம். ஆனா அவங்களுக்குச் சாப்பாட்டுக்கு எந்த வழியுமில்லையாம். அந்த மலசனோட பொண்டாட்டி, காட்டுக்குள்ள போயி கெளங்காவது தோண்டீட்டு வான்னு புருசனை அனுப்பி வைச்சிருக்கா. காட்டுக்குள்ள போன அவன் கிழங்குகளைத் தோண்டியெடுத்து, அதை அங்கேயே சுட்டுத் தின்னுட்டான்.

தணக்கம் வேரைத் தோண்டியெடுத்து வந்து, இந்தா இதுதா கெடச்சுது. இத வேவிச்சுக் குடு போ'னு சொல்லியிருக்கான். அந்த வேரைத் தின்ன முடியாதுனு மனம் நொந்துபோன அவ, பச்சைத் தண்ணீயில உப்பப் போட்டு பசியில இருந்த குழந்தைகளுக்குக் கொடுத்தா. குழந்தைகளும் அதைக் குடிச்சிட்டுத் தூங்கிடுச்சு.

அப்புறம் ஒரு வாரமா இப்படியே நடக்க, அவன் ஏமாத்துறானு தெரிஞ்சு அவளுக்குக் கோபம் வந்துச்சு. வாடா மச்சா வா இப்படியா சங்கதினு, இதுக்கு ஒரு முடிவு கட்டணும்னு முடிவு எடுத்தா. அவளோட பொனக்காட்டுல ராகி போட்டியிருந்தா. அது என்னாச்சுண்ணு பாத்துட்டு வானு புருசனை அனுப்புனா.

அவ போனதுக்கு அப்புறம் ரெண்டு கையிலையும், காலுலையும் நாலு உரலை எடுத்துக் கட்டிக்கிட்டா. மூஞ்சிக்கு உலக்கையை எடுத்துக் கட்டிக்கிட்டா. பின்னால சீவக்கட்டையை எடுத்து வைச்சுக்கிட்டா. பொனக்காடு போயிட்டு வந்த புருசனை இழுத்துப் போட்டு நாலு மிதி மிதிச்சா. அதுல அவ புருசன் செத்துப் போயிட்டான். அப்பவும் ஆத்திரம் தீராம அவளோட குழந்தைகளையும் மிதிச்சுக் கொன்னுபுட்டு காட்டுக்குள்ள போயி நின்னிருக்கா. அப்போ அப்படியே அவ யானையா சமஞ்சுட்டா"

"ம்ம்ம்ம்"

"மலசப் பொண்ணு ஆனெயா மாறுனதால, ஆனெக எங்கள ஒன்னும் பண்ணுறதில்ல."

வானம்மா கதையைச் சொல்லி முடிக்கவும், கன்னிமாரா தேக்கை அடையவும் சரியாக இருந்தது. சுற்றியெங்கும் இளம் தேக்கு மரங்கள் வளர்ந்திருந்த தேக்குக் காட்டிற்குள், ஒற்றை தேக்கு மரம் தனித்த உயரத்துடன் தெரிந்தது. கன்னிமாரா தேக்கை இருவரும் நெருங்கிச் சென்றனர். மயிலா மரத்தைக் கையெடுத்து வணங்கினாள்.

கன்னிமாரா தேக்கு வானம்மா கண் முன்னால் பிரம்மாண்டமாக விரிந்திருந்தது. ஆச்சரியத்தோடு மரத்தைப் பார்த்தாள். அம்மரத்தை ஆறேழு பேர் சேர்ந்து கட்டியணைக்கும் அளவிற்கு அகலமாக இருந்தது. மேலே நிமிர்ந்து பார்த்தாள். பின்னந்தலை முதுகில் படுமளவிற்குச் சாய்த்துப் பார்த்த போதுதான், மரத்தின் கிளைகள் கண்களில் பட்டது. தண்டுப் பகுதிகளில் கிளைகள் இல்லாமல் உச்சியில் மட்டும் கிளைகள் விரிந்து, அடர்ந்த இலைகளுடன் ஒரு குடை போல விரிந்திருந்தது. காலத்தை

வென்று நிற்கும் மூதாட்டி போலக் கன்னிமாரா வானம்மாவிற்குத் தெரிந்தது. வானம்மாவின் கைகள் அன்னிசையாக மரத்தை நோக்கிக் கைகூப்பி வணங்கின.

"இந்தக் கன்னிமாராக்கு எவ்வளவு வயசு இருக்கும் மயிலு?"

"நானூறு வருசத்துக்கு மேலயிருக்கும்."

"ப்பா"

"இந்த மரத்தப் பத்தி உனக்குத் தெரியுமா?"

"இந்தத் தேக்கு மரம்தான் இந்தக் காட்டோட மொதத் தேக்கு மரம். ஒரு காலத்துல இங்க வாழ்ந்த காடருக இந்தத் தேக்கு மரத்தை எதுக்கோ வெட்ட முயற்சி பண்ணியிருக்காங்க. அப்போ மரத்து மேல மொத வெட்டு விழுந்ததும், வெட்டுப்பட்ட எடத்துல இருந்து இரத்தம் பீறிட்டு வந்துச்சாம். அதப் பாத்து பயந்து போன காடருக கண்ணுக்கு இந்த மரம் தெய்வமா தெரிஞ்சியிருக்கு. அப்புறம் காடர்க தலை குனிந்து மன்னிப்பு கேட்டு இருக்காங்க. அப்போ இருந்து கன்னிமாராவை வணங்கிட்டு இருக்காங்க. எல்லாத் தேக்கு மரத்தயும் வெட்டுன வெள்ளக்காரங்கள, இந்த மரத்த மட்டும் வெட்டாமா காடர்க பாத்துக்கிட்டாங்க.

கல்யாணம் ஆகாத கன்னிப் பொண்ணுங்க கன்னிமாராவ சுத்தி வந்து விளக்கு வைச்சு வேண்டுனா, அவங்களுக்குப் பிடிச்ச புருசன் வருவான். அப்படிக் கன்னிமாராவ வேண்டித்தா என் புருசன நா கட்டிக்கிட்டேன்" எனச் சொல்லி மயிலா கண்களைச் சிமிட்டி, சிரித்தபடி வெட்கப்பட்டாள்.

26

மழையைப் போலப் பனி பொழிந்து கொண்டிருந்தது. விடியத் தொடங்கியிருந்த இருட்டில் ஆண் குயிலொன்று "கூ... வு... கூ... வு..." எனக் கூவிக் கொண்டிருந்தது. குளிர் காற்றில் வானம்மா உடல் நடுங்கியபடி, மாராப்புச் சேலையைத் தலையில் போர்த்திக் கொண்டு அவசர அவசரமாகச் சாளையில் இருந்து நடையும் ஓட்டமுமாகச் சென்றாள். அவளுக்கு முன்னால் பெண்கள் சும்மாட்டுத் துணியால் தலையை மூடிக் கட்டியும், மாராப்புச் சேலையால் போர்த்திக் கொண்டும் கைகளில் கூடைகளோடு சென்றார்கள்.

"டுவி...ட்.. டுவு.. ட்" எனத் தோட்டக் கள்ளன் ஒலி எழுப்பியதைக் கேட்டதும், மணி ஆறாகிவிட்டது என வானம்மா வேகமாக நடந்தாள். நரி ஊளையிடுவது போல மெலிதாக ஆரம்பித்த சங்கொலி மெல்ல, மெல்ல உச்சத்திற்குச் சென்று உச்சத் தொனியில் அலறிவிட்டு, கொஞ்சங்கொஞ்சமாகத் தொண்டை கட்டியது போலத் தாழ்ந்து தாழ்ந்து நிறுத்திக்கொண்டது.

சங்கொலி அடங்குவதற்குள் அணை கட்டும் இடத்தில் இல்லையெனில், "சைரன் அடிச்சு எவ்வளவு நேரமாச்சு? ஆருக்கும் வேல செய்யனாங்கர நெனப்பு இல்ல. டயத்துக்கு வேலக்கி வரணங்கர நெனப்பு இருக்கவண்டா?" எனச் சிடுசிடுத்த முகத்துடன் மேஸ்திரி வசை பாடுவான் என்பதால் வானம்மா ஓட்டமாய் ஓடிப்போய் நின்றாள். டைம் கீப்பரிடம் பெயரைக் கொடுத்துவிட்டுப் பணிக்குச் சென்றாள்.

பரம்பிக்குளம் அணைக்கு 300 அடி ஆழத்தில் கான்கிரீட் தளம் அமைக்கப்பட்டு வந்தது. இதற்காக சிமெண்ட் கலவை இயந்திரங்கள் இரவு பகலாக ஓடிக் கொண்டிருந்தன. வானம்மா கலவையைச் சுமந்து சென்று கொட்டுவதும், திரும்பி வருவதுமாக இருந்தாள். ஒரு வருடத்திற்கும் மேலாக டன் கணக்கில் கான்கிரீட் கலவை கொட்டியும், இன்னும் வேலை முடியாமல் இழுத்துக்

கொண்டிருப்பதால் ஒரே வேலையைத் திரும்பத் திரும்பச் செய்வது வானம்மாவிற்குச் சலிப்பாக இருந்தது.

பரம்பிக்குளம் அணைக்கு அஸ்திவாரம் போடப் பல அடிகள் தோண்டியும் பாறை கிடைக்கவில்லை. தொழிலாளர்கள் தொடர்ந்து தோண்டிக் கொண்டே இருந்தனர். 300 அடிக்குத் தோண்டிய போதும் பாறை கிடைக்கவில்லை. தொழிலாளர்கள் விரக்தி அடைந்தனர். பொறியாளர்கள் குழப்பத்தில் ஆழ்ந்தனர். இன்னும் எவ்வளவு தோண்டினாலும் பாறை கிடைக்குமா என்பது எல்லோருக்கும் சந்தேகமாக இருந்தது. கான்கிரீட் தளம் அமைத்து தடுப்புச் சுவர் கட்டலாம் எனப் பொறியாளர்கள் முடிவு செய்து, கலவைகளைக் கொட்டச் சொல்லியிருந்தனர். அதன்படி அவ்வேலையில் வானம்மாவும், தொழிலாளர்களும் ஈடுபட்டுக் கொண்டிருந்தனர்.

காப்பர் டேம் கட்ட மணல் மூட்டைகளால் ஆற்றை வடபக்கம் திருப்பிவிட்ட இடத்தில் ஊறி வந்த தண்ணீரை மின் மோட்டார்களும், சம்ப் பம்ப்களும் இறைத்துக் கொண்டிருந்தது. நீர் ஊற்றுக் குழியை மிஞ்சி வேலை செய்யும் இடத்திற்குப் பரவியது. கடப்பாரையால் குத்த முடியாத பாறை போன்று கடினமாக இல்லாத இடத்தில் பிக் மெசினை ஒருவன் இரு கையாலும் அழுத்திப் பிடித்தான். அது ஒரு அடி ஆழம் போனதும், மேல் தூக்கி ஒரு சாண் தள்ளி வைத்து அழுத்தினான். அது மோட்டார் பைக் சத்தம் போலப் புடுபுடுவென இரைந்து சத்தமிட்டது. கடப்பாரை போலக் கூர்மையாக உள்ள அது, கடினமான பாறை வரை குதறி எடுத்துவிடும்.

"திண்டுக்கல்லாங் கால்ல கல் அடிச்சிடுச்சு" என ஒரு குரல் அலறியது. அனைவரும் பதைபதைப்புடன் பார்த்தனர்.

"அய்யோ... அம்மா" என ஒருவன் காலை முன்னும் பின்னும் ஆட்டி உடலைக் குறுக்கிக் கதறித் துடித்தான். ஜாக் ஹாமர்களால் பாறையைத் துளையிட்ட போது சரிந்த ஒரு கல், கற்பாறை மேல் மோதி எகிறிப் போய் கடப்பாரையால் மண்ணைக் குத்திக் கொண்டிருந்தவனின் கெண்டைக் காலில் அடித்துக் காலை முறித்துவிட்டது. முறிந்த எலும்பு சதையைப் பிளந்து மேலே ஒரு அங்குலம் துருத்திக்கொண்டு நின்றது. ரத்தம் தண்ணீரைப் போலப் பீய்ச்சியடித்தது.

மண்ணைக் கொட்டி வந்த அவனது மனைவி கூடையை எறிந்து விட்டு, அவனைக் கட்டி அணைத்தபடி கதி கலங்கி ஒப்பாரி வைத்தாள்.

“மவராசா... இப்படிக் கால ஒடிச்சிட்டியே இப்ப நா என்ன பண்ணப் போறேன்? அப்பவே சொன்னனே, டேம் வேலக்கி வாண்டாமுனு. கேட்டியா? வேல வெட்டியில்லாம பட்டினியா கெடக்குறத தவிர வவுத்த கழுவிக்கலாமுன்னு வந்தியே. இப்ப கால ஒடிச்சிட்டு கெடக்கரயே?”

முறிந்த காலை சும்மாட்டுத் துணியால் சுற்றி, நான்கு பேர் அவனைத் தூக்கி வந்து சமான்களைக் கொண்டு வந்த லாரியில் பொள்ளாச்சி மருத்துவமனைக்கு அனுப்பி வைத்தனர்.

“அடிபட்டவன் போய்டாங்கல்ல. பின்ன ஏன் வாயப் பொளந்து பாத்திட்டு நிக்குறீங்க? செரி. செரி. போய் வேலய பாருங்க. ஏற்கெனவே அரமணி நேரம் வேலெ கெட்டுப் போச்சு” என மேஸ்திரி விரட்டினான். தொழிலாளர்கள் முணுமுணுத்தபடி தங்களது வேலைகளைச் செய்யத் துவங்கினர்.

“பாவம் அந்த ஆளு. காலும் போச்சு, இனி வேலயும் கெடைக்காது. இரண்டு புள்ளைய வைச்சிட்டு என்ன பண்ணப் போறானோ?” என வானம்மா புலம்பினாள்.

“தெனந்தெனம் பாக்குறதுதானே? புதுசா என்ன வருத்தம்?” என மயிலா கேட்டாள்.

“தொனந்தொனனு பேசாம வேலையப் பாருங்க” என்ற மேஸ்திரியின் குரல் கேட்கவும் இருவரும் பேசாமல் வேலை செய்தனர். வானம்மா சிமெண்ட் கலவையைச் சுமந்து சென்று கொட்டிக் கொட்டி ஓயவும், சங்கொலியோடு ஷிப்ட் முடியவும் சரியாக இருந்தது. அடுத்த ஷிப்ட்க்கு ஆட்கள் வேலைக்கு வந்திருந்தார்கள்.

வானம்மா வியர்த்து நனைந்திருந்தாள். முகத்தில் வடிந்திருந்த வியர்வையைச் சேலைத் துணியால் துடைத்தபடி சென்ற வானம்மா, ஆற்று நீரில் முகத்தையும், கை, கால்களையும் கழுவினாள். அப்போது மயிலாவும் வந்து சேர்ந்தாள். இருவரும் சமைக்கவும், நெருப்பு மூட்டவும் விறகுக் கட்டைகளைக் காட்டில் இருந்து எடுக்கச் சென்றனர். ஆங்காங்கே கிடந்த சுள்ளிகளையும், கட்டைகளையும் உடைத்துச் சுமையாக்கிக்

கொண்டு தலைச்சுமையாக இருவரும் சுமந்து வந்தனர். காற்றில் இலைகள் சலசலத்தன.

“இவயெல்லா பொம்பளயா? புருசன் போயி வருசம் கூட முடியல. புதுசா ஒருத்தன கட்டிக்கிட்டு மினிக்கிட்டு திரியரா” வானம்மாவோடு வேலை செய்யும் வள்ளி, இன்னொருத்தியிடம் சாடை போட்டுச் சொல்லிக்கொண்டிருந்தாள்.

“இந்தப்பாரு வள்ளி... புருசன் போயிட்டா வெள்ளச் சேலை கட்டிட்டு, பூ பொட்டு வைக்காமா உக்காந்திட்டு இருக்குற உங்க பழக்கமெல்லா எங்களுக்கு இல்ல. ஒத்து வரலனா பரிசப் பணத்த தூக்கிப் போட்டிட்டு, வேற கல்யாணம் பண்ணுறதே குத்தமில்ல. புருசன் இல்லாதவ கல்லாணம் பண்ணுறது ஒன்னும் பாவமில்ல” விறகுச் சுமையை வானம்மா சாளைக்கு முன்பு போட்டாள். முகத்தைச் சுருக்கிக்கொண்ட வள்ளி, திரும்பி நின்று கொண்டாள். மயிலா சமாதானப்படுத்திவிட்டுக் கிளம்பினாள்.

“அங்க எந்தி விள சத்தம் போட்டிக்கொன்னு இருக்குனு?” கருப்பன் சாளையில் இருந்து வெளியே வந்து கேட்டான். வானம்மாவை விடக் கருப்பனுக்கு இரண்டு வயது குறைவாக இருக்கும். அவனும் நீரோடைப் பதிக்காரன்தான். ஆண்டுக் கணக்கில் அணை கட்டும் பணியைச் செய்து வந்தான். வானம்மாவைக் கருப்பனுக்குப் பிடித்திருந்தது. கல்யாணம் செய்ய விருப்பமெனக் கூறிய கருப்பனை, வானம்மாவிற்கும் பிடித்திருந்தது. வானம்மாவிற்குத் தாலி கட்டி கருப்பன் தனது சாளைக்கு அழைத்து வந்திருந்தான்.

“அது ஒந்துமில்ல” என்றபடி வானம்மா சாளைக்குள் சென்றாள்.

பரம்பிக்குளம் அணையின் பின்பக்க பக்கவாட்டுப் பகுதியில் மலைகளுக்கு இடையே 100 மீட்டர் நீளத்துக்குக் கணவாய் போலக் காணப்பட்ட இடைவெளியைப் பூர்த்தி செய்ய ‘எர்த் டேம்’ கட்டும் பணி மூன்று ஆண்டுகளுக்கு நீடித்தது. அந்த வேலையை முடித்த பின்னர் பெருவாரிப்பள்ளம் அணை கட்டும் பணிக்கு வானம்மாவும் கருப்பனும் சென்றனர்.

அங்கு வேலை செய்யும் போது பெருவாரிப் பள்ளம் அணைக்கு மதகுகளே கட்டப்படவில்லை. எப்படித் தண்ணீரைத் திறந்து விடுவார்கள் என்பது வானம்மாவிற்குக் குழப்பமாக இருந்தது.

நீண்ட நாளாக இருந்த குழப்பத்தைத் தன்னிடம் நன்றாகப் பேசும் பொறியாளர் கண்ணனிடம் வானம்மா கேட்டாள்.

"பெருவாரிப்பள்ளமும், தூணக்கடவும் ரெட்டை அணைக. ரெண்டு அணைகளும் கால்வாய் மூலம் இணைக்கப்பட்டிருக்கு. தூணக்கடவுல தண்ணீ திறந்துவிட்டா, பெருவாரிப்பள்ளத்துலயும் குறையும். இங்க தண்ணீ அதிகமானா அங்கயும் அதிகமாகும்" எனக் கண்ணன் சிரித்துக்கொண்டே சொன்னார். அன்றைய நாள் வேலை முடியும் வரை வானம்மாவிற்கு ஆச்சரியம் அடங்கவில்லை.

சில மாதங்களில் வானம்மாவிற்குப் பெண் குழந்தை பிறக்கவும், அணை வேலைகளையும், தனது தோழி மயிலாவையும் பிரிந்து நீரோடைப் பதிக்குச் சென்றுவிட்டாள். சுற்றி விரிந்திருக்கும் வனமும், கொட்டும் அருவியும், பாய்ந்தோடும் ஓடைகளும் வானம்மாவிற்குப் பிடித்திருந்தது. வானம்மாவின் மகள் வளர்ந்து, திருமணமாகி மணியைப் பெற்றெடுக்கும் வரை எந்தச் சிக்கலும் இருக்கவில்லை. நாளாக நாளாக எஸ்டேட்கள் விரிய காடுகள் சுருங்கி துண்டு துண்டாக மாறியது. எஸ்டேட்களுக்குத் தேயிலை கொழுந்து பறிக்கச் சென்ற சிலர் அங்கேயே தங்கி விட்டனர். அவ்வேலை ஒத்துவராது என நினைத்த பலர் மலையிறங்கி கவுண்டர் தோட்டங்களுக்கும், வேறு வேறு இடங்களுக்கும் சென்றுவிட்டனர். மாரியம்மாவும் வேறு இடத்திற்குச் சென்றிருந்தாள்.

மிச்சமிருந்த பத்துக் குடும்பங்களும் பதிக்குள் முடங்கின. காட்டு யானைகளும், சிறுத்தைகளும் பதிக்குள் அடிக்கடி வரத் துவங்கின. வனத்திற்குள் வனத்துறை கெடுபிடிகள் அதிகரிக்க, வருமானம் குறைந்து வந்தது. முதலமைச்சர் எம்.ஜி.ஆர். மரணம் என்கிற செய்தி ஊர்ஜிதமாகி ஆனைமலைக் காட்டிற்கு ஊர்ந்து வந்த இரண்டாவது வாரத்தில், பிழைப்பு தேடி மூட்டை முடிச்சுகளைத் தூக்கிக் கொண்டு வடக்கு நோக்கி நகர்ந்து மலையடிவாரத்தில் இருந்த மலைப்பதிக்கு இடம் பெயர்ந்து வந்தனர். இங்கு வந்த கொஞ்ச நாட்களிலேயே கருப்பன் மாரடைப்பால் உயிரிழந்து விட, காட்டையும் கணவனையும் இழந்த வானம்மா தனி மரமாகித் தவித்து நின்றாள்.

மணியும், காட்டுராசாவும் கனத்த மனதுடன் கேட்டுக் கொண்டிருக்க, வானம்மா தனது கதையைச் சொல்லி முடித்து நீண்ட பெருமூச்சு விட்டாள்.

“காட்டுல இருந்த நிம்மதி கூட வெளிய இல்ல. இங்க இருக்கவே முடியல. பாரெஸ்ட்காரங்க விட்டா திரும்ப காட்டுக்குள்ளயே போயி இருந்துக்கலாம்னு தோணுது. இப்பொ வருத்தப்பட்டு என்ன பண்ணுறது? மொதல்லையே யோசிச்சு இருக்கணும். எல்லா கைய மீறிப் போச்சு” என வருத்தத்தோடு வானம்மா வாயில் இருந்து வார்த்தைகள் வெளியாயின. அதையே மந்திரம் போலத் திரும்பத் திரும்பச் சொன்னாள். எதுவும் சொல்லாமல் அவளது கண்களையே காட்டுராசா உற்றுப் பார்த்தான். வானம்மா கண்களிலிருந்து கண்ணீர் இடைவிடாது வடிந்து கொண்டிருந்தது.

27

பத்தலை மரம் பூத்துக் காடெங்கும் நறுமணம் வீசியது. காலைப்பொழுது விடிந்தும், விடியாமலும் இருந்தது. மலைக்காடுகளின் வெளியெங்கும் இருளும், வெளிச்சமும் சேர்ந்திருந்தது. காட்டுராசாவும், மணியும் அடர் வனத்திற்குள் சென்ற ஒற்றையடி மண் பாதையில் நடந்தனர். இருவரது முதுகிலும் வெள்ளை மூட்டை இருந்தது. ஒரு கையில் அரிவாளும், மறு கையில் ஈத்தையும் இருந்தது. மணியின் மூதாதையர் வாழ்ந்த நீரோடைப் பதியைத் தேடி இருவரும் விடியற்காலையிலேயே கிளம்பி இருந்தனர். கூடுவிட்டு வெளியேறும் எண்ணிலடங்கா பறவைகளின் ஓசைகளைக் கேட்டபடி நடந்தனர்.

வானில் மேலேறி வந்த கதிரொளிகள் பனித்துளிகளைச் சுவைக்கத் துவங்கின. தரையில் மண்ணே தெரியாத அளவிற்கு மக்குகள் குவிந்திருந்தன. இலை தழைகள் கொட்டிக் கொட்டி உருவாக்கிய மக்குகள் மீது நடப்பது, பஞ்சு மெத்தையின் மீது நடப்பது போலிருந்தது. ஆங்காங்கே மலைகளில் இருந்து அருவிகள் தண்ணீரைக் கொட்டின. ஓடைகளில் தெளிந்த நீர் சலசலத்து ஓடியது.

மரக்கிளையில் இருந்த சோலை மந்தி இவர்களைப் பார்த்தபடி இருந்தது. அதன் உடலெங்கும் பளபளப்பான கருப்பு நிற முடிகள் அடர்ந்திருந்தன. முடிகள் இல்லாத கருப்பு முகம். அதனைச் சுற்றி வெள்ளியும், சாம்பலும் கலந்த நிறத்திலிருந்த முடிகள் தொங்கியபடி இருந்தது. அதன் பின்னால் சிங்கத்திற்கு இருப்பதைப் போன்ற வால் இருந்தது. மலைச்சரிவில் வரையாடுகள் மேய்ந்து கொண்டிருந்ததைப் பார்த்தபடி நடந்தனர்.

திடீரென மணியின் வலது கால்களில் இரத்தம் வடிந்தது. இரண்டு அட்டைகள் காலில் இரத்தம் குடித்துக் காயத்தை ஏற்படுத்தியிருந்தது. காட்டுராசா கூவன் கிழங்கைத் தேடி எடுத்து, பாறையின் மீது அதனை வைத்துக் கற்களைக் கொண்டு அரைத்து

மணியின் கால்களில் பூசிவிட்டான். அவனது கால்களிலும் பூசிக் கொண்டான். இருவரும் தொடர்ந்து நடந்தனர்.

மலையில் உயரே செல்லச் செல்லத் தாவர அமைப்புகள் மாறுவதைக் காண முடிந்தது. கீழே தரைக்காட்டில் பார்த்ததை விடவும் உயரமான, தடித்த மரங்களையும், காட்டுக் கொடிகளையும் பார்க்க முடிந்தது. காற்றில் வேகமும் குளிரும் மெல்ல அதிகரித்ததில் இருந்து மலையின் உச்சிப் பகுதிக்கு வந்துவிட்டதைப் புரிந்துகொண்டனர்.

அடர்ந்த மரங்களுக்கு நடுவே ஓடையில் தெளிந்த நீர் சலசலத்து ஓடியது. சுற்றிலும் பச்சை போர்த்தியது போன்ற புல்வெளிகள் இருந்தன. காட்டு ஓடையில் நீர் சீரான வேகத்தோடு இரு கரைகளையும் தொட்டுக்கொண்டு சென்றது. கண்ணாடி போல இருந்த நீருக்குள், கூழாங்கற்கள் நிறைந்து கிடந்தன. ஓடையோரத்திற்குச் சென்று மண்டியிட்டபடி காட்டுராசா, கைகளால் தண்ணீரை அள்ளி முகத்தைக் கழுவினான். ஈத்தையில் தண்ணீரைப் பிடித்து அலசி நீரை வெளியே ஊற்றினான். அதன் மேல் பகுதி திறந்தும், கீழ் பகுதி மூடியும் இருந்தது. அதில் ஓடைத் தண்ணீரைப் பிடித்துக் குடித்தான். அதேபோல மணியும் நீரைக் குடித்தான். தண்ணீர் இதமாக இருந்தது.

உருண்டை வடிவில் வெண்மை நிறத்திலிருந்த இலுப்பைப் பூவின் மீது அமர்ந்தபடி ஊதா தேன் சிட்டு தேன் உறிஞ்சிக் கொண்டிருந்தது. காட்டுராசா பிடுங்கி வந்த இரண்டு காட்டுத்துவை பழங்களில் ஒன்றை வாங்கிய மணி கடித்துச் சாப்பிட முயன்றான். பதறியபடி கைகளைத் தட்டிய காட்டுராசா, “இதெ பச்சையா சாப்பிடக்கூடாது” என்றான்.

“ஏன்?” என அதிர்ச்சியோடு மணி கேட்டான்.

“இதைத் துண்டா நறுக்கி ஓடுற தண்ணீயில நல்லா ஊற வைச்சு, அப்புறம் உலர்த்தி இடிச்சு மாவாக்கிப் பனியாரமாச் சுட்டோ, உலர்ந்த துண்டுகள அனலில வாட்டியோ தா சாப்பிடணும். பச்சையா சாப்பிட்ட நஞ்சு ஏறியிடும்.”

இதைக்கேட்டு பயந்த மணி பழத்தைத் தூக்கி எறிந்தான். இருவரும் காளானைப் பறித்து மிளகாயைத் தட்டிப் போட்டு, தீயில் வாட்டிச் சாப்பிட்டனர். சிறிது நேர ஓய்விற்குப் பிறகு மீண்டும் நடக்கத் துவங்கினர். மலைகளை ஏறியிறங்கிச் சென்றனர். மலைச்சரிவில் பள்ளத்தை ஒட்டி வளைந்து நீண்ட மண்

பாதையில் நடந்தனர். கால்கள் நடந்து கொண்டேயிருந்தன. இருவரும் பேசிக் கொண்டே சென்றனர்.

செங்குத்தான மேட்டில் ஏறிய போது, காடு முடிவடைந்தது. கண்ணுக்கு எட்டிய தொலைவு வரை தேயிலைத் தோட்டம் விரிந்திருந்தது. மலைகள் பச்சைப் பசேலென இருந்தன. வானம் அடர் நீல நிறத்தில் இருந்தது. பஞ்சு பறப்பது போல வெண் மேகக் கூட்டங்கள் சென்று கொண்டிருந்தன. குட்டையாக்கப்பட்ட தேயிலை மரங்களுக்கு நடுவே, ஆங்காங்கே சில மரங்கள் உயர்ந்து வளர்ந்து நின்றிருந்தன.

நின்றிருந்த இடத்திலிருந்து ஏழெட்டு மலைகள் வரை பார்க்க முடிந்தது. முன்பு அங்கொரு காடு இருந்த சுவடே இல்லாமல் இருந்தது. கொஞ்சம் தூரம் சென்ற நிலையில், பெண்கள் தேயிலைத் தோட்டத்தில் மும்மரமாக வேலை செய்து கொண்டிருந்தனர். தலை முதல் கால் வரை துணிகளால் மூடியிருந்தனர். தலையிலும், உடலிலும் பிளாஸ்டிக் கவர்களைச் சுற்றியிருந்தனர். அவர்களது இடுப்பில் ஒரு சாக்குப்பை தொங்கிக் கொண்டிருந்தது. அதன் கயிறு நடுமண்டையில் மடித்துப் போடப்பட்டிருந்த பழைய துணியின் மேலிருந்தது.

தேயிலை மரத்தின் ஒவ்வொரு கிளையின் நுனியில் முளைத்திருக்கும் ஒரு மொட்டு, இரண்டு இலைகளைக் கொண்ட கொழுந்துகளைப் பிய்த்துச் சாக்குப் பையில் இயந்திரம் போலப் போட்டுக் கொண்டிருந்தனர். இதனைப் பார்த்தபடி சற்று தூரம் சென்றபோது, தேயிலைத் தோட்டங்களுக்கு நடுவே காட்டுப்பகுதி இருந்தது. அதன் வழியாக இருவரும் சென்றனர். ஒரு பக்கம் காடும், மறுபக்கம் தேயிலைத் தோட்டங்களும் எனக் காடு துண்டாடப்பட்டிருந்தது.

பகல் பொழுது உச்சியை அடைந்துவிட்டது. மலையைச் சுற்றியெங்கும் காடுகள் அடர்ந்திருந்தது. ஒரு செங்குத்தான சரிவுகளில் இறங்கி, நான்கு மேடுகளைக் கடந்து, இரண்டு ஓடைகளுக்கு நடுவே இருந்த நீரோடைப் பதி நோக்கி இருவரும் நடந்தனர். தூரத்தில் அருவியில் நீர் கொட்டும் சத்தம் கேட்டது. நடக்க நடக்க மணியின் முகத்தில் மகிழ்ச்சி பொங்கி வழிந்தது. நடையும், ஓட்டமுமாகச் சென்றான். அவனுக்கு ஈடு கொடுத்துக் காட்டுராசாவும் சென்றான்.

ஓரிடத்தில் மணியின் கால்கள் நின்றன. அவ்விடத்தைச் சுற்றி ஆங்காங்கே சமதளமாக இருந்த இடங்களில் மண்மேடுகள் இருந்தன. அடுக்கி வைக்கப்பட்டு இருந்த கற்கள், அன்றொரு நாள் வீடாக இருந்ததை வெளிக்காட்டின. உணர்ச்சி வயப்பட்ட நிலையில், அவனிருந்ததை மணியின் முகம் வெளிக்காட்டியது. அவனது கண்களில் கண்ணீர் தேங்கி நின்றிருந்தது.

தாயைப் பிரிந்திருந்த குழந்தை மீண்டும் தாயினைக் கண்டது போல மணி குதுகலித்தான். ஓடிச் சென்று ஒவ்வொரு மரமாகக் கட்டி அணைத்துக்கொண்டான். குழந்தைகளை அள்ளி எடுத்துக் கொஞ்சுவதைப் போல, மரங்களைத் தொட்டு இரசித்தான். உரக்க கத்தியபடி அங்குமிங்குமாக ஓடினான். ஒவ்வொரு இடமாக மணி சுற்றிச் சுற்றி வந்தான். மண்ணை எடுத்து உடலில் பூசினான். காட்டுராசா எதுவும் பேசாமல், அவனது செயல்களைத் தடுக்காமல் அமைதியாகப் பார்த்துக்கொண்டிருந்தான்.

வேங்கை மரத்தடிக்குச் சென்றதும் மணி அமைதியானான். அங்கு காட்டுராசாவை வருமாறு சைகை காட்டினான். காட்டுராசா அங்கு சென்று பார்த்த போது மேடை போன்ற இடத்தில் ஏழு கற்கள் வைக்கப்பட்டு இருந்தன. அதன் நடுக்கல் மற்ற கற்களைக் காட்டிலும் உயரமாக இருந்தது. வனதேவதையை இருவரும் வணங்கினர்.

சூரியன் மேற்கிற்குச் செல்ல, நிழல்கள் கிழக்கு நோக்கி நகர்ந்தன. அடர்ந்த கம்பளி போல இருள் காட்டின் மீது பரவிப் போர்த்தியது. வானமெங்கும் நட்சத்திரங்கள் பூத்திருந்தன. முழு நிலவு பொழிந்துகொண்டிருந்தது. காடெங்கும் ஏகாந்தமாகப் பரவியிருந்த நிலவொளியில், காடு ரம்மியமாக மிளிர்ந்தது. குளிருக்குத் தீ மூட்டிக் குளிர் காய்ந்தபடி, இருவரும் இரவுப் பொழுதைக் கழித்தனர். நிலாவை மேகம் மறைப்பதும், நிலா அதைத்தாண்டி வருவதுமாகக் கண்ணாமூச்சி விளையாடியது. அதனை இருவரும் இரவு முழுவதும் தூங்காமல் பார்த்துக் கொண்டிருந்தனர்.

ரேஞ்சர் கிருஷ்ணன் சொன்னபடி காட்டில் இருந்து வெளியேறினால் வசதியாகவும், நிம்மதியாகவும் வாழ முடியாது என்பதை வானம்மாவும், மணியும் சொல்லாமல் சொல்லியதாகக் காட்டுராசா நினைத்தான். காட்டு வாழ்வே நிம்மதியான வாழ்வு. அவ்வளவு பணம் கொடுத்தாலும் காட்டு வாழ்க்கையை விட ஒரு மேம்பட்ட வாழ்க்கையை ஊருக்குள் வாழ்ந்து விட முடியாது

என்பதற்கு இவர்களே சாட்சி என அவனுக்குத் தோன்றியது. நெருப்பின் கனல்கள் விறகுகளில் புகைந்துகொண்டிருந்தது.

"அணைக்கட்ட எங்கள்
மலையையும், மண்ணையும்
மாண்பையும் இழந்தோம்.
மலைநீர் சேர்ந்தது
மலைமக்கள் யாம்
சிதறுண்டோம்.
வலைவீசி மீன்பிடிக்க
வழி இல்லை.
தூண்டிலில் பிடிக்கத்தான் விதியுண்டு.
துவண்டுதான் கிடக்கிறோம்.
தூக்கிவிட நாதியில்லை"

யாரோ எங்கோ சொல்லக்கேட்டு அவனது நினைவுகளில் ஆழப்பதிந்திருந்த வரிகளைச் சோகமான குரலில் மணி சொன்னது பாடுவதைப் போலக் காட்டுராசாவிற்குக் கேட்டது. இருவரையும் ஒரு பெரும் சோகம் தொற்றிக்கொண்டது. அவர்களை வருடிச் சென்ற காற்று, காடெங்கும் சோகத்தைப் பரப்பிச் சென்றது.

வேங்கைப்பதி

கார்காலம்

28

பரந்து விரிந்திருந்த பெருங்காடு பச்சை புத்தாடை உடுத்தியிருந்தது. காய்ந்திருந்த மரங்களில் கொஞ்சம் கொஞ்சமாகப் பச்சையம் துளிர்த்துக்கொண்டிருந்தது. மேற்குத் தொடர்ச்சி மலைகளில் இருந்து வந்த மழைச்சாரல், காற்றின் வேகத்தில் காட்டின் மீது படர்ந்தது. சட்டென விழுந்த மழைத்துளிகள், "கெக்... கெக்க்..." எனக் கூட்டமாகக் கொக்கரிப்புடன் மேய்ந்து கொண்டிருந்த கோழிகளை நனைத்தது. அதில் கோழிகளின் உடல் சிலிர்த்து அடங்கியது.

தலையைச் சிலுப்பிக் கொண்டு சட்டெனப் பெய்து ஓய்ந்த மழையை நிமிர்ந்து பார்த்தபடி, சிதறிக் கிடந்த ரேசன் அரிசியைக் கோழிகள் கொத்திக்கொண்டிருந்தன. கருப்பு நிறத் தாய்க்கோழி தனது குஞ்சுகள் மீது ஒரு கண் வைத்தபடி, அரிசியைக் கொத்திக் கொண்டிருந்தது. குஞ்சுகள் கால்களால் மண்ணைக் கிளறியபடி, அரிசியைத் தேடிக் கொத்திக் கொத்தித் தின்றன.

திடீரெனச் சரசரக்கும் சத்தம் கேட்டுத் தாய்க்கோழி திரும்பியது. கறுப்பு நிறக் குஞ்சு ஒன்றின் பின்னால் ஒரு நாகப்பாம்பு இருந்தது. பாம்பு வாயைத் திறந்தபடி குஞ்சை நெருங்கியது. அது எந்நேரமும் குஞ்சை விழுங்கிவிடக்கூடும். சட்டெனப் பறந்த தாய்க்கோழி பாம்பின் மீது தனது அலகால் கொத்தியபடி கீழே விழுந்தது. "கெக்... கெக்க்..." என மற்ற குஞ்சுகள் சிதறி ஓடின. இரை தவறிய ஆத்திரத்தில் பாம்பு சீறியது. அதன் விஷ நாக்கு வெளியே எட்டிப் பார்த்தது. இறக்கைகளை விரித்தபடி தாய்க்கோழி பாய்ந்தது. நாகப்பாம்பும், தாய்க்கோழியும் ஆக்ரோசமாக மோதிக் கொண்டன.

தாய்க்கோழி ஆவேசத்தோடு கொத்தியது. பாம்பின் சீற்றத்தைப் பொருட்படுத்தியதாகத் தெரியவில்லை. அதன் மீது ஏறி நின்றபடி, தாக்குதலைத் தொடர்ந்தது. ஒரு கட்டத்தில் கோழியின் தாக்குதலை எதிர்கொள்ள முடியாமல், கோழியை உதறித் தள்ளி விட்டு ஒரு பொந்திற்குள் பாம்பு புகுந்தது.

தாய்க்கோழி விடாது தூரத்திப் பாம்பின் வாலைக் கொத்தியது. வாலையும் உள்ளிழுத்துக் கொண்ட பாம்பு மறைந்து தப்பியது. தாய்க்கோழி நடந்து செல்ல, அதற்கு முன்பாகக் குஞ்சுகள் சென்று கொண்டிருந்தன.

இதனைப் பாறையின் மீது அமர்ந்திருந்த காட்டுராசா கவனித்தபடி இருந்தான். அவனது மனதில் இனம் புரியாத கவலை குடிகொண்டது. அப்போது சின்னான் பதிக்குள் மூச்சிரைக்க ஓடி வந்தான். அவனது வருகையில் படபடப்பு தொற்றியிருந்தது. காட்டுராசா எதுவும் புரியாமல் அவனை நோக்கி வேகவேகமாகச் சென்றான். சின்னான் ஓடி வருவதைப் பார்த்து அவனுக்கருகே மூப்பனும் வந்திருந்தார்.

“சின்னா என்னத பிரச்சினயானு?”

“எந்துமில்ல.”

“பின்ன என்னவா?”

“தண்ணீ ஊத்து பக்கத்துல ஆனெயு ஈஞ்சப்பனய சாச்சிருக்குனு.”

“அட... அதுக்கு வேண்டி ஓடியிருகதுவனு?” என மூப்பன் கேட்டாலும், அவரின் நாக்கு ஈஞ்சக் கஞ்சியின் ருசிக்காக ஏங்கியது.

ஈஞ்சப்பனையை யானை சரித்துப் போட்ட தகவல், பதி முழுக்கக் காற்று போலப் பரவியது. பதியினர் அனைவரையும் அளவற்ற மகிழ்ச்சியும் ஆர்வமும் தொற்றிக்கொண்டது. பதி ஒன்று திரண்டு ஈஞ்சப்பனையைத் தூக்கி வந்து பிளந்தது. அதன் உள்ளிருந்து மாவை எடுத்தது. அந்த மாவைப் பெண்கள் கல்லில் ஆட்டினர். நன்றாக அரைக்கப்பட்ட மாவைத் தண்ணீரில் பிசைந்து பாத்திரத்தில் போட்டு வைத்தனர்.

பாத்திரத்தில் விடியற்காலையில் பன்னீர் போலத் தண்ணீர் மேலே இருக்கும். கூழ் கீழே அடியில் இருக்கும். தண்ணீரை வடித்துவிட்டுக் கூழை எடுத்துச் சட்டியில் போட்டுக் களி கிளறி சாப்பிட்டால், அதன் மணமும், சுவையும் அமிர்தம் போல இருக்கும். அதில் உப்பு, இனிப்பு, துவர்ப்பு, காரம் ஆகிய நான்கு சுவைகள் கலந்திருக்கும். அதனைச் சுவைக்கப் பதியினர் ஆவலோடு காத்திருந்தனர். குழந்தைகள் அந்தப் பாத்திரத்தைப் பார்த்தபடி தூங்கிப் போயின.

ஓயாத யானைகளின் பிளிறலோடு, பதியின் பொழுது விடிந்தது. யானைகள் தொடர்ந்து பிளிறிக் கொண்டிருக்கும் சத்தம் கேட்டு தூக்கம் கலைந்து எழுந்தனர். ஊற்று இருந்த தென்மேற்குத் திசையில் இருந்து சத்தம் வந்துகொண்டிருந்தது. நான்கைந்து யானைகள் ஒரு சேரப் பிளிறிக்கொண்டிருந்தன. யானைகளின் பிளிறல் சத்தத்தில் இருந்து ஏதோ பிரச்சினை என்பதை உணர்ந்த மூப்பன், காட்டுராசா, சின்னான் உடன் மேலும் இருவரை அழைத்துக்கொண்டு பயணித்தார்.

சிறு பள்ளத்தின் அருகே நான்கு யானைகள் நின்றிருந்தன. தொடர்ந்து அவை பிளிறிக் கொண்டேயிருந்தன. அந்தப் பிளிறலில் காடு அதிர்ந்தது. யானைகளுக்கு முன்பாக இருந்த குழியில் குட்டி யானை ஒன்று சிக்கியிருப்பது தெரிந்தது. குட்டி யானை முன்னங்கால்களை மேட்டிற்கு மேலே எடுத்து வைத்து உந்தி மேலேற முயல்வதும், மீண்டும் சறுக்கிக் குழிக்குள் செல்வதுமாக இருந்தது. அதனை மீட்க முடியாமல் யானைகள் பிளிறிக் கொண்டிருப்பது தெரிந்தது.

சற்று தூர இடைவெளியில் நின்றிருந்த காட்டு யானைக் கூட்டத்தை நால்வரும் கவனித்தபடி காத்திருந்தனர். சற்று மெதுவாகக் காட்டு யானைகளை நோக்கி நடக்க, பெண் யானை ஒன்று தலையைக் குலுக்கியபடி வேகமாக வந்தது. அவர்கள் அசையாமல் நின்றனர். சிறிது நேரம் அவர்களைக் கவனித்த அந்த யானை, பிளிறியபடி பின்னால் சென்றது. யானைக் கூட்டம் பின் நோக்கிச் சென்று, சற்று தொலைவில் நின்று கொண்டது. குட்டி யானை சிக்கியிருந்த குழியை நோக்கி நான்கு பேரும் நடந்தனர்.

“இருட்டுக்கே குழியில விழுந்ததுவேனு போலே?” என்றார் மூப்பன்.

“அதே” என்பது போல மற்ற அனைவரும் தலையாட்டினர். மேட்டின் உயரம் காரணமாகக் குட்டி யானையால் மேலேற முடியவில்லை.

“மடாலு எப்ப வந்து பாத்து எடுக்கது? நாமீயளுக்கே முயற்சி செய்தா அது மேல வருனு.”

மாகாணிக்கிழங்கு தோண்டுவதற்காகக் காட்டிற்குள் வைக்கப்பட்டு இருந்த மண்வெட்டிகளைத் தேடி எடுத்து வந்து, நான்கு பேரும் மேட்டின் ஒரு பக்கத்தில் மண்ணைப் பறித்துத் கீழே தள்ளினர்.

மேட்டைத் தோண்டி குழியைத் தட்டி மேடுறுயர்த்தி ஆழத்தைக் குறைத்தனர்.

குட்டி யானை அதன் காலை மேட்டில் வைக்கும் அளவிற்குக் கொண்டு வந்த பின், நால்வரும் சற்றுத் தள்ளி நின்றனர். மேட்டிற்கு அருகே வந்த குட்டி யானை இரண்டு முன்னங்கால்களையும் அந்த மேட்டின் மீது தூக்கி வைத்தது. அப்படியே மேலே உந்த மண் சற்றுச் சறுக்கி யானை மீண்டும் கீழிறங்கியது. மீண்டும் வந்த யானை மேட்டின் மேல் வைத்து தும்பிக்கையால் மண்ணை அழுத்தியபடி உடலை மேலே இழுத்தது.

சற்று மேலேறிய யானை சமமாக இருந்த மேட்டின் மீது முன்னங்கால்களை வைத்தது. அதன் வயிறு குழிக்கும், மேட்டிற்கும் இடையே இருந்தது. குழந்தை தவழ்வது போல முன்னங்கால்களையும், பின்னங்கால்களையும் ஆட்டியது. அப்படியே சற்று தவழ்ந்தது. தயங்கித் தயங்கிப் பின் வேகம் கூட்டி ஒரே உந்தில் மேடேறியது.

குட்டி யானை மேலேறியதும் குடுகுடுவெனத் தனது கூட்டத்தை நோக்கி ஓடியது. அனைவரும் உற்சாகமாகச் சிரித்து, ஆரவாரம் செய்தனர். கூட்டத்தில் சேர்ந்ததும் ஐந்து யானைகளும் முன்நோக்கி நகர்ந்தன. சில அடி தூரம் சென்றதும், யானைக் கூட்டம் திரும்பியது. அனைத்தும் தும்பிக்கையைத் தூக்கி இவர்களைப் பார்த்து ஒரு சேர பிளிறியபடி, காட்டிற்குள் திரும்பச் சென்றன. நன்றி தெரிவிப்பது போல இருந்த அக்காட்சி, அவர்களுக்கு ஈஞ்சக்கஞ்சியின் சுவையை விடத் தித்திப்பாக இருந்தது.

29

மழைக்காலம் நெருங்கிக் கொண்டிருப்பதற்கு முன்னோட்டமாக, மேகங்கள் சாரலும் தூறலுமாகப் பொழிந்தன. கூரைகளில் ஓட்டைகளை அடைப்பதும், பழுது பார்ப்பதுமாகவே பதியினரின் நாட்கள் கழிந்தன. காட்டுராசா தனது சாளையின் கூரையைச் சரி செய்து கொண்டிருக்க, அவனுக்குச் சுந்தரி உதவிக் கொண்டிருந்தாள். இடுப்பில் கைவைத்தபடி நடந்து கொண்டிருந்தாள். புடைத்து வெளியே தள்ளிக்கொண்டு வந்திருந்த வயிறு, அவள் கருவுற்று இருப்பதை வெளிக்காட்டியது.

வருடத்தில் ஆறு மாதம் மழையும், தூறலுமாகவே இருக்கும். என்ன சரி செய்தாலும், அடை மழைக்குக் கூரை பொத்துக் கொண்டு ஒழுகியே தீரும். சாளை முழுவதும் ஈரமாகவே இருக்கும். கூரை ஒழுகும் போதெல்லாம் ஒரு பாத்திரத்தை வைத்து மழை நீரைப் பிடிக்க வேண்டியிருக்கும். கூரையின் பல பக்கங்களிலும் ஒழுகினால் பாத்திரங்களைக் கொண்டும் கூட ஒழுகும் நீரைப் பிடிக்க முடியாது. சாளைக்குள் தண்ணீர் குளம் கட்டி நிற்கும். மழை நீரை மோந்து வெளியே ஊற்றுவதற்குள் ஒரு வழியாகிவிடும். மேலிருந்து மழைநீர் சொட்டச் சொட்ட ஈரத்தரையிலேயே படுத்துறங்க வேண்டியிருக்கும். அதனால் மழை துவங்கும் முன்பே ஓரளவு சாளைகளைச் சரி செய்ய வேண்டியது அவசியம். முடிந்தளவு கூரையைச் சரி செய்த திருப்தியுடன் காட்டுராசா கீழிறங்கி வந்தான்.

வாகை மரத்தின் மீது அமர்ந்திருந்த கொண்டலாத்தி நீண்ட அலகால், "ஊப்... ஊப்... ஊப்" எனக் குரலெழுப்பியது. அச்சத்தத்தைக் கேட்டுக் காட்டுராசா நிமிர்ந்து பார்த்தான். தலையின் மீது கருப்பு, வெள்ளை நிற விசிறி போன்ற கொண்டை. பழுப்பு நிற உடல். சிறகுகளை அவ்வப்போது சிலுப்பி, விறைப்பாக நின்றுகொண்டிருந்தது. ஒரு பாத்திரத்தில் தண்ணீரையும், ஒரு டம்ளர் டீயையும் சுந்தரி கொண்டு வந்தாள். தண்ணீரை அள்ளி

முகத்தைக் கழுவிய காட்டுராசா, தோளில் இருந்த துண்டில் துடைத்துக்கொண்டான். டீயை எடுத்துப் பருகத் துவங்கினான்.

“எந்து டைகர் ரிசர்வ்னு இப்படி அநீதியானு செய்யுனது?”

சமீப நாட்களாகப் ‘புலிகள் காப்பகம், டைகர் ரிசர்வ்’ என ஓயாது அவனது செவிகளில் கேட்டுக் கொண்டேயிருந்தன. காடுகளுக்குள் சுற்றினாலும், சமவெளித் தோட்டங்களுக்கு வேலைகளுக்குச் சென்றாலும் அந்த வார்த்தைகள் தொடர்ந்து கேட்டுக் கொண்டேயிருந்தன. இப்போது சுந்தரி வாயிலிருந்தும் அந்த வார்த்தைகள் வந்துவிட்டது.

“புலிகள் காப்பகமா மாறுனா எல்லா மாறிடும். எல்லா வசதியும் வந்திடும்” எனப் பேசிக்கொண்டிருந்த தோட்டத்துக்காரர்களின் வாய்கள், “ஏழவு. புலிகள் காப்பகமாக ஆனதும் தானாச்சு. ரொம்பக் கெடுபிடி பண்ணுறானுங்க. இந்தப் பாரெஸ்ட்காரங்களுக்குப் புதுசா கொம்பு முளைச்சிடுச்சு போல. ஒரு ஆடு, மாட்ட காட்டுப் பக்கம் மேய்ச்சலுக்கு ஓட்டிட்டு போக முடியல. சுள்ளி, விறகு கூட காட்டுக்குள்ள பொறுக்கக் கூட விடுறது இல்ல. காட்டுக்குள்ள போகக்கூடாது. டாப்சிலிப்க்கு டூவீலர்ல போகக்கூடாது. மீறுனா அபராதம் போடுவோம்னு மெரட்டுறானுங்க” எனச் சலித்துக் கொண்டன. மெல்ல மெல்ல அந்த வார்த்தைகள் மலையேறி வந்தன.

“நீங்க கோர் ஜோன்ல இருக்கீங்க” என அதுவரை காட்டில் புலி, சிறுத்தை, யானைகளோடு ஒன்றாக வாழ்ந்து வந்த மக்களை, வனத்தோடு சம்பந்தமில்லாத ஆக்கிரமிப்புவாதிகளாகச் சித்திரிப்பது போல அதிகாரிகள் பேசினர். புதிதாகப் பல வனச்சரகங்கள் பிரிக்கப்பட்டன. கூடுதல் வனப்பணியாளர்கள் நியமிக்கப்பட்டனர். முன்பு போலக் காடுகளுக்குள் பதியினரால் நடமாட முடியவில்லை.

காடுகளுக்குள் தங்கக்கூடாது, பல வனப்பாதைகளில் செல்லக்கூடாது. கோவில்களுக்குக் கூட குறிப்பிட்ட நாட்களில் தான் செல்ல வேண்டும். கல், மண் எடுக்கக்கூடாது, மண்ணைத் தோண்டக்கூடாது, தீப்போடக்கூடாது, மாகாணிக்கிழங்கு தோண்டக்கூடாது என எக்கச்சக்க கெடுபிடிகள் போட்டு பதியினரை வனத்துறையினர் இறுக்கினர். பதிகளில் உள்ள உறவினர்களைப் பார்க்க வருபவர்களைக் கடும் விசாரணைக்குப் பின்னரே பதிகளுக்குச் செல்ல அனுமதிக்கப்பட்டனர்.

நாளுக்கு நாள் அதிகரித்து வந்த கெடுபிடிகளால், பதியினரின் இயல்பு வாழ்க்கையும், சுதந்திரமும் பறிபோனது. காடுகளுக்குள் முன்புபோலச் செல்ல முடியாததால், நாள்தோறும் வருவாய் தரும் தோட்ட வேலைகளை நோக்கிப் பதியினர் தள்ளப்பட்டனர். கண்களுக்குத் தெரியாத இரும்புக் கூண்டிற்குள் அடைபட்டுக் கிடப்பது போல உணரத் துவங்கினர். என்ன செய்வதெனத் தெரியாமல் விழிபிதுங்கிய பதியினர், உள்ளுக்குள் புழுங்கிக் கொண்டிருந்தனர்.

"ஏன்னாகியா எந்துமே சொல்லாதாகுது?" எனச் சுந்தரி கேட்டாள். கொண்டலாத்தி அலைபோல மேலெழும்பிக் கீழே தாழ்ந்து பறந்தது. காற்றில் அடித்துக் கொண்டிருந்த இறக்கைகளை உடலோடு சேர்த்து வைத்தபடி பறந்து சென்றது. இதனைக் கவனித்துக் கொண்டிருந்த காட்டுராசா சுந்தரியின் குரல் கேட்டு நினைவு வந்தவனாக, "நாமு ஏனாகியா செய்ய முடியு? அல்லாம் வனதேவதை விட்ட பெருவை"என்றான்.

"இங்கனே போன நாமே படுகாட விட்டு செலிவிடுவதுவேனு போலே?"

"அதுக்குத்தா முயற்சி எடுக்கதுவேனு சொல்லது."

"எந்தானு சொல்லுனுது?" சுந்தரியிடம் பதட்டம் மிகுந்திருந்தது.

"படுகாட்டுக்குள்ள ரோடு, கரெண்டு, தண்ணீனு வசதியா செய்து தராதீனு வைச்சிருந்தா செலிவிடியந்தா பாக்குனு."

"அக்காலத்துல விலங்குக படுகாட்டுல இருந்துச்சு. நாமும் படுகாட்டுல அதுக்கூடத்தா இருக்கோமு. புதுமன எந்தானு வருக்கன் (புலி) மேல அக்கற?"

"வருக்கன் எண்ணிக்கை குறையுது இப்போ. அதால அவரு வருக்கன பாதுகாக்க இதல்லா செய்யுதுவேனு."

"டைகர் ரிசர்வ்க்குப் புறத்துனினும் அணாவு வந்தாலும், அவரு எந்தும் வருக்கனுக்கு உணவு கொடுக்கன் போகுன்னில்லா. நமுதுகிட்ட கெடகுக கட்டுறத் தவிர, மடாலு வேற எந்தான் செய்யுதில்ல?"

"எந்துமில்லா. அவருக்கு அறிஞ்சது இத்தன தா. ஆனா அவர் செய்யுன தின்ம அசகநீயமானு. இதானு எக்கட போயி கழியுமோ?" இருவரும் பேசியபடி சாளைக்குள் சென்றனர்.

வெகு சீக்கிரமே இருண்டுவிட்டது. இரவு உணவு முடித்துவிட்டு இருவரும் படுத்துறங்கினர்.

இருள் சூழ்ந்த இரவில் பதி உறங்கிக் கொண்டிருந்தது. "காட்டா... காட்ட்டா" எனக் காட்டுராசாவின் சாளையின் கதவைத் சின்னான் தட்டினான். தூக்கம் விலகாத விழிகளைத் தேய்த்தபடி காட்டுராசா கதவைத் திறந்தான். படபடப்புடன் சின்னான் நின்றிருந்தான். நிறைமாதக் கர்ப்பிணியாக அவனது மனைவி தாமரை இருந்ததால், சில நாட்களாக அவளுக்கு உதவியாகச் சின்னான் எங்கும் செல்லாமல் இருந்து வந்தான். அவனைப் பார்த்ததும் அவனது வருகைக்கான காரணம் காட்டுராசாவிற்குப் புரிந்தது.

தாமரைக்குச் சின்னான் இரண்டாவது கணவர். முதல் கணவன் எந்நேரமும் குடியில் விழுந்து கிடக்க, சொல்லிச் சொல்லிப் பார்த்து வெறுத்துப் போனவள், பரிசத் தொகையைத் திரும்பக் கொடுத்துவிட்டுப் பதிக்கே திரும்ப வந்துவிட்டாள். அவளுக்காகவே சின்னான் காத்திருப்பதாக நினைத்தாள். அவளது காதலைச் சொன்னபோது முதலில் ஏற்க மறுத்தவன், நாளடைவில் அவளின் அன்பிலும், அக்கறையிலும் கரைந்து அவளோடு காடுகளுக்குள் சேர்ந்து போகலானான். இப்போது அவனது கருவை அவள் சுமந்துகொண்டிருக்கிறாள் என்பது நினைவில் மின்னலாக வெட்டிச் சென்றது.

"தாமரைக்கு வலி எவிடேயானு. ஏது செய்யுனு அறியலா."

"ஆசாபத்திரிக்கு போறது தா நல்லதுவேனு. வேறு எந்தப் பெருவையும் அறியில்ல. இதா ஒரு நிமிசத்துக்கு ஆள விழிச்சு வருனு" என்றபடி, காட்டுராசா நான்கைந்து பேரை அழைத்துக் கொண்டு வந்தான்.

முன்பெல்லாம் குழந்தைகள் பதியில்தான் பிறந்தன. பிரசவத்தின் போது குடிலுக்குள் ஆண்கள் யாரும் செல்லமாட்டார்கள். பெண்கள் சேர்ந்து பிரசவம் பார்ப்பார்கள். மரப்பாசம் எடுக்கச் சென்றபோது காட்டுராசாவைத் தனியாளாகப் பெற்றெடுத்துப் பதிக்கு வந்தாள் என்றும், காட்டிற்குள் பிறந்ததால் காட்டுராசா எனப் பெயரிட்டதாகவும் வனத்தாய் சொல்லப் பலமுறை அவன் கேட்டிருக்கிறான்.

இப்போது காலம் மாறிவிட்டது. கீழிருந்து மலையேறிய பழக்கங்களால், பழக்கவழக்கங்களும் மாறிவிட்டது. வைத்தியம்

பார்ப்பவர்களும் அருகி விட்டனர். நோய் வந்தால் மருந்து, மாத்திரைகள் எடுத்துக்கொள்வதைத் தவிர்க்கும் பழக்கம் தொடர்கிறதுதான் என்றாலும், பிரசவத்திற்கு மருத்துவமனைக்குச் செல்ல வேண்டியிருக்கிறது. ஆஸ்பத்திரி என்றாலே பயந்து காட்டிற்குள் ஓடிய காலமெல்லாம் மலையேறிவிட்டது. மருத்துவமனைக்குச் செல்ல மலையிறங்க வேண்டிய காலமிது எனக் காட்டுராசா நினைத்தபடி மற்றவர்களுடன் சேர்ந்து, இரண்டு மூங்கில் கழிகளையும், ஒரு சேலைத் துணியையும் சேர்த்துப் பெரிய தொட்டில் போலக் கட்டினர். அதில் தாமரையைப் படுக்க வைத்து நான்கு பேரும் கழிகளைத் தோளில் தூக்கி வைத்துப் பிடித்தபடி வேகவேகமாக மலையிறங்கத் துவங்கினர்.

பொழிந்துகொண்டிருந்த மழைச்சாரலில் நனைந்தபடி, சரிவான செங்குத்து நிலத்திலும், ஒரு அடி கூடப் பிறழாமல் உச்ச வேகத்தில் சரிவிறங்கினர். தாமரை வலியால் துடித்து அழுதாள். ஒற்றையடிப் பாதையில் மேடு பள்ளம் ஏறியிறங்கி மலையடிவாரத்திற்கு வந்தனர். தாமரையின் கதறலும், அழுகையும் உச்சத்தை அடைந்து அடங்கியது. அதுவரை வலியால் கதறி வந்தவளிடம், சிறிது நேரம் எந்தச் சத்தமும் வரவில்லை.

தொடர்ந்து வேகமாக நடந்து கொண்டிருந்தவர்கள், சந்தேகப்பட்டுத் தொட்டிலைக் கீழே இறக்கி வைத்தனர். அவளிடம் இருந்து எந்த அசைவும் இல்லை. ஒவ்வொருவரும் தாமரையிடம் ஏதேதோ சொல்லிப் பார்த்தனர். அவளது உடலை உலுக்கிப் பார்த்தனர். காட்டுராசா தாமரையின் நாடியைச் சோதித்துப் பார்த்த போது, துடிப்பு அடங்கியிருந்தது. அவனது கண்களில் கண்ணீர் திரண்டு வடிவதைப் பார்த்த சின்னான் துடித்து அழுதான். நடையும் ஓட்டமுமாக மருத்துவமனைக்கு அவளைத் தூக்கிச் சென்றார்கள்.

"எப்படியாவது என் தாமரைய காப்பாத்துங்க டாக்டர்" எனச் சின்னான் அழுகையோடு கைகளைக் கூப்பி வேண்டினான். தாமரையைச் சோதித்துப் பார்த்த மருத்துவர், அவளது உயிர் பிரிந்து வெகுநேரமாகிவிட்டதாகச் சொல்லிச் சென்றார். தாமரையின் உடல் மீது விழுந்து தலையில் அடித்துக் கொண்டான். கட்டுப்படுத்த முடியாத அளவிற்குக் கண்ணீர் பெருக்கெடுத்து ஓடியது. பக்கத்தில் இருந்தவர்கள் கூடத் தெரியாத வகையில் முகத்தை மூடித் தேம்பி, தேம்பி அழுது தீர்த்தான்.

மருத்துவமனையில் இருந்தவர்கள் அவன் மீது ஒரு பரிதாபப் பார்வையை வீசியபடி நகர்ந்து கடந்தனர்.

தாமரையின் உயிரற்ற உடலே மலையேறி வந்ததை அறிந்த வேங்கைப்பதி சோகத்தில் மூழ்கியது. சின்னான் சாளையின் முன்பு அனைவரும் கூடியிருந்தனர். பதியில் இருந்து சென்ற ஆட்கள் கொண்டு சேர்த்த இறப்புச் செய்தியைக் கேட்டு உறவினர்களும் வந்திருந்தனர். தாமரையின் உடலுக்கு அருகே அமைதியாக நின்றிருந்த சின்னானின் விழிகளில் நீர் கோத்து நின்றது. பதியிலுள்ள எவரும் உணவு சமைக்கவும் இல்லை. உண்ணவும் இல்லை. அவளது உடலைச் சுற்றி அமர்ந்திருந்த பெண்கள் ஒப்பாரி வைத்தனர்.

"நிக்கி...

பொன்னூ.. வாசப்படி நிக்கி

பூச செய்யுந் தெப்பக் கொளம்... நா

பூச செய்யப் போன பக்கோ...

பொந்தாயக் காணமுன்னு... நா

பொன்னாள் அழுது வந்தே

பொன் மேனி வாடிவந்தே..."

காட்டுராசாவோடு சேர்த்து நான்கு பேர் காட்டிற்குள் சென்றனர். 'சல்லைக்கட்டு'★ செய்ய இரண்டு தரமான மூங்கில்களைத் தேர்வு செய்தனர். சூடம், ஊதுபத்தி பற்ற வைத்து வழிபாடு செய்த பின்னர், மூங்கிலை அரிவாளால் வெட்டி எடுத்தனர். சில தழைகளைச் சேர்த்து நடு மூங்கிலில் வைத்து, ஏற்கெனவே உரித்து வைத்திருந்த மரப்பட்டை நாரால் கட்டினர். பின்பு சல்லைக்கட்டுடன் நான்கு பேரும் பதியை நோக்கி நடந்தனர்.

சின்னானின் சாளையின் முன்பு நான்கு பேரும் வந்து நிற்க, அங்கிருந்தவர்கள் தண்ணீர் ஊற்றி நான்கு பேரின் கால்களைக் கழுவி மரியாதை செய்தனர். சல்லைக்கட்டைக் கீழே இறக்கி வைத்ததும், ஒருத்தி சூடம் பற்ற வைத்துப் பூஜை செய்தாள். பின்னர், அந்த மூங்கில்களையும், மரப்பட்டை நார்களையும் கொண்டு பாடை கட்டினர். சடங்குகள் முடித்து தாமரையின் உடலைப் பாடையில் வைத்துத் தூக்கிச் சென்றனர்.

★ பாடை கட்டுதல்.

மேற்கில் சூரியன் விழத் துவங்கியது. அடிவானம் மஞ்சள் பூத்து ஒளிர, தூர மலைகள் வரை மஞ்சள் நிறத்தில் ஒளிர்ந்தன. மஞ்சள் வெயில் பாறைகளின் மீது படர்ந்திருந்தது. பாறையின் மீது உடலை வைத்துச் செடி, கொடிகளை வெட்டி வந்து போட்டு மூடினர். பெரிய பெரிய செடிகளையும், கல்லையும், கட்டையும் போட்டு, விலங்குகள் தீண்டாத அளவிற்குப் புதர் போல் ஆக்கினர். அவற்றோடு சேர்த்து உடலும் மக்கி எலும்புக்கூடாக மாறிவிடும்.

அழுகையும், கதறலுமாக இருந்த சின்னானின் கைகளை ஆறுதலாகக் காட்டுராசா பற்றிக் கொண்டான். அவனது கைகளுடன் இக்கட்டு போட்டு கை கோத்தபடி கவலை படர்ந்த முகங்களுடன் பதியினர் பதியை நோக்கி நடந்தனர்.

30

காண்டூர் கால்வாயின் கான்கீரிட் சுவர்களுக்குள் தண்ணீர் பாய்ந்தோடிக் கொண்டிருந்தது. தோட்டத்து வேலை முடிந்து பதிக்கு வந்த காட்டுராசாவுடன், ரேசன் அரிசி வாங்கிக்கொண்டு மகன் குமாருடன் போதையில் தள்ளாடி வந்த பாபு சேர்ந்து கொண்டார். வெகுதூரம் நடந்து வந்ததால் தாகம் அதிகமாகக் கால்வாயில் தண்ணீர் குடிக்க பாபு படிக்கட்டில் அமர்ந்தார். சலசலத்து ஓடும் தண்ணீரைக் கையில் அள்ளிக் குடித்தார். இரண்டாவது வாய் குடிக்கும் போது, “அப்பா எமக்கும் தண்ணீ” எனக் குமார் தோளில் கை வைத்தான். போதையில் தள்ளாடிய பாபு கால் வழுக்கித் தண்ணீரில் விழுந்தார். விழுந்த வேகத்தில் அவரை ஓடும் நீர் இழுத்துச் சென்றது.

“அப்பா… அப்ப்பா…” எனக் கரையில் நின்றிருந்த குமார் கதறி அழுதான். அழுகையும் கதறலும் அடங்காமல் துடித்தான். அவனுக்குக் காலடியில் ரேசன் அரிசியும், மளிகைப் பொருட்களும் கிடந்தன. அவனது அலறல் சத்தம் கேட்டுக் காட்டுராசா, அவரைக் காப்பாற்ற வேண்டி தண்ணீரில் குதித்து நீந்தினான்.

கால்வாய் தண்ணீரில் காட்டுராசா கைகளையும் கால்களையும் வேக வேகமாக அசைத்தபடி நீந்தினான். அவன் நீந்துவதில் பதட்டமும், பரபரப்பும் சேர்ந்திருந்தது. உடல் தண்ணீருக்குள் இருக்க தலை மட்டும் மேலே தூக்கி இருந்தது. கண்கள் தேடித்தேடி அலைந்தன. இயங்கும் வேகத்தை முடிந்தளவு கூட்டினான்.

மலைக்குகை சுரங்கத்திற்குள் கொஞ்சம் கொஞ்சமாக வெளிச்சம் மறைந்து இருண்டு திரண்டது. தண்ணீரில் காட்டுராசா நீந்தும் சத்தம் கேட்டுப் புறாக்களும், பறவைகளும் சிதறிப் பறந்தன. வௌவால்கள் அலறின. பறவைகளின் இறக்கைகள் காட்டுராசாவை அடித்துச் சென்றன. வௌவால்களும், புறாக்களும் மாறி மாறி அவனைக் கொத்தின. இருந்தும் நீந்துவதை

நிறுத்தவில்லை. அடர்ந்திருந்த இருள் கண் பார்வையை இழக்கச் செய்தது. பாபு எங்கும் அகப்படவில்லை.

‘எங்கே தேடுவது? எப்படித் தேடுவது? இதற்கு மேலும் பிழைத்திருப்பாரா?’ என்ற கேள்வி மனதில் எழுந்ததும் சோர்ந்து போனான். இதற்கு மேல் நீந்துவதில் பயனில்லை. பதிக்குச் சென்று மற்றவர்கள் உதவியுடன் உடலையாவது தேடுவோம் எனத் திரும்பி எதிர் நீச்சல் போட்டான். வேகமாகப் பாய்ந்தோடும் நீரில் எதிர் நீச்சல் போடுவது அவ்வளவு எளிதாக இருக்கவில்லை. நீந்தவும் முடியவில்லை.

சுரங்கத்திற்குள் இருந்து பறவைகள் பெரும் கீச்சொலிகளுடன் வெளியேறிப் பறந்தன. சுரங்கம் அமைக்கும் போது காங்கிரிட் போடப் பயன்படுத்திய இரும்புக் கம்பிகள் அறுக்க முடியாமல் மடக்கிவிடப்பட்டு இருப்பது தெரிந்தது. அந்தக் கம்பிகளை ஒவ்வொன்றாக மாறி மாறி பிடித்துத் தொங்கியபடி சுரங்கத்திற்குள் இருந்து வெளியே வந்தான்.

அழுது கொண்டிருந்த குமாருக்கு அருகே சின்னான் வந்து நின்றிருந்தான். காட்டுராசா வருவதைப் பார்த்ததும் மரப்பட்டைகளை உறித்துக் கட்டித் தண்ணீரில் சின்னான் வீசினான். அதனைக் காட்டுராசா பிடித்ததும், அவனை இழுத்துச் சின்னான் கரையேற்றினான். மூவரும் ஈரத்தோடு பதியை நோக்கி ஓடினர்.

பதியினர் திரண்டு வந்து கால்வாயில் வெகு தூரம் தேடியும் உடல் கிடைக்கவில்லை. நீர்வளத் துறைக்கு தகவல் அளிக்கப்பட்ட அடுத்த நொடியே, மின்சார வாரியத்தைத் தொடர்பு கொண்டு சர்க்கார்பதி மின்நிலையத்தில் மின்உற்பத்தி நிறுத்தப்பட்டது. ஆனாலும் வாய்க்காலில் ஓடிக்கொண்டிருந்த நீரின் வேகம் உடனடியாகக் குறையவில்லை. நீர் வடிய வெகுநேரமானது. தீயணைப்புத் துறை, வனத்துறை, காவல் துறை, பதி ஆட்கள் என ஆளுக்கு ஒரு பக்கமாக உடலை தேடிப்பார்த்தனர். இரண்டு நாட்களுக்குப் பிறகு ஆழியாறுக்கு அருகே பாபுவின் உடல் கண்டெடுக்கப்பட்டது.

பாபுவின் உடல் வேங்கைப்பதிக்குக் கொண்டு செல்லப்பட்டது. பாபுவின் சாளையின் முன்பு பதியினரும், இறப்புச் செய்தி கேட்டு வந்த உறவினர்களும் கூடியிருந்தனர். வழக்கம் போலப் பதியிலுள்ள எவரும் உணவு சமைக்கவும் இல்லை, உண்ணவும்

இல்லை. பாபுவின் மனைவி கழுத்திலிருந்த தாலிக் கயிற்றை அறுத்து அவனின் காலில் கட்டினர். அவனது உடலைச் சுற்றி அமர்ந்திருந்த பெண்கள் ஒப்பாரி வைத்தனர்.

"வடக்கே கருங்காடு நிக்கி
வாள வெக்கி பூந்தோட்டொ
வடக்கீத்த வோக்கியறு - இந்த
வோக்கியத்த நீக்காம – உங்க
பொன்னுயிரு போனது - நிக்கி
தெக்கே கருங்காடு - உங்களுக்கு
தென்ன வெக்கிம் பூந்தோட்ட
ஐயா உங்களுக்குத்
தென்னெ இடமானோ
தெக்கீந்த ஓக்கியரு - இந்த
ஓக்கியத்த நீக்க்காம – உங்க
பொன்னுயிரும் போனது."

சல்லைக்கட்டு செய்ய காட்டுராசா நான்கு பேருடன் காட்டிற்குள் சென்றான். பூஜை செய்து இரண்டு தரமான மூங்கில்களை வெட்டி, சில தழைகளைச் சேர்த்து நடு மூங்கிலில் வைத்து, மரப்பட்டை நாரால் கட்டினர். சல்லைக்கட்டுடன் வந்த நான்கு பேரின் கால்களைக் கழுவி பதியினர் வரவேற்றனர். சல்லைக்கட்டைக் கீழே இறக்கி வைத்ததும், பாபுவின் மனைவி சூடம் பற்ற வைத்து பூஜை செய்தாள்.

ஆள்காட்டிக் குருவி ஒன்று ஊதாவும், பழுப்பும் கலந்த இறக்கைகளை விரித்துப் பறந்தபடி வந்து, மரக்கிளையில் அதன் மஞ்சள் நிறக் கால்களை வைத்து நிற்க முயன்றது. அங்கே நிற்க முடியாமல் சற்று தூரம் முன்னே சென்றபடி மெல்ல நின்றது. வளைந்தும் நெளிந்தும் மலையேறிய ஒற்றையடிப் பாதை, பூனாச்சியையும் இளனையும், வேங்கைப்பதி நோக்கி அழைத்துச் சென்றது. பூனாச்சி முன்னால் செல்ல, இளன் பின்னால் நடந்தான். "கிக்... கிக்... க்க்க்... கெவ்.. கெவ்வ்வ்" என அதிக ஒலி எழுப்பியபடி, ஆள்காட்டிக் குருவிகள் கூட்டமாக மரங்களுக்கு மேலே பறந்தன.

நடந்து நடந்து இளன் சோர்ந்து போனான். வியர்வை கொட்டியது. வியர்வையில் நனைந்த காக்கிச்சட்டையில் ஆங்காங்கே ஈரமாகியிருந்தது. நடந்து நடந்து மூச்சிரைத்தது. செங்குத்தான மேட்டில் ஏறுவது இளனுக்குச் சிரமமாக இருந்தது.

அதுவும் இல்லாமல் பூனாச்சியின் வேகத்திற்கு ஈடு கொடுக்க முடியாமல் இளன் தடுமாறினான். இருந்த போதும் தடுமாற்றத்தை வெளிக்காட்டிக் கொள்ளாமல் சமாளித்து நடந்தான். இதனை அவனது நடையில் இருந்து உணர்ந்து கொண்ட பூனாச்சி நடையின் வேகத்தைக் குறைத்துக் கொண்டான்.

"சார் நா வேணும்னா அவங்கள வாய்க்கால்மேட்டுக்கு வரச் சொல்லட்டும்மா?"

'அதெல்லா வேணாம். நாம பதிக்கு போயி பேசுறது தா சரியா இருக்கும்."

"செரி சார்."

"இன்னும் எவ்வளவு தூரம் போகணும்யா?"

"இன்னும் ரெண்டு கிலோ மீட்டர் இருக்கும் சார்."

"காட்டுக்குள்ள மலை ஏறியிறங்கி போறாதுக்குள்ள ஒரு வழி ஆயிடும் போல. தினமும் இந்த வழியா தா அவீங்க போயிட்டு வராங்களா?"

"ஆமாங்க சார். கொஞ்சம் நேரம் உக்காந்திட்டு வேணா போலாம்ங்க."

"இல்ல வேணாம். போவோம்" என்றபடி இளன் தொடர்ந்து நடந்தான்.

நண்பகல் நேர வேங்கைப்பதியில் பாபுவின் இறுதிச் சடங்குகள் நடந்து கொண்டிருந்தன. சிலர் மூங்கில்களையும், மரப்பட்டை நார்களையும் கொண்டு பாடை கட்டிக் கொண்டிருந்தனர்.

"மூப்பா, கார்டு சாரு வந்திருக்காரு" எனப் பூனாச்சி மூப்பனுக்கு அருகே சென்று சொன்னான். சடங்குகள் நடந்து கொண்டிருக்கும் இடத்தில் இருந்து வெளியே வந்த மூப்பன் இளனுக்கு வணக்கம் வைக்க, அவனும் பதிலுக்கு வணங்கினான். சற்று தூரம் நடந்து சென்ற மூப்பன் "சார் உக்காருங்க. இங்க சேர் எல்லா இல்ல" எனப் பக்கத்தில் இருந்த பாறையைச் சுட்டிக்காட்டி மூப்பன்

சொல்ல, இளனும், பூனாச்சியும் பாறையின் மீது அமர்ந்தனர். அவர்களைச் சுற்றி நான்கைந்து பேர் கூடி நின்றிருந்தனர்.

"சார், சொல்லி இருந்தா வாய்க்கால் மேட்டிற்கு நாங்களே வந்திருப்போம்ல."

"ஏன் நாங்க எல்லா வரக்கூடாதா?"

"அப்படியில்லங்க சார், வீணா உங்களுக்கு எதுக்குச் சிரமம்?"

"அதெல்லா ஒன்னுமில்லங்க."

சுந்தரி ஒரு பாத்திரம் நிறைய தண்ணீரையும், ஒரு சொம்பையும் கொண்டு வந்து தந்தாள். ஒரு சொம்பு தண்ணீரை எடுத்து இளன் பருகினான். சுவையான குளிர்ந்த நீர் தொண்டையில் இறங்கிய போது, இதமாக இருந்தது. பூனாச்சியும் கொஞ்சம் தண்ணீரைக் குடித்தான்.

"என்ன அய்யா? இப்படிப் பண்ணுனா எப்படி?"

"என்ன சார் ஆச்சு" எனச் சந்தேகக் குரலில் மூப்பன் கேட்டார்.

"உங்ககிட்ட சொல்லியும், கேட்காம இப்படிப் பண்ணுனா எப்படி?"

மூப்பன் அமைதியாக அமர்ந்திருந்தார். என்ன பிரச்சினை என்பதைச் சொல்லாமல் பேச்சை இழுத்துச் செல்வதால், அனைவரது முகத்திலும் குழப்பமும், பயமும் தொற்றியிருந்தது.

"பொணத்தைக் காட்டுக்குள்ள போயி போடக்கூடாதுனு சொல்லியும், கேட்காமா இப்பவும் அப்படியே பண்ணிட்டு இருக்கீங்களே? அதைப் புலி எதும் சாப்பிட்டுப் பழகி மேன் ஈட்டரா மாறுனா உங்களுக்குத்தானே பிரச்சனை."

என்னச் சொல்கிறான் என்பதைப் புரிந்தவராக மூப்பன், "சார், கால காலமாக நாங்க அப்படி பண்ணுறதுதான் எங்க பழக்கம். அதனால இதுவரைக்கும் எந்தப் பெரச்சனையும் வந்தது இல்லீங்களே?"

"உங்களுக்குப் பிரச்சினை வராம இருக்கலாம். உங்களால புலிகளுக்குப் பிரச்சினை வந்திடக்கூடாது. அதனால தா சொல்லுறேன். மொதல்ல எப்படினு எனக்குத் தெரியாது. இப்போ

இது புலிகள் காப்பகம். இனிமே பொணத்தைப் புதைக்க மட்டும் தான் செய்யணும். சரிங்களா?"

"சார், பழக்க வழக்கத்த மாத்துரது முறை இல்லீங்களே?"

இதைக் கேட்டதும் இளனின் முகம் மாறியது. "என்னங்க இவ்வளவு சொல்லியும் கேட்க மாட்டீங்கறீங்க?" எனச் சிரித்தபடி கேட்டான்.

"அப்படி இல்லீங்க சார்" எனத் தயங்கியபடி மூப்பன் சொன்னார்.

"உங்க நெலமை எனக்குப் புரியுது. நீங்க தா இந்தக் காட்டுல பாரெஸ்ட் டிபார்மெண்டுக்குக் கண்களாவும், காதுகளாவும் இருக்கீங்க. உங்க உதவி இல்லாம காட்ட காப்பாத்த முடியாது. உங்க சடங்கு, சம்பிரதாயம் எல்லாம் பண்ணுங்க. அதை நாங்க தடுக்க மாட்டோம். பொணத்தை மட்டும் புதைச்சா போதும். இந்தக் காடு நல்லா இருக்கணும்னா இதக் கூட பண்ண மாட்டிங்களா?"

மயான அமைதி நிலவியது. சற்று நேரம் எதுவும் பேசாமல் இருந்த மூப்பன், "நீங்களே வந்து இவ்வளவு தூரம் சொல்லியும் நாங்க கேட்கலனா, அது முறையா இருக்காதுங்க. நீங்க சொல்லுற மாதிரியே இனி பண்ணிக்கிறோம் சார்."

சடங்குகள் முடிந்ததும் பாபுவின் உடலை எடுத்துப் பாடையில் வைத்துப் பதியினர் தூக்கிச் சென்றனர். அந்த இறுதி ஊர்வலத்திற்குச் சற்று பின்னால் இளனும், பூனாச்சியும் நடந்தனர். மூப்பன் ஆலோசனைப்படி ஓரிடத்தில் உடலைப் புதைக்கக் குழி தோண்டப்பட்டு இருந்தது. அதில் பாபுவின் உடலை மண்ணைப் போட்டு மூடி அடக்கம் செய்தனர். அப்பணிகள் முடியும் வரை இளனும், பூனாச்சியும் காத்திருந்து கண்காணித்தனர்.

"உங்களுக்கு என்ன பெரச்சினைனாலும் என்கிட்ட சொல்லுங்க. முடிந்த வரை நான் ரெடி பண்ணித் தரேன்" என மூப்பனைப் பார்த்து வணங்கியபடி, தனது பணியைச் செவ்வனே செய்த நிறைவோடு பெருமூச்சு விட்டபடி இளன் கிளம்பினான்.

31

ஆசாத் யானை ஒரு தேக்கு மரத்தில் கட்டி வைக்கப்பட்டு இருந்தது. சற்றுத் தொலைவில் இருந்த பெரிய தம்பி யானைக்கு முன்பாக இலைதழைகள் போடப்பட்டு இருந்தன. அதனைத் தும்பிக்கையை நீட்டி எடுத்து, வாய்க்குள் போட்டு மென்றது. சற்றுத்தள்ளி நின்றிருந்த இளனும், வனக்கால்நடை மருத்துவர் கார்த்தியும் பேசிக் கொண்டிருந்தனர். ஆங்காங்கே வனப்பணியாளர்கள் நின்றிருந்தனர். ஜீப்பில் இருந்து கிருஷ்ணன் இறங்க, இளனும், மருத்துவரும் நெருங்கிச் சென்று வரவேற்றனர்.

"என்னய்யா, என்னாச்சு?" எனக் கிருஷ்ணன் மருத்துவரிடம் கேட்டார்.

"புலிக்குட்டி ஒன்னு ரெண்டு நாளா உடம்புல காயத்தோட சுத்திட்டு இருக்குனு டிரைபல்ஸ் பார்த்திட்டு, ஏ.பி.டவுல்யூ கிட்ட சொல்லி இருக்காங்க. நாம வந்து பார்த்தப்போ அது நடக்க முடியாம ஒரே எடத்துல இருக்குதுங்க சார்."

"ம்ம்ம்... நீ சொல்லுறத பாத்த அதோட ஹெல்த் கண்டிசன் மோசமா இருக்குற மாதிரி தெரியுது. அதுக்கு டிரிட்மெண்ட் கொடுக்க வேண்டியிருக்கும்னு நினைக்குறேன். என்ன டாக்டர் எல்லா ரெடியா?"

"ரெடிங்க சார். புலிக்குட்டி கண்டிசன் எப்படி இருக்குனு பாத்திட்டு அடுத்து என்ன பண்ணுறதுனு முடிவு பண்ணிக்கலாம்ங்க."

"புலிக்குட்டி மூங்கில் காட்டுக்குள்ள இருக்குங்க சார். அங்க புதர் அதிகமா இருக்கு. நடந்து போயி பிடிக்க ட்ரை பண்ணுறது சேப் இல்லீங்க. அதனால பெரிய தம்பி கும்கியை ஒரு பக்கம் நிப்பாட்டிட்டு, ஆசாத் மேல டாக்டர் உக்கார்ந்து போயி லொகேட் பண்ணி மயக்க ஊசி போடலாம்."

"குட். கேரி ஆன்" என்றதும் பணிகள் பரபரப்பு அடைந்தன. பெரிய தம்பி யானை ஒரு பக்கமாகக் கொண்டு வந்து நிறுத்தப்பட்டது. ஆசாத் யானையின் முதுகின் மீது இருக்கை போடப்பட்டு, அதன் உடலோடு சேர்த்துக் கயிற்றால் கட்டப்பட்டு இருந்தது. அந்த இருக்கையின் ஓரத்தில் மாவூத் முருகன் கையில் ஒரு குச்சியோடு அமர்ந்திருந்தார். பின்னால் இருந்த இருக்கையில் பூனாச்சியும், டாக்டரும் எதிரெதிர் திசைகளைப் பார்த்தபடி அமர்ந்திருந்தனர்.

மாவூத் முருகனின் கட்டளைப்படி ஆசாத் யானை மூங்கில் காட்டிற்குள் நடக்கத் துவங்கியது. டாக்டர் கையில் இருந்த துப்பாக்கியில் மயக்க ஊசி பொருத்தப்பட்டு இருந்தது. பூனாச்சியின் கையில் நான்கைந்து மயக்க ஊசிகள் இருந்தன. ஆசாத் யானை மூங்கில் காட்டிற்குள் நுழைந்து மெதுவாக நடந்தது. பூனாச்சியும், முருகனும், டாக்டரும் கூர்ந்து கவனித்தபடி சென்றனர். மறு பக்கத்தில் இருந்து கவச உடை அணிந்த வேட்டைத் தடுப்புக் காவலர்கள் புலிக்குட்டியைப் புதருக்குள் தேடியபடி வந்தனர். கிருஷ்ணன் அமைதியாக ஜீப்பில் சாய்ந்து நின்றபடி பார்த்துக்கொண்டிருந்தார்.

புலிக்குட்டி தேடுதல் வேட்டை காட்டிற்குள் ஒரு மணி நேரத்திற்கும் மேலாக நடந்தது. ஒவ்வொரு புதராகக் கூர்ந்து பார்த்தபடி வந்தனர். ஆசாத் வருவதைப் பார்த்து நாய்கள் குரைப்பது போலக் கூக்குரலிட்டபடி கேளைகள் காட்டிற்குள் ஓடி மறைந்தன. குரங்குகள் மரத்திற்கு மரம் தாவிச் சென்றன. வேட்டைத் தடுப்புக் காவலர்கள் புதர் புதராகத் தேடி வந்தனர்.

ஓரிடத்தில் புதர் சலசலத்ததைக் கவனித்த பூனாச்சி, டாக்டரிடம் புதரைச் சுட்டிக்காட்டிக் கூறினான். ஆசாத் பிளிறியபடி புதருக்கருகே சென்றது. பயத்தில் மெல்லப் புலிக்குட்டி புதருக்குள் இருந்து வெளிப்பட்டது. புலிக்குட்டி நடக்க முடியாமல் நடந்து வந்தது. அதன் உடல் மெலிந்திருந்தது. ஆசாத் மீதிருந்தபடி டாக்டர், துப்பாக்கியால் மயக்க ஊசியைச் செலுத்தினார். பாய்ந்து சென்ற ஊசி தள்ளாடியபடி நடக்க முயன்ற புலியைத் தொடாமல், புல்வெளியில் பாய்ந்தது. ஏமாற்றத்தை வெளிக்காட்டிக் கொள்ளாமல் மீண்டுமொரு ஊசியைச் செலுத்தினார். அது புலிக்குட்டியின் வயிற்றில் ஏறி நின்றது. ஊசியைத் தாங்கியபடி ஓரிரு நிமிடங்கள் அதற்கும், இதற்கும் ஓடியலைந்த புலிக்குட்டி மயங்கிப் புல்வெளியில் விழுந்தது. சில நிமிடங்கள் காத்திருப்பிற்குப் பிறகு டாக்டர் யானையின்

மீதிருந்து, இறங்கிச் சென்று புலிக்குட்டியைச் சோதித்துப் பார்த்தார்.

புலிக்குட்டி பிறந்து மூன்று மாதங்கள்தான் இருக்க வேண்டும். அதன் உடலில் ஆங்காங்கே முள்ளம்பன்றியின் முட்கள் ஏறியிருப்பதை வைத்து, முள்ளம்பன்றி உடன் ஏற்பட்ட சண்டையில் முட்கள் ஏறிக் காயமடைந்து இருப்பதை டாக்டர் உறுதிசெய்தார்.

காலில் ஏறியிருந்த முட்களினால் நடக்க முடியாமல் இருந்திருக்கிறது. அதன் உடல் மெலிந்திருந்தது. புலிக்குட்டியின் உடலில் இருந்த முட்களை டாக்டர் அகற்றி, காயங்களுக்கு மருந்திட்டார். இதனைக் கவனித்துக் கொண்டிருந்த கிருஷ்ணனின் முகம் மெல்ல மலர்ந்தது. பூனாச்சியும் மற்ற வேட்டைத் தடுப்புக் காவலர்களும் சேர்ந்து புலிக்குட்டியைக் கொண்டு வந்திருந்த கூண்டிற்குள் அடைத்தனர். கூண்டில் அடைக்கப்பட்ட புலிக்குட்டி உலாந்தி வனச்சரக அலுவலகத்திற்குக் கொண்டு செல்லப்பட்டது.

உடல் நலம் தேறும் வரை கூண்டிற்குள் வைத்துப் பராமரிக்க இளனுக்கும், டாக்டருக்கும் கிருஷ்ணன் உத்தரவிட்டார். அதன்படி புலிக்குட்டி அக்கறையுடன் கவனிக்கப்பட்டு வந்தது. கூண்டிற்குள் மாட்டிறைச்சியும், கோழிக்கறியும் உணவாக வைக்கப்பட்டது. மருந்து கலந்த உணவு அவ்வப்போது அதற்கு தரப்பட்டது.

டாக்டர் அடிக்கடி வந்து புலிக்குட்டியைப் பார்த்துச் சென்றார். அடிக்கடி கிருஷ்ணன் புலிக்குட்டியைப் பார்க்க வந்தார். அதனால் அதற்குக் கூடுதல் கவனிப்பு கிடைத்தது. நாளாக நாளாகப் அதன் காயங்கள் குணமடைந்தன. அதன் உடல் நலம் நன்றாகத் தேறி வந்தது. காட்டிற்குள் புலிக்குட்டியை விடுவதற்கான சூழல் வந்துவிட்டதாக இளனும், டாக்டரும் சொன்னதைக் கிருஷ்ணன் ஏற்றுக்கொள்ளவில்லை.

“என்ன காரணத்தினாலோ தாய்ப்புலியை விட்டு, இந்தக் குட்டி பிரிந்திருக்கு. இதுக்கு வேட்டையாடத் தெரியுமானே தெரியல. இங்க நேர நேரத்துக்குச் சாப்பிட்டுப் பழகியிருக்கு. இதை இப்படியே காட்டுல விட்டா உயிர் பொழைக்குமானு கூடத் தெரியல.”

"சார், நீங்க சொல்லுறது சரி தானுங்க. ஆனா அதுக்கு நாம என்ன பண்ண முடியும்?" என்று டாக்டர் கேட்டார்.

"புலிக்குட்டிக்கு வேட்டைப் பயிற்சி கொடுக்கலாம். நா செக்ரெடரிகிட்ட பேசி பர்மிசன் வாங்கிடுறேன்" எனக் கிருஷ்ணன் சொன்னதை இளன் நம்ப முடியாமல் பார்த்தான்.

"என்னய்யா?" எனக் கிருஷ்ணன் கேட்க, எதுவும் இல்லை என்பது போலத் தலையாட்டினான்.

"என்னது புலிக்குட்டிக்கே வேட்டைப் பயிற்சியா?" என இளன் மனதிற்குள் நினைத்துக்கொண்டான். அதில் ஆச்சரியமும், அதிர்ச்சியும் சேர்ந்திருந்தது.

சில நாள்களுக்குப் பிறகு வேட்டைப் பயிற்சி கூண்டிற்குள் புலிக்குட்டி உலாவிக் கொண்டிருந்தது. மெல்ல மெல்ல அடியெடுத்து வைத்தபடி, ஓயாது நடந்துகொண்டே இருந்தது. அதனைக் கிருஷ்ணன் உற்சாகத்தோடு பார்த்துக் கொண்டிருந்தார் கூண்டிற்குள் விடப்பட்டு இருந்த சிறு முயல் ஒன்று, ஓடியாடிக் கொண்டிருந்தது. புலிக்குட்டியின் உடல் நலம் தேறியிருந்தது. சிறு கூண்டில் அடைபட்டுக் கிடந்த காலத்தில் தொடர் பராமரிப்பால் காயங்களில் இருந்து முழுமையாக மீண்டிருந்தது. நேர நேரத்திற்குக் கிடைத்த இறைச்சிகளால், அதன் உடல் எடை கூடியிருந்தது.

புலிக்குட்டிக்குக் கூண்டிற்குள் உணவு அளிக்கப்பட்ட காரணத்தினால் வேட்டையாடும் திறன் இல்லாமல் இருக்கிறது. இந்தச் சூழலில் வனப் பகுதிக்குள் விடுவித்தால் மற்ற விலங்குகளை வேட்டையாட முடியாமல் சீக்கிரமாகவே உயிரிழந்து விடும் எனக்கூறி, உடல் எடை தேறிய பின்னரும் புலியை வனப் பகுதிக்குள் கொண்டு சென்று விட முடியாது என்பதில் கிருஷ்ணன் உறுதியாக இருந்தார்.

புலிக்கு வேட்டைப் பயிற்சி அளிக்க அரசின் அனுமதியும், நிதியும் கிடைக்கச் சில நாள்கள் காத்திருக்க வேண்டியதாக இருந்தது. அது கிடைத்ததும் பணிகள் தீவிரமாக நடைபெற்றன. புலிக்குட்டிக்கு மயக்க ஊசி செலுத்திக்கொண்டு வந்து, சிறு கூண்டில் இருந்து பெரிய கூண்டிற்குள் விடப்பட்டிருந்தது.

வேட்டைப் பயிற்சி அளிக்க பத்தாயிரம் சதுர அடி பரப்பளவில் புலிக்குட்டிக்குக் கூண்டு அமைக்கப்பட்டது. நான்கு புறமும்

கம்பி வேலிகள் போடப்பட்டு இருந்தன. அவை பச்சை நிறத் துணியைக் கொண்டு சுற்றிலும் மூடப்பட்டிருந்தது. மேற்பகுதி மூடப்படாமல் திறந்திருந்தது. மெல்ல மெல்லச் சிறு விலங்குகளை வேட்டையாடப் பயிற்சியளித்து, அதனை வனத்திற்குள் விட வேண்டுமென கிருஷ்ணன் உத்தரவிட்டிருந்தார். சிறு காட்டின் சூழல் கூண்டிற்குள் கொண்டு வரப்பட்டிருந்தது. நடுவே பெரிய ஆலமரம், தண்ணீர் தொட்டி, படுக்கை, மரக்கூடாரம், ஓடியாடி விளையாடும் வசதி என எல்லாமும் இருந்தது. புலிக்குட்டியை எந்நேரமும் ஆட்கள் கண்காணித்துக் கொண்டிருந்தனர்.

துள்ளிக்குதித்து ஓடிக் கொண்டிருந்த முயல், புலிக்குட்டியின் கண்களில் சிக்கியது. சற்று நேரம் அசையாமல் நின்றபடி, அதனைக் கவனித்துக்கொண்டே இருந்தது. மெல்லக் கால்களைப் பின் நகர்த்தி, முன்னங்கால்களை மடக்கிப் பதுங்கியது. மெல்ல முன்னங்கால்களால் தவழ்ந்தபடி முன்னேறியது. சட்டென முயலை நோக்கி ஒரே தாவில் பாய்ந்தது. மறு நிமிடம் முயலின் கழுத்து புலிக்குட்டியின் வாயில் இருந்தது. உயிரை விட்டிருந்த முயலின் கழுத்தில் இருந்து இரத்தம் வடிந்தது.

இந்தக் காட்சியைப் பார்த்துக் கொண்டிருந்த கிருஷ்ணன், குதித்தெழுந்து கைகளைத் தட்டி ஆர்ப்பரித்தார். இளனும், அங்கிருந்த மற்ற வனப் பணியாளர்களும் பலமாகக் கைகளைத் தட்டினர். கூண்டிற்குள் இருந்த புலிக்குட்டி முயலைத் தின்று பசியாற்றிக் கொண்டிருந்தது. கிருஷ்ணன் முகத்தில் பெருமிதமும், மகிழ்ச்சியும் பொங்கி வழிந்தது.

32

மேகத்தைப் போல அங்குமிங்குமாக மேகா ஓடியாடிக் கொண்டிருந்தாள். இரண்டு வயதை நெருங்கிக் கொண்டிருந்த அவள், 'ததக்க, பிதக்க' என நடப்பதும், ஓடுவதுமாக இருந்தாள். சற்று அசந்தாலும் எதையாவது தூக்கி எறிந்துவிடுவாள். இல்லையென்றால் வாயில் போட்டுக் கொள்வாள். இதனாலேயே அவள் பின்னாலேயே யாழினி நாள் முழுவதும் ஓடிக் கொண்டிருக்க வேண்டியதாக இருந்தது.

மேகா உறங்கும் நேரங்களே, யாழினிக்கு ஓய்வு நேரமாக இருந்தது. இளன் வீட்டிற்கு வந்திருந்ததால், சற்றே நிம்மதியாக சோபாவில் அமர்ந்தபடி டி.வி. பார்த்துக்கொண்டிருந்தாள். வீடு முழுக்க விளையாட்டுப் பொருட்கள் சிதறிக் கிடந்தன.

மேகா அனைத்தையும் அடையாளம் கண்டுகொள்ளப் பழகியிருந்தாள். "ப்பபா, ம்மமா, டட்டா" என ஒரு சில வார்த்தைகளை மழலை மொழியில் ஒற்றை வார்த்தைகளாகப் பேசினாள். பேச வராதபோது, செய்கைகளாகச் சொல்ல வருவதை வெளிப்படுத்தினாள். இளன் இருக்கும் போது, ஆயிரமாயிரம் முறை "ப்பபா, ப்பபா..." எனச் சலிக்காமல் சொல்லிக் கொண்டிருப்பாள். அந்த மழலை மொழியில் இருந்த வசீகரத்தால் இளனும் ரசித்துக்கொண்டே இருந்தான்.

கையில் ரிமோட்டுடன் அமர்ந்திருந்த யாழினி, ஒவ்வொரு சேனலாக மாற்றிக்கொண்டே வந்தாள். ஓடியாடிக் கொண்டிருந்த மேகா, தரையில் அமர்ந்திருந்த இளனை நோக்கிக் கைகளை நீட்டியபடி "ப்பபா..." என்றபடி வேகமாக வந்தாள். அவளைக் கைகளால் அள்ளிக் கட்டியணைத்துக் கொண்ட இளன், கன்னங்களில் முத்தமிட்டான்.

"வர வர நீ சரியில்ல இளா."

‘என்னடா வேதாளம் சம்மந்தமே இல்லாம முருங்கமரம் ஏறுதே’ என மனதிற்குள் நினைத்தபடி, “ஏன்ம்மா?” எனத் தயக்கத்துடன் இளன் கேட்டான்.

யாழினி பதில் எதுவும் சொல்லவில்லை. முகத்தைத் திருப்பி வைத்துக்கொண்டாள். “எதொவொரு காரணத்தோடு சண்டை போட்டாக்கூட பரவாயில்ல. இவ காரணமே இல்லாம சண்டை போடுவாளே?” என அவனது வாய்க்குள் சொல்லிக் கொண்டான். ‘வாய் தவறி எதாவது சொல்லிவிட்டால் அவ்வளவு தான். சிக்கி சின்னாபின்னப்பட வேண்டியிருக்கும்’ என்பதை அனுபவப்பூர்வமாக உணர்ந்திருந்தான்.

“இப்போ நா என்னம்மா பண்ணினேன்? ஏம்மா கோபப்படுற?” என்றபடி யாழினி அருகே சென்று அமர்ந்தான்.

“சொல்லுமா.”

“ம்கூம்... போயி நீ உன் பொண்ணயே கொஞ்சிட்டு இரு. போ.”

அவளின் கோபத்திற்கான காரணத்தை உணர்ந்தவனாக, “அடி லூசு... மேகா இப்போ வந்தவம்மா. நீதான் எனக்கு மொதல்ல. அப்புறம்தான் மத்தவங்க எல்லாம்” என அவளது கன்னத்தை இரண்டு கைகளால் பிடித்து இழுத்தபடி சொன்னான்.

“ஆமா, பேசுறது மட்டும் வக்கனையா பேசு. அவ என்னமோ அப்ப்பா, அப்ப்பானு உருகுறா. நீயும் மேகா, மேகானு கொஞ்சிட்டு இருக்குற. நா ஒருத்தி இருக்கிறதே உங்களுக்குத் தெரியாது. உங்களுக்கு ஆக்கிப் போடவும், வேலெ செய்யவும் மட்டும் நா வேணும்” சற்றே கோபத்துடன் வந்தது யாழினியின் வார்த்தைகள்.

அவளது கைகளைப் பிடித்தபடி, “ஸாரிம்மா...” என இளன் கெஞ்சும் முகத்துடன் சொன்னான்.

“ம்ம்மா” என்றபடி மேகா ஓடி வர, தூக்கி வைத்துக் கொஞ்சினாள். இளன் மேகாவிற்குக் கிச்சு கிச்சு மூட்ட, அவளோ “கெக்க... பெக்க...” என இரண்டு மூன்று பற்கள் தெரியச் சிரித்தாள். அதைப் பார்த்துச் சிரித்துச் சிரித்து இளனுக்குக் கண்ணீரே வந்துவிட்டது.

யாழினியிடம் இருந்து இறங்கிச் சென்ற மேகா, கீழே கிடந்த யானை, புலி பொம்மைகளை எடுத்து விளையாடத் துவங்கினாள்.

இளன் சரிந்து யாழினியின் மடியில் படுத்துக்கொண்டான். அவனது தலை முடியை யாழினியின் விரல்கள் வருடிவிட்டன.

“இள்ளா.”

“சொல்லுமா.”

“டேய்... நாம மூணு பேரும் எங்காச்சு போயிட்டு வரலாம். வெளிய போயி ரொம்ப நாளாச்சு.”

“சரிம்மா.”

“நைட் பியர் வாங்கிட்டு வரியா? ரெண்டு பேரும் குடிக்கலாம். பாப்பாவ நா சீக்கிரம் தூங்க வைச்சிடுறேன்” என யாழினி சொல்லி முடிப்பதற்குள், இளன் உற்சாகமாகத் தலையாட்டினான்.

“இதுக்கு மட்டும் நல்லா தலைய ஆட்டு. வேற எதாச்சும் சொன்னா பண்ணுறியா?” என யாழினி செல்லமாகத் தலையில் அடித்தாள்.

இளன் செல்ஃபோன் வைப்ரேசன் உடன் அலறியது. இளன் செல்ஃபோனை எடுத்துக்கொண்டு, சற்றுத் தள்ளி வந்து பேசத் துவங்கினான். யாழினியின் முகம் வாடியது.

“சொல்லு பூனாச்சி.”

“சார்... ஏதோ கம்யூனிஸ்ட் கட்சிக்காரங்க போராட்டம் பண்ணி, கலெக்டர் சார் கிட்ட மனு கொடுத்து இருக்காங்களாம். அதனால வேங்கைப்பதிக்குப் போகணும்னு ரெவன்யூ டிபார்ட்மெண்ட் ஆளுக வந்திருக்கறாங்க. அங்க இருக்கறவங்கள கணக்கெடுத்து ரேசன் கார்டு, வோட்டர் ஐடி, சாதிச் சான்றிதழ் கொடுக்க வந்திருக்காங்க. ரேஞ்சருக்குப் போன் பண்ணி எடுக்கலையாம்.” செல்ஃபோனுக்கு வெளியே அவனது குரல் கேட்டது. “ஒரு நிமிசம் இரு. கூப்பிடுறேன்” என்றபடி கிருஷ்ணனைப் போனில் அழைத்தான்.

“சொல்லுய்யா.”

“சார், ரெவன்யூ டிபார்ட்மெண்ட் ஆளுக வேங்கபப்பதியில ரேசன் அட்டை, வோட்டர் ஐடி, சாதிச் சான்றிதழ் இல்லாதவங்கள கணக்கெடுக்க வந்திருக்கறாங்களாம். காட்டுக்குள்ள போகக் கூட ஒரு பாரெஸ்ட் ஆள வரச்சொல்லி கேட்டிருக்காங்க. பூனாச்சி கேட்டிட்டு சொல்லுறேனு நிப்பாட்டி வைச்சிருக்கான்.”

“எப்போ அவனுக வெளியே போவாங்கனு காத்திட்டு இருக்கோம். இவனுக எதுக்கு வந்தான்களாம்?”

“கம்யூனிஸ்ட் கட்சிக்காரங்க போராட்டம் பண்ணி மனு கொடுத்தாங்கனு வந்திருக்காங்களாம். எலெக்சன் வேற வரதனால வந்திருக்காங்க.”

“ஓ... அவனுகளுக்கு இதே வேலையா போச்சு. எங்க எவனுக்கு எதுனாலும் வந்து நின்னிட்டு கத்திட்டுக் கெடப்பானுக. நம்மள நிம்மதியா இருக்க விடமாட்டானுங்க.”

“சார், அவங்கள போகச் சொல்லட்டுமா?”

“யாரு அவனுங்க காட்டுக்குள்ள போக பெர்மிசன் கொடுத்தாங்களாம்? நா எதுக்கு இங்க இருக்கேன்? என்கிட்ட கேட்கணும் தானே? கோபமாக வந்தது கிருஷ்ணனின் வார்த்தைகள்.

“...........”

“ஒரு ஆளு உள்ளே போகக்கூடாது. என்ன பண்ணுவியோ தெரியாது. அவ்வளவுதான்.”

“சரிங்க சார். நா வீட்டுல இருக்கேன். பாரெஸ்டர செக்போஸ்ட்டுக்குப் போகச் சொல்லுறேன்” என இளன் ஃபோனை வைத்தான்.

வனச் சோதனைச் சாவடிக்கு அருகே வருவாய்த்துறை அதிகாரிகளின் 4 ஜீப்கள் வரிசையாக நின்றிருந்தது. பலர் ஜீப்களில் அமர்ந்திருக்க, ஆங்காங்கே சிலர் நின்றுகொண்டிருந்தனர். அவர்களின் முகங்களில் பொறுத்துப் பொறுத்துப் பார்த்து வெறுத்துப் போன சோர்வு தட்டியிருந்தது. தாசில்தார் என்பதைச் சிவப்பு நிற இரும்புத் தகட்டில் பொறித்திருந்த ஜீப்பில், மூடப்பட்டிருந்த கண்ணாடிக்குள் ஒருவன் கருப்பு நிறக் கண் கண்ணாடியை அணிந்தபடி இருந்தான். பூனாச்சி ஓர் ஓரமாக நின்றிருக்க, செக்போஸ்ட் முன்பு வனவர் நாகராஜ் நின்றிருந்தான். நீலச் சட்டை அணிந்திருந்த ஒருவன் முன்னால் வந்தபடி, “என்னய்யா, வெளையாடுறீங்களா? எவ்வளவு நேரம் வெயிட் பண்ணுறது?” ஆவேசமாகக் கேட்டான்.

“இல்ல சார், இப்போ வந்திடுவாங்க.”

“இதைத் தா ரெண்டு மணி நேரமா சொல்லிட்டு இருக்கீங்க. எங்களுக்கு வேலை இல்லீனு நினைச்சிட்டீங்களா. நீங்க வர வேண்டாம். நாங்களே போயிக்கிறோம்?”

“இல்ல சார். காட்டுக்குள்ள போனா பிரச்சினையாயிடும். அதுவும் இது டைகர் ரிசர்வ் வேற.”

“அதெல்லா எங்களுக்கும் தெரியுது. ரெண்டுல ஒரு முடிவச் சொல்லுங்க” என்றபடி ஜீப்பிற்கு அருகே சென்று சாய்ந்து நின்று கொண்டான். நேரம் கூடிக் கொண்டிருக்க, வெயிலும் ஏறிக் கொண்டிருந்தது.

சற்று நேரத்திற்குப் பின்னர் மீண்டும் வந்த அவன், “என்னய்யா, பீல்ட் டைரக்டரும் ஃபோன் எடுக்க மாட்டிங்குறான். ரேஞ்சரும் ஃபோன் எடுக்க மாட்டிங்குறான். எத்தன தடவ கூப்பிடுறது?”

“சார், என் மேல கோபப்பட்டு என்ன பண்ணுறது? உயரதிகாரிக சொன்னா நா உங்கள உள்ளே விட்டுறப்போறேன். எனக்கு என்ன?”

“யோவ்... நாங்களும் கவர்மெண்ட் சர்வண்ட்தான்.”

“ஆமாங்க சார். நாங்களும் எங்க வேலையத்தானே பாக்குறோம்.”

“என்ன இப்படி ரோட்டுல காக்க வைக்குறதா?”

“காட்டுக்குள்ள நீங்க போறது பிரச்சினையில்ல. வேங்கப்பதிக்கு ஜீப்புல எல்லா போக முடியாது. நடந்து தா போகணும். போற வழியில ஆனெ, புலி எதும் அடிச்சிடுச்சுனா என் தலைதான் உருளும். என் வேலெ போயிடுங்க சார்.”

“யோவ்... போய்யா. பரமசிவம்னு ஒருத்தன் டிரைபல்ஸ்க்கு அதக் கொடு, இதக்கொடுனு தாலி அறுக்குறான். இங்க வந்தா நீங்க உள்ள விட மாட்டேனு நிக்குறீங்க. நாங்க என்ன தா பண்ணித் தொலையுறதோ?” சலிப்போடு வார்த்தைகள் வெளிப்பட்டன.

“சார், கோவிச்சுக்காம இன்னொரு வாட்டி ஃபோன் போட்டுப் பாருங்க சார்.”

“உன்னச் சொல்லி என்ன பண்ணுறது? எல்லா எங்கத் தலையெழுத்து” என்றபடி நீலச் சட்டைக்காரன், ஃபோனைக் காதில் வைத்துக்கொண்டு நகர்ந்தான்.

மீண்டும் வந்த அவன், "ஒருத்தனும் ஃபோன் எடுக்க மாட்டிங்குறான். எல்லா சொல்லி வைச்சு பண்ணுற மாதிரி தா இருக்கு. இது வேலைக்கே ஆகாது. இதெ எங்க சொல்லனும்னு எங்களுக்கும் தெரியும்" என்றபடி நீலச் சட்டைக்காரன் வேகமாக ஜீப்பிற்குக் கிளம்பினான். வனச்சாலையில் ஜீப்கள் அடுத்தடுத்துச் சீறிப் பாய்ந்தன. அந்த வேகம் உள்ளிருந்த அவர்களின் கோபத்தைப் பூனாச்சிக்கு வெளிக்காட்டுவதாக இருந்தது.

33

வானம் வெயிலையும், சாரலையும் மாறி மாறி பொழிந்து கொண்டிருந்தது. அடிக்கடி மாறும் வானிலை, சுந்தரியை முடக்கிப் போட்டது. சளியும், தும்மலும் அவளை வாட்டி எடுத்தது. சாளையின் ஒரு மூலையில் கம்பளியை இழுத்துப் போர்த்திக்கொண்டு சுருண்டு படுத்திருந்தாள். சாளைக்குள் நுழைந்த காட்டுராசா அவள் சுருண்டு படுத்திருப்பதைப் பார்த்தான். உறங்கிக் கிடந்த அவளை எழுப்ப மனமில்லாமல், அங்குமிங்கும் நடந்தபடி வளர்ந்து வந்துகொண்டிருக்கும் அவளது வயிற்றையே பார்த்தபடி இருந்தான்.

ஏதோ நினைவு வந்தவனாகக் காட்டிற்குள் சென்று, தும்பைச் செடிகளைப் பிடுங்கி வந்தான். அச்செடியையும், வெங்கச்சம் கல்லையும் தண்ணீரில் போட்டு ஆவி வெளியே போகாதபடி மூடி, அடுப்பில் வைத்துச் சூடு பண்ணினான். சுந்தரியை எழுப்பிப் போர்வையால் மூடியபடி ஆவி பிடிக்க வைத்தான். சிறிது நேரத்தில் அவளின் தலையில் இருந்த நீர்க்கட்டு வியர்வையாக வடிந்தது. மூக்கில் இருந்து சிறிது நீர் வெளியே வந்தது. ஒரு துணியால் முகத்தைத் துடைக்கவும், வாடியிருந்த அவளது முகம் கொஞ்சம் பொலிவு பெற்றது.

காட்டுராசா அவளை நெருங்கி அணைத்துக்கொண்டான். அவள் அவனது தோளில் சாய்ந்துகொண்டாள். அவளின் வயிற்றை ஆசையோடு தொட்டுப் பார்த்தான். வயிற்றுக்குள் இருந்த குழந்தையின் கால் அவனது கையின் மீது உதைத்தது போலிருந்து. இன்னும் கொஞ்ச நாள்களில் தன்னோடு சேர்ந்து அந்தப் பிஞ்சுக் கால்களும் இந்தக் காட்டில் நடக்கும் என்பதை நினைத்து அளவில்லா மகிழ்ச்சியோடு அவளது வயிற்றிலும் நெற்றியிலும் முத்தமிட்டான். அவள் மீது அன்பு ஊற்றாகப் பெருக்கெடுத்தது. வீங்கியிருந்த அவளது கால்களை மெல்ல அமுக்கிவிட்டான். அவளை ஒரு குழந்தை போலப் பார்த்துக்கொண்டான்.

“காட்டா” எனச் சின்னான் சாளைக்கு வெளியிலிருந்து அழைப்பது கேட்டது.

சிறிது நேரம் சுந்தரியை உறங்கச் சொல்லிவிட்டு, “சொல்லு சின்னா” என்றபடி காட்டுராசா வெளியே சென்றான்.

“வாய்க்கால் மேட்டுல விளப்சி கூட்டம் நடக்கது. நமும் போகியா?”

“செரி. போகாம்” என்றபடி இருவரும் மலையிறங்கி நடக்கத் துவங்கினர். பாதையில் இருந்து புதருக்கருகே ஓடிய காட்டுப்பன்றிக் குட்டிகள் இரண்டடிக்கு மேலே தாவிக்குதித்து வீறிட்டு ஓடின. மலைப்பாம்பு ஒன்று புதருக்குள் உடலை முற்றிலும் மறைத்துக்கொண்டு தலையை நீட்டிப் பார்த்துக் கொண்டிருந்தது. பாம்பைப் பார்த்ததும் தவிட்டுக்குருவிகள் இறக்கைகளை அடித்துச் சத்தமிட்டபடி பறந்து சென்றன. இருவரும் வேறு பாதையில் மலையிறங்கினர். தலையில் சிவப்பையும், வயிற்றில் பழுப்பையும், பின்பக்கமும், இறக்கையிலும் மரகதப்பச்சை நிறமுமாக இருந்த மரகதப்புறா புல்வெளியில் சாவகாசமாக நடந்துகொண்டிருந்தது. காலடிச் சத்தம் கேட்டுக் காட்டுப் பகுதியின் மீது தாழ்வாகப் பறந்து சென்றது.

“காட்டா, கேட்டயா?”

“ஏனாகியா சின்னா?”

“நம்மூ பழனிச்சாமியும், நாலஞ்சு ஆளும் மடாலு கொடுக்குற அணாவ வாங்கிட்டு படுகாட விட்டுப் புறத்து போகாம்னு சம்மதிச்சு.”

“ஏனாகிய சொல்லுனு சின்னா? நிசமா?” அதிர்ச்சியும், பதட்டமும் கலந்து காட்டுராசாவின் வார்த்தைகள் வெளிப்பட்டன.

“அதே காட்டா. இதினகம் அவரு கவுண்டர்க தோட்டத்துல தா இதுண்டு. கொஞ்ச நாளே வருசத்துக்கு ஒருக்கா கூட பதிக்கு வருனில்லா. ஜீவிதம் முழுசா பாடுபட்டாலும் பத்து இலட்ச ரூபாய கானதுனு, படுகாட விட்டு பாரெஸ்ட்காரங்க தர வூட்டயும், அணாவயும் வாங்கிப் புறத்து போகாம்னு சம்மதிச்சு. இதுபோலே மத்த பதியிலும் படுகாட விட்டுப் புறத்து போக இஷ்டமுள்ள ஆளுக்கு மடாலு வூடும், அணாவு தராங்களாம்.”

காட்டுராசாவிற்கு என்ன சொல்வது எனத் தெரியவில்லை. இதயம் கனத்துப் போனது. பெரும் சோகமும், கவலையும்

அவனைத் தொற்றிக்கொண்டது. மௌனமாகவே இருவரும் வாய்க்கால் மேட்டிற்கு வந்து சேர்ந்தனர். கிராம வனக்குழு கூட்டத்திற்காகச் சில பதியினரும், வனப்பணியாளர்களும் கூடியிருந்தனர்.

பத்து பேர் கொண்ட கிராம வனக்குழுவிற்குப் பதியைச் சேர்ந்த ஒருவர் தலைவராகவும், வனவர் செயலாளராகவும் இருந்தனர். அப்பதவிகளுக்கு கிருஷ்ணனது பேச்சிற்கு ஏற்ப ஆடும் தலையாட்டி பொம்மைகளைப் போட்டுக்கொண்டு, அக்குழுவை முழுக்க முழுக்க அவரது கட்டுப்பாட்டிலேயே வைத்திருந்தார். கிராம வனக்குழு தலைவர், செயலாளர் பெயரில் வங்கிக் கணக்கு இருந்தாலும், செயல்பாடுகள் முழுக்க கிருஷ்ணன் சொல்லுக்கு ஏற்ப நடந்துகொண்டிருந்தது. கிருஷ்ணனின் வார்த்தையே முதலும், முடிவுமாக இருந்தது.

ஒவ்வொரு பதியிலும் சிறு வன இடு பொருட்கள் விற்பனை மூலம் கிடைக்கும் தொகையில் 25 சதவீதம் கிராம வனக்குழு வளர்ச்சி நிதியில் சேர்க்கப்படும். 25 சதவீதம் புலிகள் காப்பக அறக்கட்டளைக்குத் தர வேண்டும். சீமார் புல் 25 ரூபாய்க்கு விற்பனை செய்தால், குழுவிற்கு 5 ரூபாயும், புலிகள் காப்பக அறக்கட்டளைக்கு 5 ரூபாயும் பிரித்தளிக்கப்படும். மீதமுள்ள பணம் பதியினருக்குப் பகிர்ந்தளிக்கப்படும்.

"விளப்சி எங்க நன்மைக்கு நடத்திட்டு இருக்கிறதா சொல்லுறீங்க. அதுல வர பணத்த எல்லாம் என்ன பண்ணுறீங்க? அதுல எங்களுக்கு கரெண்டு, தண்ணீ வசதியாவது பண்ணித்தரலாமே" காட்டுராசா கேட்டான்.

"காட்டா, நீ நினைக்குற மாதிரி இல்ல. இது புலிகள் காப்பகம். இங்க ரோடு போட, கக்கூஸ் கட்ட கூட தேசிய புலிகள் ஆணையத்துல ஒப்புதல் வாங்கணும். அதுக்கு நிறைய விதிமுறைகள் இருக்கு. அதுவும் இல்லாம நீங்க கோர் ஜோன்ல இருக்கீங்க."

"என்ன சார் இப்படிச் சொன்னா எப்படி?"

"காட்டா, ரேஞ்சர் சார் சொன்ன மாதிரி காட்ட விட்டு வெளியில வந்தீங்கனா தா உங்களுக்கு எல்லா வசதியும் பண்ணித்தர முடியும். இங்க 'தாமாக முன்வந்து இடம்பெயர்தல்' அப்படிங்கிற திட்டம் நடைமுறையில இருக்கு. அதுல பாரெஸ்ட் டிபார்ட்மெண்ட் உதவி இல்லாம வெளியே போறவங்களுக்கு

கையில பத்து இலட்ச ரூபா பணம் கொடுத்திடுவாங்க. அத வெச்சு நீங்க என்ன வேணும்னாலும் பண்ணிக்கலாம்.

அதுவே எங்க உதவியோட வெளியே போன அதே தொகையில விவசாய நிலத்துக்கு முப்பத்தஞ்சு சதவீதம், நிலத்துக்கு முப்பது சதவீதம், வீடு கட்ட இருபது சதவீதம், சாலை, குடிநீர் மாதிரியான வசதிகளுக்குப் பத்து சதவீதம், ஊக்கத்தொகை அஞ்சு சதவீதம்னு பிரிச்சு உங்களுக்கான வசதிகள பண்ணித்தருவாங்க. இப்போ பாரு இந்தப் பழனிச்சாமி மாதிரி வெளிய வந்தவங்களுக்கு ஒரு எடத்த வாங்கிட்டாங்க. அங்க வூடு கட்டித்தரது மட்டுமில்லாம காசும் தரப் போறாங்க. இது எல்லாக் காட்டுக்குள்ள இருக்கிற வரீக்கும் பண்ண முடியாது. பழனிச்சாமி மாதிரி வெளிய வந்தீங்கனா தா பண்ண முடியும். இதையெல்லா நீங்களும் நல்லா இருக்கணும் அப்படிங்கறநாளதான் சொல்லுறேன்" ஆசை வார்த்தைகளை நாகராஜ் அள்ளி வீசியபடி பேச்சை நிறுத்தினான்.

"பாரெஸ்ட்காரங்க சொல்லுறதும் நியாயமாதானே இருக்கு?"

"குளத்துல இருக்குற மீனெ வெளிய தூக்கிப்போட்டா கருவாடு ஆகுற மாதிரி நாமளும் ஆயிடுவோம்."

"இங்க இவ்வளவு கஷ்டப்படுறதுக்கு வெளிய போயி வசதியா இருக்கலாம்தானே?"

"காட்டுல இருக்குற வசதிக, ஊருக்குள்ள கிடைக்குமா?"

"ஊருக்குள்ள இருந்திருந்தா தாமரையும், பாபுவும் செத்திருக்க மாட்டாங்கதானே?"

"ஊருக்குள்ள போனா யாருக்கும் சாவு வராதா?"

பதியினர் பலரும் பலவிதமாகப் பேசினர். சிலர் காட்டை விட்டு வெளியேற ஆதரவாகப் பேசியதைக் கேட்டு காட்டுராசாவிற்குக் கோபம் கோபமாக வந்தது. பதியினர் மாறி மாறிப் பேச எந்த முடிவும் இன்றி கூட்டம் முடிவுற்றது.

34

நிலவொளி இல்லாத வானில் இருந்து பனிப் படலம் காட்டின் மீது அடர்ந்திறங்கியது. இருண்டு கிடந்த காட்டைக் கண்காணிப்புக் கோபுரத்தின் கம்பிகளில் கைகளை ஊன்றியபடி, இளன் பார்த்துக்கொண்டிருந்தான். திடீரென எதோ சத்தம் கேட்டதும், அவ்விடத்தை நோக்கிக் கையில் இருந்த டார்ச் லைட்டினை அடித்துப் பார்த்தான்.

இருளுக்குள் ஊடுருவிய டார்ச் லைட்டின் ஒளியில், தீத்தடுப்புக் கோடு போடப்பட்டு இருந்த இரண்டு மீட்டர் அகலத்திற்கு மரங்கள், செடி, கொடிகளற்ற இடைவெளியில் ஒரு காட்டுப்பன்றி ஓடியதைத் தெளிவாக வெளிச்சமிட்டுக் காட்டியது. லைட்டினை அணைத்துவிட்டு, கம்பிகளின் மீது சாய்ந்து நின்றுகொண்டான்.

"சார்... வாங்க சாப்பிடலாம்" என்ற பூனாச்சியின் குரல் கண்காணிப்புக் கோபுரத்தின் கீழ் இருந்து கேட்டது. இளன் கீழிறங்கிச் சென்றான். விறகடுப்பில் சமைத்துக்கொண்டிருந்த வேட்டைத் தடுப்புக் காவலர் ஆறுமுகம், மெலிந்திருந்த உடலில் குளிருக்குக் கருப்பு நிற ஸ்வெட்டர் அணிந்திருந்தார். தலையில் பாதிக்கும் மேல் நரைத்திருந்தது. கன்னங்கள் ஒட்டிப்போயிருந்தன. பூனாச்சி சமையலுக்கு உதவி செய்துகொண்டிருந்தான்.

"சார்... என்ன சத்தம்?"

"காட்டுப் பன்னிக ஓடியிருக்கு."

"இந்தாங்க சாப்பிடுங்க" எனப் பூனாச்சி ஒரு தட்டில் சாப்பாட்டைப் போட்டு, குழம்பை ஊற்றிக்கொடுத்தான். இளன் கைகளில் வாங்கிய தட்டில் இருந்த உணவின் சூட்டை அதிலிருந்து மேலெழுந்த ஆவி காட்டியது. இரண்டு தட்டுகளில் சாப்பாட்டைப் போட்டுக் குழம்பை ஊற்றியபடி, ஒன்றை ஆறுமுகத்திற்குக் கொடுத்துவிட்டு, அவருக்கு அருகே பூனாச்சி அமர்ந்து கொண்டான். இருவரும் பேசியபடியே சாப்பிட்டதை இளன் அமைதியாகக் கேட்டுக்கொண்டிருந்தான்.

“ரேஞ்சர் என்ன சொல்லுறாரு?”

“அவரு என்ன சொல்லுவாரு? எப்படியெல்லா கொள்ளையடிக்கலாம்னு தா நினைச்சிட்டு இருப்பாரு.”

“இங்க வர அதிகாரிக எல்லா இப்படியே இருந்தா என்ன பண்ணுறது?”

“என்னண்ணா பண்ணுறது? நாலு இலட்சம், அஞ்சு இலட்சம்னு காசு கொடுத்து போஸ்டிங் வாங்கிட்டு வரவங்க என்ன பண்ணுவாங்க?”

“ஆமா. அந்தப் புலிக்குட்டி மேல காட்டுற அக்கறையில கொஞ்சம் நம்ம மேலயும் காட்டுனா நல்லா இருக்கும்.”

இதைக்கேட்டு இளன் மெலிதாகச் சிரித்துக்கொண்டான்.

“என்னப்பா இந்த வாட்டியாவது பர்மணண்ட் பண்ணுவாங்களா?”

“தெரியலணா. வருசாவருசம் சொல்லிட்டு தா இருக்காங்க. ஆனா பண்ண மாட்டிங்குறாங்க.”

“நா வேலைக்குச் சேர்ந்து பதினஞ்சு வருசமாச்சு. இன்னும் பர்மணண்ட் பண்ணல. ஆனா அதிகாரிகளுக்கு மட்டும் டக்கு டக்குனு ப்ரோமோசன் கெடைக்குது. ஆனா நமக்கு ஒன்னும் கிடைக்குறதில்ல. காட்டுல எல்லா வேலயும் பண்ண நாம வேணும். நாம இல்லாம ஒரு வேலெயாவது இங்க நடக்குமா? ஆனா, நமக்குனு பண்ண மட்டும் கவர்மெண்டுக்கு மனசு வர மாட்டிங்குது. வர கொஞ்சநஞ்ச சம்பளமும் ரெண்டு மாசத்துக்கு ஒருக்கா வந்தா என்ன தா பண்ணுறது?” என்றபடி ஆறுமுகம் எழுந்து சென்று கைகளைக் கழுவிக்கொண்டு, தட்டத்தையும் கழுவினார்.

“என்னண்ணா பண்ணுறது? நம்ம பொழப்பு அந்த மாதிரியிருக்கு” என்றபடி பூனாச்சியும் எழுந்து சென்று தட்டத்தைக் கழுவி தண்ணீரை ஊற்றினான்.

“என்னமோ போப்பா. நா போயி படுக்குறேன்” என இளனைப் பார்த்து ஆறுமுகம் சொல்லும் போதே கொட்டாவி வந்தது.

“சரிண்ணா. நா கொஞ்ச நேரம் பாத்திட்டு அப்புறம் படுக்குறேன்” என்றபடி இளன் எழுந்து சென்று தட்டத்தைக் கழுவி வைத்தான். இளனும், பூனாச்சியும் கண்காணிப்புக் கோபுரத்தின் மீது ஏறிச்

சென்று, காட்டை வெறித்துப் பார்த்துக்கொண்டிருந்தனர். சத்தங்கள் கேட்கும்போது இளன் டார்ச் லைட்டை அடித்துப் பார்த்தபடி நின்றிருந்தான். தூக்கத்தில் அவனது கண்கள் சொக்கின. கண்கள் எரியத் துவங்கியது.

“சரி போயி படுக்கலாம்” என இளன் கண்காணிப்புக் கோபுரத்தில் இருந்து கீழிறங்கத் துவங்கினான். “டமால்” எனத் துப்பாக்கிச் சத்தமும், அதைத் தொடர்ந்து கடமானின் அலறல் சத்தமும் வெகு தொலைவில் கேட்டது.

“சார்... எதோ சத்தம் கேட்குது.”

“க்க்க்க்... ர்க்க்க்க்” எனக் கடமானின் முனகல் சத்தம் நன்றாகக் கேட்டது. இச்சத்தத்தைக் கேட்டதும் இளனின் தூக்கம் தொலைந்தது. படபடப்புடன் மீண்டும் மேலேறிச் சென்று, டார்ச் லைட் ஒளியினை காடுகளுக்குள் பாய்ச்சினான். எதுவும் புலப்படவில்லை. கீழிறங்கிச் சத்தம் வந்த திசையை நோக்கி ஓட, பூனாச்சியும் பின் தொடர்ந்து ஓடினான். டார்ச் லைட்டை அடித்தபடி ஓடிய இளனுக்கு, சிறிது தூரத்தில் நான்கைந்து பேர் கிழக்கு நோக்கி ஓடுவது தெரிந்தது.

மானின் இரத்தம் சிந்தியிருந்த தரையைப் பார்த்தபடி, வேகமாகத் தூரத்திச் சென்றான். செல்ஃபோனை எடுத்துப் பார்த்தான். சிக்னல் இல்லை. “ச்ச்...” என்றபடி ஃபோனைச் சட்டைக்குள் திணித்தபடி தொடர்ந்து ஓடினான். இருவரும் வேறு வேறு திசைகளில் ஓடினர். குருவிகள் படபடத்தன. மான்கள் பயந்து பாய்ந்தோடின.

ஓடி ஓடி இளனுக்கு மூச்சிரைத்தது. இருந்தாலும் நிற்காமல் ஓடினான். காலடிச் சத்தங்களை வைத்து ஆளுக்கொரு திசையில் ஓடுகிறார்கள் என்பதை உணர்ந்தான். டார்ச் லைட்டினை அணைத்தபடி வடக்கு நோக்கி ஓடியவனைப் பின் தொடர்ந்து இளன் ஓடினான். ஒரு கட்டத்தில் காலடிச் சத்தம் எதுவும் கேட்கவில்லை.

சுற்றும் முற்றும் பார்த்தபடி உன்னிப்பாகக் கவனித்தான். அவனுக்குப் பின்னால் இருந்த மரத்திற்குப் பின்புறம் காய்ந்த இலைகள் மிதிபடும் சலசலப்பு கேட்டது. வேகமாக ஓடுவதைப் போலப் போக்கு காட்டியபடி, கருமருது மரத்திற்குப் பின்னால் இளன் மறைந்து நின்றான்.

சிறிது நேரம் எந்தச் சத்தமும் கேட்கவில்லை என்பதால், மரத்திற்குப் பின்னால் ஒளிந்துகொண்டிருந்தவன் வெளிப்பட்டு மீண்டும் ஓடத் துவங்கினான். எந்தச் சத்தமும் இல்லாமல் இரையை நெருங்கிப் பிடிக்கும் கூகை போல, இளன் ஓடியவனுக்கு அருகே சென்று பிடிக்க முயன்றான். சுதாரித்துக் கொண்டவன், ஓட்டத்தின் வேகத்தைக் கூட்டினான். இளனும் அவனைப் பின்தொடர்ந்து ஓடினான்.

சற்றுத் தொலைவில் முள்வேங்கை மரத்தில் மோதி தரையில் விழுந்தவன், மூச்சிரைக்க எழ முடியாமல் தவித்தான். அவனது சட்டையைக் கழற்றிய இளன், அதைக் கொண்டு கைகளை முதுகிற்குப் பின்னால் வைத்தபடி கட்டினான். ஓரிடத்தில் நிற்காமல் அலைபாயும் கண்களால் தரையை வெறித்தான். முறுக்கேறிய உடல். சிறு நடுக்கத்தோடு இருந்த கெண்டைக்கால் தசைகள் இறுகிப் புடைத்திருந்தன. வட இந்திய முகம். நிச்சயம் உள்ளூர்க்காரன் இல்லை.

"என்னடா எவ்வளவு தெனாவெட்டு இருந்தா வேட்டையாடக் காட்டுக்குள்ள வருவீங்க?" என்றபடி இளன் கைகளால் 'பளார்' என நான்கைந்து அறைகள் விட்டான்.

"பேரு என்னடா?"

"......"

எதுவும் பேசாமல் இருந்தவனை இளன் கோபத்தோடு பலமாக முகத்தில் அறைந்தான். அவனது கண்கள் கலங்கின.

"சொல்லுடா."

"ராம்."

"எந்த ஊருடா?"

"உ.பி."

"இங்க எங்க இருக்க?"

"பெர்ரியசமி தொட்டத்துல வெல பாக்குறான்" உடைந்த தமிழில் வார்த்தைகள் வந்தன.

அவனை இழுத்துக்கொண்டு சென்ற இளன், கண்காணிப்புக் கோபுர அறையில் வைத்துப் பூட்டினான். வனச்சரகர்

கிருஷ்ணனை ஃபோனில் அழைத்து தகவல் சொன்னான். மறுநாள் காலையில் இளனும் வனப்பணியாளர்களும் பெரியசாமி தோட்டத்திற்குச் சென்று அவனது கூட்டாளிகள் மூன்று பேரைப் பிடித்து வந்தனர்.

ஒரு பெரிய வழக்கைப் பிடித்துவிட்டதாக இளன் பெருமிதம் கொண்டான். தன்னைத்தானே பாராட்டிக் கொண்டான். மற்ற விஷயங்களில் எப்படியோ விபத்தில் சோலை மந்தி உயிரிழந்து கிடந்ததைப் பார்த்துக் கண்ணீர் விட்ட வனச்சரகர் கிருஷ்ணன், மான் வழக்கில் கண்டிப்பாக ஒத்துழைப்பு தருவார் என இளன் எதிர்பார்த்தான். கிருஷ்ணனை ஃபோனில் அழைத்துத் தகவல் சொல்லி, அவர்களை நீதிமன்றத்திற்கு அழைத்துச் செல்ல இளன் ஜீப் கேட்டான். நேரம் கடந்து சென்றதே தவிர கிருஷ்ணனும் வரவில்லை. ஜீப்பும் வரவில்லை. பொறுத்து பொறுத்துப் பார்த்து இளன் வெறுத்துப் போனான்.

“சார், அவீங்கள இருபத்தி நாலு மணி நேரத்துக்கு மேல கஸ்டடியில வெச்சு இருக்க முடியாது. கோர்ட்டுக்குக் கொண்டு போகணும்” என இளன் ஃபோனில் கிருஷ்ணனிடம் சொன்னான். அவன் “இதோ வந்திடும்” என்பதைத் தவிர வேறெதுவும் சொல்லவில்லை.

இளன் பிடிபட்டவர்களிடம் குற்றத்தை ஒப்புக்கொண்டு ‘ஸ்டேட்மெண்ட்’ எழுதித் தரச் சொன்னான். அவர்களும் எழுதித் தந்தனர். சிறிது நேரத்தில் கிருஷ்ணன் அங்கு வந்து சேர்ந்தார்.

“என்னய்யா பண்ணுன?”

“சார், ஜீப் வர லேட்டாச்சுங்க. அதனால அவீங்க கிட்ட ஸ்டெட்மெண்ட் வாங்கியிருக்கேன்.”

“யாரைக்கேட்டு ஸ்டெட்மெண்ட் வாங்குன? எதுக்கு உனக்கு அதிக பிரசங்கித்தனமா வேல?”

இளன் அதிர்ந்தான். தனது செயலுக்குப் பாராட்டுவார் என எதிர்பார்த்திருந்த இளனுக்குக் கிருஷ்ணனின் வார்த்தைகள் வருத்தத்தைத் தந்தது. அவனது முகம் மாறி வாடியது. “சார், என் வேலையத்தான் பண்ணினேன்” சோகமாகச் சொன்னான்.

“நா ரேஞ்சரா? இல்ல, நீ ரேஞ்சரா? நா சொல்லுறத செய்யுறதுக்கு மட்டும்தா நீ இருக்க.”

“ஸாரி சார்.”

“சரி. அந்த ஸ்டேட்மெண்ட கிழிச்சிப் போட்டிட்டு நான் சொல்லுற மாதிரி கேசு எழுது.”

“.......”

“நாயால் கடிக்கப்பட்டு இறந்த கடமானை வெட்டிக் கறியைச் சமைக்க எடுத்து செல்வதாகக் கிடைத்த தகவலின் பேரில் நான்கு பேரும் கைது செய்யப்பட்டனர். வன உயிரினக் குற்ற வழக்குப் பதிவு செய்யப்பட்டு நான்கு எதிரிகளுக்கும் தலா இருபத்தி ஐந்து ஆயிரம் ரூபாய் வீதம் மொத்தம் ஒரு இலட்ச ரூபாய் இணக்கக் கட்டணம் பெறப்பட்டது. அப்படினு இங்கேயே கேச முடி.”

“சார்...”

“சொன்னத மட்டும் எழுது.”

“சரிங்க சார்” என்றபடி அலுவலகத்திற்கு வந்து எழுதித் தந்துவிட்டு இளன் கோபத்தோடு வெளியேறினான். வெளியே காத்திருந்த பூனாச்சி அவனோடு சேர்ந்து நடந்தான்.

“த்தூ... மனுசனா அவன்?”

“இதுக்கு எதுக்குக் கோபப்படுறீங்க சார்? நாம கோபப்பட்டு என்னாயிட போகுது?”

“நாம அவ்வளவு கஷ்டப்பட்டு பிடிச்சா, அவன் கஷ்டமே இல்லாம காச வாங்கிட்டு கேச மாத்தி எழுதுறான்.”

“வீணா கோபப்படாதீங்க சார்... இது உங்களுக்கு வேணா புதுசா இருக்கலாம். இது எல்லா எனக்குப் பழகிடுச்சுங்க. இது வெறும் மான் கேஸ் தா. இதே பெரியசாமி தோட்டத்துல நடந்த சிறுத்தை கேஸ் தெரியும்ங்களா?”

“............”

“நாலு வருசத்துக்கு முன்னால பெரியசாமி தோட்டத்துல அடிக்கடி மாடுகள ஒரு சிறுத்தை அடிச்சிட்டு இருந்துச்சு. ஒருக்கா செத்த மாட்டுல வெசம் வைக்க, அத சாப்பிட்ட சிறுத்தை செத்து போச்சு. அந்தக் கேசுல இந்த ரேஞ்சர் காச வாங்கிட்டு, சிறுத்தைக்கு வெசம் வைச்சதா ரெண்டு கூலிக்காரனுகள

அரெஸ்ட் பண்ணி கேச முடிச்சுட்டாரு. அதுக்கு எல்லா நீங்க என்னணு சொல்லுவீங்க?"

"............."

இளனால் எதுவும் பேச முடியவில்லை. ஏமாற்றமும், இயலாமையும் ஒருசேர முகத்தில் ஓங்கி அறைந்தது போல இருந்தது. கண்களில் இருந்து கண்ணீர் திரண்டு வடியத் துவங்கியது.

35

எற்பாடு பொழுது, மாலையை நெருங்கிக்கொண்டிருந்த நேரம். வானில் கரும்பருந்து இறக்கையை அசைக்காமல் ஒரே இடத்தில் பறந்துகொண்டிருந்தது. அடிக்கடி பெய்த மழை காண்டூர் கால்வாயில் மண், பாறைகளைச் சரித்து விட, கால்வாயில் தண்ணீர் நிறுத்தப்பட்டு இருந்தது. கால்வாயில் ஆங்காங்கே கொஞ்சம் கொஞ்சமாகத் தண்ணீர் தேங்கியிருந்தது. இதையறியாது மீன் பிடிக்கும் பொருட்டுக் கால்வாய்க்கு வந்த காட்டுராசாவும், மணியும் ஏமாற்றம் அடைந்தனர்.

சற்று தூரம் நடந்தபோது, துர்நாற்றம் கடுமையாக வீசியது. இருவராலும் சகித்துக்கொள்ள முடியவில்லை. கைகளால் மூக்கினை மூடிக் கொண்டனர். கிழக்கில் இருந்து துர்நாற்றம் வருகிறது என்பதை உணர்ந்து, அந்தப் பக்கத்தில் சுற்றும், முற்றும் துளாவிப் பார்த்தனர். எதுவும் அகப்படவில்லை.

மலைகளைக் குடைந்து சென்றுகொண்டிருந்த சுரங்கத்திற்குள் இருந்து துர்நாற்றம் வந்து கொண்டிருப்பதை இருவரும் உணர்ந்தனர். மண் பாதையில் இருவரும் நடந்து சென்றனர். எதிரே ரோந்து செல்ல வந்த இளனிடம் சென்று காட்டுராசா பேசினான்.

"சார், கால்வாயி குகைக்குள்ள கெட்ட நாத்தம் வருது."

"என்னனு தெரிஞ்சுச்சா?"

"இல்ல சார். ஏதோ செத்துக் கெடக்கும் போல. அங்க நிக்கவே முடியல."

"சரி. நா என்னென்னு பாக்குறேன்."

காட்டுராசாவும், மணியும் கிளம்பவும், சுரங்கக் கால்வாய் நோக்கி இளன் நான்கைந்து வேட்டைத் தடுப்புக் காவலர்களுடன் சென்றான். நாற்றத்தைப் பொறுக்க முடியாமல், அனைவரும்

துணியால் மூக்கை மூடியபடி கால்வாய்க்குள் இறங்கி நடந்தனர். தேங்கியிருந்த தண்ணீரில் காலடி வைக்கும்போது "சலக், சலக்" எனச் சத்தம் வந்தது. சுரங்கப்பாதைக்குள் சென்றதும், அடர் இருட்டு சூழ்ந்தது. இளன் டார்ச் லைட்டினை அடித்துப் பார்த்தபடி நடந்தான். மற்றவர்களும் டார்ச் லைட்டினை அடித்துப் பார்த்தபடி பின் தொடர்ந்தனர்.

சற்று தூரம் சென்றதும் ஏதோவொரு விலங்கின் உடல் கிடப்பது டார்ச் லைட் வெளிச்சத்தில் தெரிந்தது. அதனை நோக்கி இளன் முன்னேறினான். அதனருகே சென்று பார்த்த இளனுக்கு அதிர்ச்சி காத்திருந்தது.

பெண் புலி ஒன்றின் உடல் தலை இல்லாமல் முண்டமாகப் பாறை இடுக்கில் சிக்கியிருந்தது. அதன் உடல் கிழிக்கப்பட்டு, தலையும், கால்களும் வெட்டப்பட்டு இருந்தன. ஈக்கள் மொய்த்துக் கொண்டிருந்தன. குடலை அதிரச் செய்யும் கடும் துர்நாற்றம் வீசியது. கால்கள் கம்பியால் சுருக்கு வைக்கப்பட்டதற்கான தடயங்கள் இருந்தன. புலி வேட்டையாடப்பட்டு இருப்பது இளனுக்குப் புரிந்தது. சாக்குப் பையின் மீது புலியின் உடலை வைத்தபடி, வேட்டைத் தடுப்புக் காவலர்கள் அதனை வெளியே எடுத்து வந்தனர்.

கால்வாய் மேட்டில் ஏறிய இளன் வாயைப் பொத்திக் கொண்டு தள்ளிச் சென்றபடி வாந்தி எடுத்தான். குமட்டி குமட்டி உடல் அதிர்ந்தது. இரண்டு, மூன்று முறை வாந்தி வந்தது. சற்று நேர ஆசுவாசத்திற்குப் பிறகு அதிகாரிகளுக்குத் தகவல் அளித்தான். வனச்சரகர் கிருஷ்ணன், வனத்துறை மருத்துவர், புலிகள் காப்பகக் கள இயக்குநர் என அடுத்தடுத்து வந்தனர். சம்பவ இடத்திற்குக் கொண்டு வரப்பட்ட மோப்ப நாய் அங்குமிங்குமாகச் சுற்றிச் சுற்றி வந்து, கடைசியில் வாய்க்கால் மேட்டிலேயே நின்றுகொண்டது.

"இதொரு பெண் புலி. வயசு அஞ்சு இருக்கும். இது பார்க்க 'டி நைன்' மாதிரி தெரியுது. காலையும், தலையையும் யாரோ வெட்டி இருக்காங்க. அதுலதா செத்திருக்கும். செத்து மூணு நாளு இருக்கும். மண் சரிவுனால கால்வாயில தண்ணிய நிப்பாட்டுனதுனால, இங்கயே கிடந்திருக்கு. போஸ்ட் மார்டம் ரிப்போர்ட் வந்தா தா முழு விபரம் தெரியும்" எனப் புலியைப் பரிசோதனை செய்த டாக்டர் கூறினார்.

"இருக்குற பிரச்சினையில, இந்தத் தலவலி வேறயா?" எனக் கிருஷ்ணன் முணுமுணுத்தார்.

"நாளீக்கு காலையில போஸ்ட் மார்டம் பண்ணிடலாம்."

"சரிங்க சார்" என்றபடி கிளம்பினர். சில வேட்டைத் தடுப்புக் காவலர்கள் புலியின் உடலுக்குக் காவலாக நின்றனர். மறுநாள் உடற்கூராய்விற்குப் பின்னர் புலியின் உடல் எரியூட்டப்பட்டது. புலி கொல்லப்பட்ட தகவல் காட்டுத்தீயாய் ஆனைமலை எங்கும் பரவியது.

வைகறை நேரத்தில் வேங்கைப்பதி ஆழ்ந்த உறக்கத்தில் இருந்தது. குளிருக்குக் கால்களைச் சுருக்கிக் கொண்டு நாய்கள் படுத்திருந்தன. பூச்சிகளின் ரீங்காரங்கள் இடைவிடாது கேட்டுக் கொண்டிருந்தன. திடீரென பதிக்குள் காலடிகளின் சத்தம் கேட்டது. இதைக்கேட்டு உறக்கத்தில் இருந்து விழித்த நாய்கள், குரைக்க ஆரம்பித்தன. அடுத்தடுத்து பத்திருபது பேர் வேகவேகமாக நுழைந்தனர்.

"டப்... டப்..." என ஒவ்வொரு சாளைகளின் கதவுகளை உடைக்காத குறையாகத் தட்டினர். உறக்கம் கலைந்து எழுந்து வந்து கதவைத் திறந்தவர்களை, கைகளைப் பிடித்து வெளியே இழுத்துப் போட்டனர். என்ன நடக்கிறது என யாருக்கும் எதுவும் புரியவில்லை.

ஆண்கள் வரிசையாக நிறுத்தப்பட்டு இருந்தனர். அவர்களுக்கு முன்பாக மூப்பன் நின்றிருந்தார். அவர்களைச் சுற்றி அடர் பச்சை நிறச் சீருடை அணிந்திருந்த வனப் பணியாளர்கள் கைகளில் மூங்கில் தடிகளோடு நின்றிருந்தனர். பெண்கள் பரிதவிப்புடன் சாளைகளுக்கு முன்பாக நின்றபடி பார்த்தனர். மூப்பன் மூங்கில் தடிகளுடன் நின்றுகொண்டிருந்த வனப் பணியாளர்களின் முகங்களை உற்றுப் பார்த்தார். அதில் ஒருவன் கூட பழங்குடி முகமாகத் தென்படவில்லை. ஏதோவொரு திட்டத்தோடுதான் வந்திருக்கிறார்கள் என்பதை மூப்பன் உணர்ந்தார்.

"என்ன சார்? என்ன பிரச்சன? எதுக்கு இந்நேரத்துல எல்லாரையும் இப்படி நிறுத்தி வைச்சிருக்கீங்க?"

"இங்க பாரு மூப்பா, உங்க ஆளுக 'டி நைன்' புலியைக் கொன்னு கால்வாயில போட்டிருக்காங்க.. யாரு பண்ணுனதுனு நீங்களா

ஒத்துக்கிட்டா எந்தப் பிரச்சனையும் இருக்காது" என வனவர் நாகராஜ் சொன்னான்.

"இப்படி அநியாயமா பழி போடுறது அந்த ஆண்டவனுக்கே பழிக்காதுங்க. வாய்க்காலுல நாத்தம் வருதுனு சொன்னதே எங்காளுகதானே சார்?"

"அதுதா சந்தேகமா இருக்கு. இந்தக் காட்ட பத்தி உங்களுக்குத் தானே தெரியும். உங்களுக்குத் தெரியாம எதுவும் நடக்காதுனு சொல்லுறீங்க. நீங்க பண்ணலான, யாரு பண்ணுனாங்கனு சொல்லுங்க."

"இந்தக் காட்டுல செத்துப்போன ஆனெ தந்தங்க கெடந்தா கூட உங்ககிட்ட கொண்டு வந்து தந்திடுவோமே? ஏன்னா அதை எங்க சனங்க வச்சுக்க மாட்டாங்க. அதை வித்துக் காசு பாக்க மாட்டாங்க. உங்க ஆளுகதா அதெல்லா பண்ணுவாங்க. இல்ல, எங்க ஆளுகள பண்ண வைப்பீங்க."

"தேவையில்லாம பேசாதீங்கய்யா."

"செத்துக் கிடந்தது புலியா, சிறுத்தையானு கூட எங்களுக்குத் தெரியாதுங்க. அப்படியிருக்க அதெல்லா எங்களுக்கு எப்புடி தெரியும்ங்க சார்?"

நமட்டுச் சிரிப்பு சிரித்தபடி, "உங்க ஆளுகதா பண்ணியிருக்கானு தகவல் இருக்கு" என்றான்.

"அப்படினா யாரு பண்ணுனாங்களோ அவீங்கள மட்டும் விசாரிங்க சார். இப்புடி மொத்த பேரையும் நிக்க வைச்சு விசாரிக்குறது நல்லாயில்லங்க சார்"

"அப்போ நீங்களா அனுப்ப மாட்டீங்க. சரி, நா சொல்லுறவன் எல்லா முன்னால வந்து நில்லுங்க."

ஒரு நிமிடம் கனத்த அமைதி நிலவியது. ஒவ்வொருவரிடம் பயமும் பதட்டமும் கூடியது.

"காட்டுராசா, சின்னான்" என எட்டுப் பெயர்களை அவன் சொன்னதும், அவர்கள் முன்னால் வந்து நின்றனர்.

"சார், நாங்க எதுவும் பண்ணலீங்க சார். எங்களுக்கு எதுவும் தெரியாதுங்க" கூட்டுக்குரலில் சொன்னார்கள்.

“சரி, புலி செத்தது உங்க பதிகிட்ட. இதொரு பார்மலான என்கொயரிதா. அதனால நீங்க ஆபிசர்ஸ்கிட்ட வந்து சொல்லுங்க. விசாரிச்சிட்டு விட்டிடுவாங்க.”

“சார், விடிஞ்சதுக்கு அப்புறம் கூப்பிட்டுப் போலமே?”

“இதெ நா போயி ஆபிசர்ஸ்கிட்ட சொல்ல முடியாது மூப்பா.”

ஒரு பெருமூச்சு விட்டபடி, மூப்பன் பேச்சற்று நின்றார்.

“இங்க பாருங்க விசாரணை முடியுற வரீக்கும் யாரும் எங்கயும் போகக்கூடாது. மீறிப் போனீங்கனா அவ்வளவுதான்” எச்சரிக்கும் தொனியில் சொன்னான்.

“சரிங்க.”

“இவீங்கள கூப்பிட்டு வாங்கய்யா” என்றபடி நாகராஜ் செல்ல, பதியினரை இழுத்துக்கொண்டு மற்றவர்களும் கிளம்பினர்.

பதி செய்வதறியாது திகைத்து நின்றது. காட்டுராசாவை வனப்பணியாளர்கள் கழுத்துச் சட்டையைப் பிடித்து இழுத்துச் செல்வதைப் பார்த்து சுந்தரி வெடித்து அழ, பெண்களின் ஓலக்குரல் காடெங்கும் பரவியது.

ஆனைமலைக் காடுகளுக்குள் மெல்ல கதிரொளி வந்து கொண்டிருந்தது. பல பதிகளிலிருந்து பிடித்துச் செல்லப்பட்ட பதினைந்து பேரையும் காட்டிற்குள் வனத்துறையினர் இழுத்துச் சென்றனர். அதில் மணியும் இருப்பதைக் காட்டுராசா கவனித்தான். சிலர் காடுகளுக்குள் அங்குமிங்குமாகத் தேடியபடி சென்றனர்.

ஓரிடத்தில் நான்கைந்து மண்வெட்டிகளும், கடப்பாரைகளும், கருக்கரிவாள்களும் இருப்பதை ஒரு வனப்பணியாளர் பார்த்து, மற்றவர்களிடம் கூறினான். ஒருவன் மண் வெட்டிகளை எடுத்துப் பார்த்தபடி கேட்டான்.

“என்னடா இது? இதெப்படி இங்க வந்துச்சு.”

“சார், இது மாகாணிக் கிழங்கு தோண்ட வைச்சிருக்கங்க.”

“பொய் சொல்லாதிங்கடா. மாகாணிக் கிழங்கு எல்லா தோண்டக்கூடாதுனு சொல்லியிருக்கோம்தானே? இதுலதானே புலிய அடிச்சுக் கொன்னீங்க. உண்மைய சொல்லுங்க.”

“இல்ல சார். நாங்க எதுக்குப் புலிய கொல்லப் போறோம்?”

“அதைத்தான் நாங்களும் கேட்குறோம்.”

“இப்படிச் சொன்னா இவீங்க பதில் சொல்ல மாட்டாங்க. இழுத்திட்டு வாங்க.”

வேட்டைத் தடுப்புக் கண்காணிப்பு கோபுரத்தில் இருந்த கட்டடத்திற்குள் பதினைந்து பேரும் அடைக்கப்பட்டனர். மற்றவர்கள் மீது படாமல் கை, கால்களைக் கூடச் சௌகரியமாக நீட்ட முடியாத அளவிற்குக் குறுகலான கட்டடம். ஜன்னல்களே இல்லாத அந்தக் கட்டடத்தில் புழுக்கம் கூடியிருந்தது.

“உண்மைய சொல்லுங்கடா” என்றபடி ஒவ்வொருவரையும் மூங்கில் தடிகள் வீசிச் சென்றன. “சார், எங்களுக்கு எதுவும் தெரியாது... சார்ர், அடிக்காதீங்க சார்...” எனப் பதறிக் கதறும் சத்தம் மாறி மாறிக் கேட்டது. காட்டுராசாவை ஒருவன் மூங்கில் தடியால் காலிலும், புட்டத்திலும் மாறி மாறி அடித்தான். மூத்திர வீச்சம் காட்டுராசாவின் மூக்கைத் துளைத்தது. யாரோ அடிக்குப் பயந்து சிறுநீர் கழித்துவிட்டதை அவன் உணர்ந்தான். காட்டுராசா மூக்கைக் கைகளால் மூடினான்.

அதனைக் கவனித்த ஒருவன் “துணிய கழட்டுடா” எனச் சொன்னதைச் செய்ய காட்டுராசா மறுத்தான். கோபத்தில் ஒருவன் வயிற்றில் ஓங்கி குத்தினான். இன்னொருவன் கன்னத்தில் அறைந்து கீழே தள்ளினான். வயிற்றைப் பிடித்துக்கொண்டு கீழே சரிந்தவனை, மூன்று பேர் சுற்றி நின்று மூங்கில் தடிகள் உடைபடும் அளவு அடித்தார்கள். அவர்களது கைகள் வலிக்கும் வரை சரமாரியாக மூங்கில் தடிகளால் விளாசித் தள்ளினார்கள்.

அடித்து அடித்து கைகள் ஓய்ந்தவர்கள், பூட்ஸ் கால்களால் மாறி மாறி மிதித்தார்கள். ஒவ்வொருவர் உடலெங்கும் மிதிகள் விழுந்தன. காட்டுராசாவை நிற்கச் சொன்ன ஒருவன், அவனது கால் பெருவிரல்கள் மீது பூட்ஸ் கால்களோடு ஏறி நின்று மிதித்தான். பெருவிரல் பெரும்பாறையில் சிக்கியிருப்பது போல உணர்ந்த காட்டுராசா, பற்களைக் கடித்துக் கொண்டு வலி தாங்கிப் பார்த்தான். பூட்ஸ்களின் அழுத்தம் அதிகமாகி வலி கூட, துடித்து அலறினான். கண்ணில் இருந்து கண்ணீர் கொட்டியது. சற்று நேரத்தில் மெல்ல அவனது உடை தரையில் விழுந்தது. பூட்ஸ் கால்களுக்குள் சிக்கித் துடித்த பெருவிரல்களால், ஒவ்வொருவராக நிர்வாண கோலத்திற்கு அடுத்தடுத்து மாறினர்.

சிறுநீரின் ஈரத்தின் மீது சரிந்து கிடந்த காட்டுராசா கண் திறந்து பார்த்தான். கட்டடம் முழுக்க மூத்திர வீச்சம் கூடியிருந்தது. காட்டுராசாவிற்கு முதுகில் வரி வரியாக இரத்தக் கோடுகள் இருந்தன. உடம்பில் இருந்த காயங்களில் இருந்து இரத்தம் வடிந்தது. எரிச்சல் அதிகமாக இருந்தது. அவனுக்கு எதிரே நிர்வாணமாய்த் தரையில் கிடந்த மணி இரத்தம் வழிய அனத்திக் கொண்டு கிடந்தான். அவனது உடம்பு முழுவதும் தடிகள் தசைகளைப் பதம் பார்த்த தடயங்களிருந்தது. காட்டுராசாவிற்கு அச்சத்தால் வியர்த்து, தொண்டை வறண்டு போயிருந்தது.

சுருண்டு விழுந்து கிடந்த சின்னானை எழுந்து நிற்கச் சொன்னார்கள். தட்டுத் தடுமாறி எழுந்து நின்றான். கால்கள் தள்ளாடின. அடுத்தடுத்து கால்களில் விழுந்த அடிகளில் நிலை தடுமாறி அலறியபடி கீழே விழுந்தான். அவனது மூக்கில் இருந்து ரத்தம் வழிந்தது. வலியால் துடித்தான். அவன் சத்தமிட்டு அழுதான். அவனது அலறலைக் கேட்ட காட்டுராசாவின் கண்களில் கண்ணீர் பெருகியது. அந்தக் கணத்தைச் சாவால் தவிர வேறு எதனாலும் கடக்க இயலாது எனக் காட்டுராசா நினைத்தான். பொங்கி வந்த கண்ணீரை அவன் அடக்க முயன்றான். ஆனாலும் அது அவனை மீறி வழிந்தது. கட்டுக்கடங்காது வந்த கண்ணீர் அவனது கன்னங்கள் வழியே உருண்டோடியது.

"சார், எங்களுக்கு எதுவும் தெரியாது... சார்ர், அடிக்காதீங்க சார்..." அடுத்தடுத்து விழும் அடிகளும், அடுத்து வரும் அலறல் சத்தங்களும் கண்காணிப்புக் கோபுரத்திற்கு வெளியே வெகு நேரத்திற்குக் கேட்டுக்கொண்டிருந்தது.

36

உலாந்தி வனச்சரக அலுவலகம் பரபரப்பாக இருந்தது. நூற்றுக்கும் மேற்பட்டோர் செங்கொடிகளுடன் முற்றுகையிட்டு அமர்ந்திருந்தனர். கூட்டத்திற்கு முன்பாகப் பரமசிவம் அமர்ந்திருந்தார். அவ்வப்போது வனத்துறையினரைக் கண்டித்து முழக்கங்களை எழுப்புவதும், ஓய்வதுமாக இருந்தது. ஆங்காங்கே நின்றிருந்த வனப் பணியாளர்கள் வேடிக்கை பார்த்துக் கொண்டிருந்தனர்.

கூட்டத்திற்குள் மருத்துவமனையில் சிகிச்சை பெற்றுத் தேறியிருந்த காட்டுராசா அமர்ந்திருந்தான். அவனருகே சுந்தரியும், சின்னானும், மணியும் அமர்ந்திருந்தனர். பரமசிவம் முழக்கம் எழுப்புவதை, மஞ்சளேறிய கால் பெருவிரல்களைத் தடவியபடி காட்டுராசா கவனித்துக்கொண்டிருந்தான். கடந்த சில நாட்களில் நடந்தது எல்லாம் அவனது நினைவுக்கு வந்து போயின.

புலி வழக்கில் விசாரணை என்ற பெயரில் வனத்துறையினர் சித்ரவதை செய்வதாகவும், உண்மையான குற்றவாளிகளைக் கண்டுபிடிக்கக் கோரியும் பரமசிவமும், அவரது கட்சியினரும் மூன்று நாட்கள் வனத்துறை சோதனைச் சாவடியை முற்றுகையிட்டு போராட்டம் நடத்தியிருந்தனர். நான்காவது நாள் விடியலில் வந்த நாகராஜ் "எப்போது கூப்பிட்டாலும் விசாரணைக்கு ஆஜராக வேண்டும்" என அனைவரிடமும் வெள்ளைக் காகிதத்தில் கையெழுத்து வாங்கினான். "எவனோ நாலு பேரு சரணடைந்ததனால இப்போ தப்பிச்சீங்க. ஒழுங்கு மரியாதையா இல்லனா அவ்வளவு தா. கிளம்புங்கடா" எனப் பதியினர் அடித்து விரட்டப்பட்டனர். எதுவும் புரியாமல் வலியும், வேதனையும் தாங்கியபடி காட்டுராசா பதிக்கு வந்தான்.

பதிக்கு வந்து பேசிய பரமசிவத்தின் ஆலோசனைப்படி, வனத்துறையினர் தாக்கியதில் காயமடைந்தவர்கள் பொள்ளாச்சி அரசு மருத்துவமனையில் சிகிச்சைக்காகச் சேர்க்கப்பட்டனர். பழங்குடிகளைத் தாக்கிய வனத்துறையினர் மீது நடவடிக்கை

எடுக்கக் கோரி காவல் நிலையத்திலும், கோவை மாவட்ட ஆட்சியர் அலுவலகத்திலும் புகார் மனுக்கள் கொடுக்கப்பட்டது. அந்தப் புகார்கள் மீது எந்த நடவடிக்கையும் எடுக்கப்பட்டதாகத் தெரியவில்லை. விசாரணை என்ற பெயரில் வனத்துறையினர் சித்ரவதை செய்ததைக் கண்டித்து, வனச்சரக அலுவலகத்தைப் பரமசிவமும், அவரது கட்சியினரும் முற்றுகை போராட்டத்தில் ஈடுபட்டுக் கொண்டிருந்தனர். பரமசிவத்தையே பார்த்துக் கொண்டிருந்த காட்டுராசா முழக்கங்களைத் திருப்பி எழுப்பாமல் வெறுமனே கைகளை உயர்த்துவதும், கீழிறக்குவதுமாக இருந்தான்.

"அல்லா கழிஞ்சுதானே? இனி ஏன்னா பாடுபடுது (போராட்டம் நடத்துகிறார்)?" எனச் சின்னான் கேட்டான்.

"இதோட விட்டா, இதேபோலே வேற எதேங்கிலும் அவரு செய்யுனு கொண்டிருக்கும். இனா செய்தா அவரு அடங்குவாரு. இல்லனா நமுகு அடாங்கானு தோழரு பரமசிவம் சொன்னாரு" என்றான் காட்டுராசா.

வெயில் உச்சியை அடைந்தது. வனச்சரக அலுவலகத்திற்குள் இருந்து கிருஷ்ணன் வெளியே வந்தார். முழக்கங்கள் உச்சத்தை அடைந்தது. கிருஷ்ணனின் முகம் கோபத்தில் சிவந்தது.

"இங்க பாருங்க பரமசிவம். தேவையில்லாம இங்க பிரச்சனை பண்ணிட்டு இருக்காதீங்க."

"எது சார் தேவையில்லாதது? நீங்க சம்பந்த சம்பந்தம் இல்லாத ஆட்கள பிடிச்சு வந்து அடிச்சு சித்ரவதை பண்ணுறதைக் கேட்காம இருக்கணுமா?"

"புரியாம பேசாதீங்க. புலிய நகம், பல்லுக்காகக் கொன்னிருக்காங்க. உங்க ஆளுக மேல சந்தேகம் இருந்ததனால தா நாங்க கூப்பிட்டு விசாரிச்சோம். எங்க வேலைய எங்கள பாக்கவிடுங்க."

"தாராளமா உங்க வேலையப் பாருங்க. ஆனா அப்பாவிகள பழிவாங்காதீங்க. ஒவ்வொரு பதிக்கும் தொடர்பு இல்லாத நான்கைந்து பதிக்காரங்கள எதுக்காகப் பிடிச்சிட்டுப் போகணும்? மலையில இருக்கவங்கள மட்டுமில்லாம, சமவெளியில இருக்கறவங்க, தோட்டத்துல வேலை பாக்குறவங்கனு ஏன் பிடிச்சி அடிச்சு சித்ரவதை பண்ணியிருக்கீங்க?"

"அப்பாவிகளா இல்லையானு விசாரிச்சாதானே தெரியும்? புலி செத்த எடத்துக்குப் பக்கத்துல இருந்த தடயங்களைக் கைப்பற்றி

விசாரிச்சோம். சந்தேகப்படும் நபர்களிடம் விசாரணை நடத்துறது இயல்பானதுதானே. இதுல என்ன தப்பிருக்கு? இப்போ சரணடைந்த நாலு பேருல ஒருத்தன் டிரைபல்ஸ்னு தெரியும் தானே?”

“சார், நூத்துல யாரோ ஒருத்தர் ரெண்டு பேர் தப்பு பண்ணலாம். அத வைச்சு எல்லாத்து மேலயும் பழியப்போடாதீங்க. அவன தவிர அவீங்க யாரும் இந்த ஊருக்காரங்க இல்ல.”

“அதத்தான் நானும் சொல்லுறேன். நீங்க எங்க மேல கொடுத்த கம்பிளைண்ட்னால எங்கனால முறையா விசாரிக்க முடியல.”

“நீங்க முறையா விசாரிச்சு இருந்தா இவ்வளவு பிரச்சினை வந்திருக்காது.”

மாறி மாறி இருவரும் பேசினார்கள். எந்த உடன்பாடும் ஏற்படவில்லை. முற்றுகைப் போராட்டம் தொடர்ந்தது. “ஆனெ தந்தம் கேசு மாதிரி புலி கேசுலயும் ஆளு சிக்கலனா, அந்தப் பழியப்போட்டு இந்தக் காட்டானுகள வெளியே தொரத்தியிருக்கலாம்... அதுக்குள்ள அந்த நாலு தாயோலிக பயந்து சரணடைஞ்சு எல்லாத்தியும் கெடுத்து நாசமாக்கிட்டானுக... ச்சே” என யாருக்கும் கேட்காதபடி முணங்கிய கிருஷ்ணன், பரமசிவத்தைக் கோபத்துடன் பார்த்தார். இரையைத் தவறவிட்ட புலியின் சீற்றம் அவரது கண்களில் தெரிந்தது.

“இங்க பாருங்க பரமசிவம் கலஞ்சு போங்க. இல்லனா எங்கள பணி செய்யவிடாம தடுத்ததா உங்க மேல கேசு கொடுக்க வேண்டியிருக்கும்.”

“சும்மா, இந்த மெரட்டுற வேல எல்லா வேணாம். கேசு கொடுங்க பாத்துக்கலாம்.”

“என்னங்க பரமசிவம்... இப்படிப் பேசுனா எப்படி? காட்ட பாதுகாக்கத்தானே நாங்க இருக்கோம். எங்க நெலமையையும் கொஞ்சம் புரிஞ்சுக்கங்க. இது புலிகள் காப்பகம்.”

“என்ன சார் புலிகள் காப்பகம், புலிகள் காப்பகம்னு பூச்சாண்டி காட்டிட்டு இருக்கீங்க? வன நில உரிமை அங்கீகாரச் சட்டம், வேட்டையைத் தவிர மற்ற பராம்பரிய உரிமைகள பழங்குடிகளுக்குத் தருது. கிராம சபைகள் மூலமா உரிமைகள கேட்டுப் பெற முடியும். அது மூலமா பழங்குடிகளுக்கு வீடு கட்டவும், விவசாயம் பார்க்கவும் நிலம் வழங்க முடியும்.

இதெல்லா பழங்குடிகளுக்கு கிடைச்சிடக்கூடாதுனு தா அவசர அவசரமா மக்கள் கிட்ட எதையும் கேட்காம புலிகள் காப்பகமா மாத்தியிருக்கீங்க.

இரண்டாயிரத்து ஆறு வன விலங்கு பாதுகாப்புச் சட்ட திருத்தப்படி அறிவியல் ரீதியா வல்லுநர் குழு அமைச்சு புலி, மனிதன் வாழ்விடம் குறித்து ஆய்வு பண்ணி, மக்கள் கருத்தறிந்த பின்னால தா புலிகள் காப்பகமா அறிவிக்கணும். ஆனா அதையெல்லா பண்ணாம சட்ட விரோதமாதானே புலிகள் காப்பகமா அறிவிச்சு இருக்கீங்க...?"

"............"

"புலிகள் பாதுகாப்பு, கானுயிர் பாதுகாப்புனு சொல்லுறது எல்லா வணிகம் சார்ந்த அதிகார அரசியல். காட்டுல புலிக அதிகமாயிருக்குன்னு காட்டுறது, கோடிக்கணக்குல பணம் வாங்குறதுக்குத் தா. மனுசங்களும், விலங்குகளும் ஒன்னா வாழ முடியாதுன்னு சொல்லி இருக்கிறவங்கள விரட்டி விட்டிட்டு மனுசங்க இல்லாத காட்ட உருவாக்குறதுக்குத்தானே நீங்க வேலை செய்யுறீங்க.

இந்தக் காடு டைகர் ரிசர்வா இருந்தா புலிக மட்டுந்தான் வாழும். அதுவே டிரைபல் ரிசர்வா மாறுனா டிரைபல்ஸ் கூட சேர்ந்து புலிகளும் வாழும்" என்ற பரமசிவம் வார்த்தைகளில் உறுதியும், நம்பிக்கையும் இருந்தது.

"மிஸ்டர் பரமசிவம். டோண்ட் டாக் அன்நெசசரி" கோபத்தோடு கிருஷ்ணன் கத்தினார்.

"சும்மா கத்தாதீங்க சார். பழங்குடி ஆட்க இல்லாம காட்டுல ஒரு வேலைய கூட உங்களால பண்ண முடியுமா? ஏன்?... பாரெஸ்ட்டுல இருக்குற கீழ்மட்ட ஆட்க எல்லா யாரு? அதனால தா நேரடியா பகைச்சுக்காம, மறைமுகமா வெளிய அனுப்பப் பாக்குறீங்க."

"உங்களுக்கு எல்லா சொன்னாப் புரியாது. எவ்வளவு நேரம் கத்துவீங்களோ கத்திட்டுப் போங்க" என்றபடி கிருஷ்ணன் அலுவலகத்திற்குள் வேகமாக நுழைந்தார். பரமசிவம் இடது கையை உயர்த்தியபடி உரத்த குரலில் கண்டன முழக்கங்களை எழுப்ப மற்றவர்களும் உரக்க முழங்கினர்.

37

வடகிழக்குப் பருவமழைக் காலம். வானில் கருமேகக் கூட்டங்கள் நகர்ந்து வந்துகொண்டிருந்தன. பரமசிவமும், அவரது கட்சியினரும் நடத்திய போராட்டம் ஆனைமலைப் புலிகள் காப்பகக் கள இயக்குநர் தலையிட்டுத் தாக்குதல் நடத்திய வனத்துறையினர் மீது துறை ரீதியாக நடவடிக்கை எடுப்பதாக உறுதியளித்ததால் முடிவுக்கு வந்தது. வனத்துறையினர் தாக்கியதால் ஏற்பட்ட காயங்களில் இருந்து காட்டுராசா உடலளவிலும், மனதளவிலும் மீண்டு தேறியிருந்தான். பரமசிவம் நடத்திய போராட்டங்களினால் குறைந்திருந்த வனத்துறையின் கெடுபிடிகள், மீண்டும் கொஞ்சம் கொஞ்சமாக அதிகரித்தத் துவங்கின.

வனத்துறை கெடுபிடியால் காட்டில் சுதந்திரமாகச் சுற்றித்திரிய முடியவில்லை. வன இடு பொருட்களை முன்பு போலச் சேகரித்து விற்க முடியவில்லை. வருமானம் இல்லை. எந்த வசதியும் இல்லை. கண்களுக்குத் தெரியாத இரும்புக் கூண்டில் இருந்து விடுபட விரும்பியவர்கள் காட்டில் இருந்து வெளியேறத் துவங்கினர். நாளாக நாளாகப் பதியில் ஆட்களின் எண்ணிக்கை குறைந்து வந்தது.

முன்பு 70 குடும்பங்கள் இருந்த பதியில், இப்போது 27 ஆகக் குறைந்து விட்டது. அதிலும் பாதிக்குப் பாதி சாளைகளில்தான் ஆட்கள் இருக்கின்றனர். பலர் கவுண்டர்கள் தோட்டங்களிலேயே தங்கி விட்டனர். சிலர் எஸ்டேட் லயன் வீடுகளுக்குச் சென்றனர். வெகு சிலர் வேட்டைத் தடுப்புக் காவலர்களாகக் கோழிகமுத்திக்கும், வால்பாறைக்கும் சென்றுவிட்டனர். ஆண்டுக்கொரு முறையோ, இரு முறையோதான் பதிக்கு வந்து செல்கின்றனர். பதியினரின் எண்ணிக்கை குறைகிறதே தவிர, கூடவே இல்லை என மூப்பன் ஒவ்வொருவரிடமும் புலம்பிக் கொண்டிருந்தார்.

இரண்டு நாட்களாக தூறல் போட்டுக்கொண்டிருந்த மழை ஓய்ந்திருந்தது. மழைக்காலம் துவங்கிவிட்டதால்,

வனத்துறையினரின் நடமாட்டம் காடுகளுக்குள் குறைந்திருந்தது. காட்டுராசாவும், சுந்தரியும் விறகுகளைச் சேகரிக்க வேண்டி, காடுகளுக்குள் நடந்தனர். தூரத்தில் இருந்து பார்க்கும் போது தீக்கொழுந்து விட்டு எரிவது போல மஞ்சளும், சிவப்பும் கலந்த நிறத்தில் செங்காந்தள் மலர்கள் பூத்திருந்தன. அகல் விளக்கு போன்ற ஆறு இதழ் கொண்ட அப்பூக்களைச் சுற்றி தேனுக்காக வண்டுகளும், தேனீக்களும் வட்டமிட்டுக்கொண்டிருந்தன. ஆங்காங்கே விறகுகளை எடுத்துக்கொண்டே வந்திருந்ததால், சுந்தரியின் கையில் கொஞ்சம் விறகுகள் சேர்ந்திருந்தன. காட்டுராசா கிழங்குகளைப் பறித்து வந்தான்.

விறகுகளை எடுத்துக்கொண்டிருந்த சுந்தரி நிமிர்ந்து பார்த்தாள். நான்கைந்து பட்டாம்பூச்சிகள் அவளைக் கடந்து சென்றன. அதனைப் பார்த்துத் திரும்பும்போது, பட்டாம்பூச்சிகள் கூட்டம் கூட்டமாகப் பறந்து வருவது தெரிந்தது. பள்ளி முடிந்ததும் ஓடி வரும் குழந்தைகள் போலப் பட்டாம்பூச்சிகள் அலை அலையாக வந்துகொண்டிருந்தன.

பட்டாம்பூச்சி அலைக்குள் சுந்தரியும், காட்டுராசாவும் நின்றிருந்தனர். இருவரைச் சுற்றியெங்கும் ஆயிரக் கணக்கில் விதவிதமான பட்டாம்பூச்சிகள். பல வண்ணங்களில் இருந்த பட்டாம்பூச்சிகள் கிழக்கில் இருந்து மேற்கு நோக்கிப் பறந்து சென்றன. பட்டாம்பூச்சிகள் வருகை குறைந்தபாடில்லை. நீண்ட வரிசையில் தொடர்ந்து வந்துகொண்டே இருந்தன. அரைமணி நேரத்திற்கும் மேலாகப் பட்டாம்பூச்சிகளின் இடப்பெயர்வு தொடர்ந்தது. சுந்தரிக்கு முதலில் ஆச்சரியமாக இருந்தாலும், பின் அது அச்சமாக மாறியது.

சுந்தரி கதவு சாத்தி பாறையைப் பார்த்தாள். மேகம் திரண்டு கிழக்கை மூடிக்கொண்டு வந்தது. மலைமுகடுகளைக் கருமேகங்கள் மூடியிருந்தன. அதன் மேலிருந்த வானம் கருகியிருந்தது. பெரும் மழையை எதிர்நோக்கிப் பட்டாம்பூச்சிகள் பாதுகாப்பிற்காக இடம்பெயர்ந்து கொண்டிருக்கின்றன என்பதைச் சுந்தரி உணர்ந்தாள். பட்டாம்பூச்சிகள் அவ்விடத்தை விட்டு அகன்று சென்றிருப்பதைக் கவனித்தாள். சுந்தரி காட்டுராசாவைத் திரும்பிப் பார்க்கும் போது, அவளது பார்வையில் இருந்த அர்த்தத்தை அவன் உணர்ந்திருந்தான்.

சுந்தரியை அழைத்துக்கொண்டு வேகவேகமாக நடக்கத் துவங்கினான். நீலவானம் இருண்டு ஒளி மங்கியது. எங்கும்

காற்றின் ஓலம். சுழன்றடித்த காற்று இலைதழைகளை வாரிச் சுருட்டிச் சென்றது. காற்றின் வேகம் கூடி, மரத்தை முறிப்பது போல வீசத் தொடங்கியது. பெருமரங்கள் வேகமாக அசைந்தன. சடசடவென மழைத்துளிகள் விழத் துவங்கின. மழையில் நனைந்தபடி பட்டாம்பூச்சிகள் சென்ற மேற்குத் திசையில் இருவரும் வேகமாக நடக்க ஆரம்பித்தனர். ஓர் ஓடையில் நீர் சலசலத்து ஓடிக்கொண்டிருந்தது. அதற்கு மேலிருந்த பாறையின் மீது ஏறினர். சற்று நேரத்தில் மழைத் தூறல் சற்று வேகமெடுத்தது.

ஓடையில் பெருகி வரும் வெள்ளத்தைப் பார்த்து, அங்கிருப்பது உகந்ததாக இல்லையென அதற்கும் மேலிருந்த மற்றொரு உயரமான பாறையில் இருவரும் ஏறினர். அங்கு குகை போல இருந்த ஒரு பாறை பொந்து இருப்பது தெரிந்தது. அதில் இருவரும் தஞ்சம் அடைந்தனர். விறகுகளைக் கொண்டு தீ முட்டியபடி இருவரும் அமர்ந்தனர்.

சிறிது நேரத்தில் மழை பலமாகப் பெய்யத் துவங்கியது. கருமேகங்கள் ஓயாது மழையைக் கொட்டியது. பக்கத்தில் இருக்கும் மரங்கள் கூடத் தெரியவில்லை. பலத்த காற்று வீசியது. மூங்கில்கள் ஒன்றோடொன்று பலமாக மோதிக்கொண்டன. ஓயாத இடியும், மின்னலும் சுந்தரியை அச்சமூட்டின. அதில் பயந்து நடுங்கினாள். அவளைக் காட்டுராசா இறுகப்பற்றி அரவணைத்துக்கொண்டான். அது அவளுக்கு ஆறுதலாகவும், கதகதப்பாகவும் இருந்தது. மழை இடைவிடாது பெய்து ஓய்ந்தது.

வெகு நேரத்திற்குப் பிறகு காட்டுராசா மலைக் குகையில் இருந்து வெளியே வந்து பார்த்தான். மழை லேசாகத் தூறிக் கொண்டிருந்தது. சற்று தூரம் நடந்து வந்து மேலேறி வந்த பாறையைப் பார்த்தான். ஓடை காட்டாறாக மாறி, பாறைக்கும் மேலாக வெள்ளம் ஓடியது. தொடர்ந்து காட்டாற்றின் வெள்ளம் அதிகமாகிக் கொண்டேயிருந்தது. மீண்டும் காட்டுராசா மலைக்குகைக்குள் செல்லவும், மழை மீண்டும் வேகமெடுக்கவும் சரியாக இருந்தது.

இரவு வந்தபோதும், மழை நின்றபாடில்லை. வேங்கைப்பதியின் மீது மழை கொட்டித் தீர்த்தது. விடாமல் பெய்துகொண்டிருந்த மழையினால், பதியிளர் யாரும் தூங்கவில்லை. தூங்கினால் அவ்வளவுதான். எந்த நேரம் என்ன நடக்கும் எனச் சொல்ல முடியாது.

மண் தரையில் விறகுகளை வைத்துத் தீ மூட்டி உட்கார்ந்திருந்தனர். ஆங்காங்கே மழைத் துளிகள் ஒழுகிக்கொண்டிருந்தன. ஓதம் ஏறியிருந்தது. வாசலில் நின்றபடி மழையைப் பார்த்துக் கொண்டிருந்த, மூப்பன் வெளியே ஓடினார். மழை நீரில் மண் சரிந்து மழை நீரோடு ஓடிக்கொண்டிருந்தது. காற்றும் மழையும் ஓங்கி ஓங்கி அடித்தது.

சற்று நேரத்தில் மீண்டும் சாளைக்கு ஓடி வந்த மூப்பன், ஈத்தை இலைகளை வெட்டிக்கொண்டு வந்திருந்தார். "'அலை'*க்கு எல்லாமும் போனதா பாதுகாப்பு. இந்த மகை நிக்கில்லா. அலைக்கு போகியா. என்ன வேணா நடக்கான். வேணும்கித எடு" என வனத்தாயிடம் கூறினார்.

உடனடியாகச் சில மூட்டைகளில் முக்கியமான பொருட்களையும், அரிசி, பருப்பு உள்ளிட்ட மளிகைப் பொருட்களையும் எடுத்துக் கொண்டனர். நான்கைந்து ஈத்தை இலைகளைச் சேர்த்தது போல, தலைக்கு மேல் பிடித்துக்கொண்டு நடக்கத் துவங்கினர். ஒரு கையில் ஈத்தை இலைகளும், மறு கையில் மூட்டைகளும் எனக் கிளம்பினர். பதியினர் ஒவ்வொருவராக மழையோடு மழையாக 'அலை'யை நோக்கிக் கிளம்பினர்.

ஒரு பெரிய பாறையின் மீது பெரிய குகை ஒன்று இருந்தது. அதற்குள் பத்து யானைகள் வந்து நின்றாலும் துளியும் நனையாது. பெருமழை போன்ற ஆபத்து வரும் காலங்களில் இந்த 'அலை'க்குள் தஞ்சமடைவது வழக்கம். இது காலங்காலமாகத் தொடர்ந்து நடந்து வரும் நடைமுறை. அலைக்குள் பதியினர் பாதுகாப்பாகத் தஞ்சம் புகுந்தனர்.

அலையில் வைக்கப்பட்டு இருந்த பாய்களை விரித்து அமர்ந்தனர். அங்கு விறகுகளும் இருந்தன. பெண்கள் குழுக்களாகப் பிரிந்து உணவு தயார் செய்யத் துவங்கினர். சற்று நேரத்தில் மழையின் வேகம் கூடியது. மழையின் பேரிரைச்சல் கலக்கத்தை ஏற்படுத்தியது.

கீரைகளைக் கிள்ளி இரண்டு வெங்காயம், கந்தாரி மிளகாய், மனத்தக்காளி சேர்த்து விறகடுப்பில் வேக வைத்தனர். ரேசன் அரிசியை வடித்து, சோறு சமைத்தனர். தேங்காய், பச்சை மிளகாய், உப்பை மூன்றையும் சேர்த்து வைத்து அரைத்து சட்னி போலச் செய்து சாப்பாட்டுடன் சேர்த்து சாப்பிட்டனர்.

★ அடை மழைக் காலங்களில் பாதுகாப்பிற்காகத் தங்கும் குகைகள்.

கிழக்கு வெளுத்து வெகு நாளாகியிருந்தது. பகல் பொழுதுகள் இரவைப் போல இருள் கவிழ்ந்திருந்தன. மழை மேகக் கூட்டங்கள் நகர்ந்தபாடில்லை. பெரு மழை கொட்டித் தீர்த்தது. காட்டுராசாவின் நினைவு வந்த போது, எங்கேனும் பாதுகாப்பாக இருப்பார்கள், மழை முடிந்ததும் வந்துவிடுவார்கள் என மூப்பன் தனக்குத்தானே ஆறுதல் சொல்லித் தேற்றிக்கொண்டார்.

மூன்றாவது நாள் பகல் மாலைப்பொழுதில் மழை சற்று ஓய்ந்திருந்தது. மரங்களிலும் புற்களிலும் பொன்னென ஒளிர்ந்தது மஞ்சள் வெயில். சின்னானும், மூப்பனும் வேங்கைப்பதியைப் பார்த்து வரக் கிளம்பினர். ஆங்காங்கே மரங்கள் வேரோடு சரிந்து விழுந்திருந்தன. காட்டாறுகளில் வெள்ளம் பெருக்கெடுத்து ஓடியது. மலைகளில் புதுப்புது அருவிகளும் உருவெடுத்திருந்தன. வெள்ளியை உருக்கி ஊற்றுவது போலத் தண்ணீரை அருவிகள் கொட்டின.

இருவரும் வேங்கைப்பதியை நெருங்கும் போது, காட்டுராசாவும், சுந்தரியும் அங்கே வந்து சேர்ந்திருந்தனர். இருவரையும் பார்த்ததும் மூப்பன் நிம்மதிப் பெருமூச்சுவிட்டார். மழை வெள்ளத்தில் சிக்கியதையும், பாறை பொந்தில் தங்கியிருந்ததையும் காட்டுராசா கூறினான்.

"இனி படுகாடுக்குள்ளயோ, புறத்த எவிடேயோ போனாலோ சுந்தரிய சாளையில விட்டு போ. எந்தும்னா தனியா நீயு எந்து செய்யாம்? சுந்தரி நீயு சாளைக்கிரு" என மூப்பன் சொன்னதைக் காட்டுராசாவும், சுந்தரியும் கேட்டுக்கொண்டனர்.

பெருமழையின் கோரத் தாக்குதலில் பதி உருக்குலைந்து இருந்தது. ஆங்காங்கே மண் சரிந்து கிடந்தது. காற்றோடு காற்றாகப் பல சாளைகளின் கூரைகள் பறந்திருக்க, சாளைகள் ஆடைகளற்ற உடல்களாய் நிர்வாணமான கோலத்தில் காட்சியளித்தன. கூரையின் மீதிருந்த தகரச்சீட்டுகள் தூக்கி வீசப்பட்டிருந்தன. காற்றில் அடித்துச் செல்லப்பட்டது போக, மீதமிருந்த தார்ப்பாய்கள் கிழிந்து தொங்கிக்கொண்டிருந்தன. பலத்த காற்றில் மரங்கள் முறிந்து விழுந்திருந்தன. அதில் மரக்கிளைகள் நான்கு சாளைகளின் கூரையின் மீது விழுந்து சேதங்களை ஏற்படுத்தியிருந்தன. அதில் சின்னானின் சாளையும் ஒன்றாக இருந்ததைப் பார்த்து அவனது கண்கள் கலங்கின.

கவலைகள் கூடிய முகத்துடனும், கனத்த மனதுடனும் நால்வரும் அலையை நோக்கி நடந்தனர்.

38

கருமேகக்கூட்டப் போர்வைக்குள் சுருண்டு கிடந்த கதிரொளிகள், போர்வையை விலக்கிக் கொண்டு விழித்தெழுந்தன. மழை ஓய்ந்திருந்த அவ்வேளையில், வெயில் சுளீரென அடித்தது. நான்கு நாட்களாக இரவு, பகல் என்றில்லாமல் ஓயாது மழை வெளுத்து வாங்கியது. வெயில் எட்டிப்பார்த்ததால் அலைக்குள் முடங்கிக் கிடந்த பதியினர், வேங்கைப்பதியை மறுசீரமைக்கும் பணிகளைச் செய்துகொண்டிருந்தனர். வனத்துறையினருக்குத் தகவல் தெரிவித்தும், இளனையும், பூனாச்சியையும் தவிர வேறு யாரும் எட்டிக்கூடப் பார்க்கவில்லை. அவர்கள் கொஞ்சம் தகரச்சீட்டுகளையும், தார்ப்பாய்களையும் கொடுத்துச் சென்றனர். பரமசிவமும் கொஞ்சம் துணிகளையும் பொருள்களையும் கொடுத்துச் சென்றார்.

தூக்கி வீசப்பட்ட தகரச்சீட்டுகளை ஒவ்வொன்றாகக் காட்டுராசா ஓரிடத்திற்குக் கொண்டு வந்து குவித்தான். சிலர் மரக்கிளைகளைக் கோடாரியால் வெட்டிக் கொண்டிருந்தனர். மரத் துண்டுகளை அகற்றும் பணியில் சுந்தரி ஈடுபட்டிருந்தாள். சின்னானுடன் சென்ற சிலர் மூங்கில்களை வெட்டி எடுத்து வந்தனர். சிலர் மண்ணையும், கற்களையும் அகற்றிக் கொண்டிருந்தனர்.

முற்றிய அகலமான மூங்கிலை இரண்டாகப் பிளந்து, நடுக்கணுக்களை நீக்கி அதை அப்படியே பாய்போல விரித்துச் சுவராகவும், கூரையாகவும் அமைத்தனர். சில கூரைகள் மீது தகரச்சீட்டுகளைப் போட்டனர். வேகவேகமாகப் பணிகள் நடந்துகொண்டிருந்தன. அதனை மூப்பன் பார்த்தபடி நின்று கொண்டிருந்தார். சற்று நேரத்தில் கற்களை வைத்து அடுப்பு மூட்டிய வனத்தாய், டீ போட்டுக்கொண்டு வந்து அனைவருக்கும் கொடுத்தாள்.

"காட்டா, மகை காலத்துக்க வேறாளு வந்தின்னா எந்தும் அறியா. எந்தாயினதா எடுத்து போயிட்டா, நமக்கும் அறியிலா. மடாலும் அறியா. பழியு நம்மூ மேல தா விழுதுமு. நேரா மடாலு நீங்கள்

அறியாதே எங்கன எடுக்கும்னு வந்து நிக்கும். அதால படுகாட சுகாந்து பார்த்து வரு."

"செரி" என்றபடி காட்டுராசா சின்னானுடன் கிளம்பினான்.

இருவரும் காட்டைச் சுற்றி வந்தனர். காட்டுத்தரையில் மண்டிக்கிடக்கும் இலைச்சருகுகள் ஈரத்தன்மையோடு இருந்தன. நல்ல மழை பெய்திருப்பதற்குச் சாட்சியாகச் செழித்து வளர்ந்திருந்த கோரைப் புற்கள் காற்றில் ஆடிக்கொண்டிருந்தன. இதுவரை நீர் வந்து பார்த்திடாத வறண்ட ஓடைகளிலும் நீர் தெளிவாக ஓடிக் கொண்டிருந்தது. இரண்டு ஓடைகள் ஒன்றாக இணைந்து பெரிய ஓடையாகி, பாதையோரத்தில் வந்து கொண்டிருந்தது. கடந்து சென்ற பாதைகளின் ஓரமெல்லாம் தவளைகளும் வண்டுகளும் ஒத்திசை பாடிக்கொண்டிருந்தன. தூரத்தில் மயில்களின் அகவல்கள் கேட்டன.

"காட்டா, கொஞ்ச நாளுல அப்பா ஆகப்போற. ஆணா? பெண்ணா? நீ எந்து நெனைக்குற?"

"இதா எந்தா புதுமன பழக்கம்? ஏது பிள்ள பிறந்தாலும், நல்லனா பிறந்தா மதி."

"செரி. செரி."

"நின்னிடே ஒரு காரியம் சொல்லுனு. நீயு யாரோடும் சொல்லாருது. செரியா?"

"செரி. என்னானு? சொல்லு."

"கார்டு இளன் இல்லாதன நம்மூ ஜெயிலுக்கு இருந்திருக்கணும்."

"ஏன்னாகிய சொல்லுனு? அவரு எந்தா செய்யுனு?"

"கார்டு இளனுதான் நிசமான நாலு குற்றக்காரர பிடிச்சு கோர்டுல சரணடைய வைச்சிடுன்னு. இது கூடதே நாலஞ்சு வருக்கன், மானுனு அவரு கொல்லுகயானு."

மான் வழக்கில் கிருஷ்ணன் சொன்னதற்கு ஏற்ப ராமின் கும்பலை இளன் விட்டுவிட்டாலும், கூலி வேலை செய்பவர்களிடம் எப்படி இவ்வளவு பணம் வந்தது என்ற சந்தேகம் இருந்தது. அதனால் அவர்களைப் பின்தொடர்ந்து கண்காணித்து இருக்கிறான். அக்கும்பல் பெரியசாமி தோட்டத்திற்கு வேலைக்கு வந்த பின்னர் மூன்று புலிகள் மாயமாகி இருப்பதைப் பதிவு செய்யப்பட்ட

புகைப்படங்கள் மற்றும் கேமரா பதிவுகளில் இருந்து இளன் உறுதிப்படுத்தினான்.

அக்கும்பலில் இருந்த ராமிடம் கிருஷ்ணனுக்குப் பணம் கொடுப்பது போலத் தனக்கும் கொடுத்திருந்தால் மான் சுட்டதற்கு எவ்வளவு பெரிய பிரச்சனை வந்திருக்காது எனவும், பணம் தந்தால் காட்டில் என்ன வேண்டுமானாலும் செய்து தரத் தயார் எனவும் இளன் இரைகளை வைத்துத் தூண்டில் போட்டான். 'கீரின் லேபிள்' விஸ்கி என்ற இரையில் வசமாகச் சிக்கியவன், உளறியதை எல்லாம் வீடியோவாக்கி, அக்கும்பலை நீதிமன்றத்தில் சரணடைய வைத்ததாகப் பூனாச்சி சொன்ன கதையைச் சின்னான் சுருக்கமாகச் சொல்லி முடித்தான்.

"நிசமாவா?"

"அதே. பூனாச்சிதான் சொல்லுனுது."

"அதாளு நல்ல மனசுக்கு, நல்லன இருக்கணும்."

"சின்னா, ஆங்க பாரு" பதட்டத்துடன் காட்டுராசா சொன்னான்.

"ஏனாகியா?"

"யாரோ சந்தன மரத்த வெட்டி எடுத்திட்டுண்டு."

"இக்கட கார்டு இளன் பீட்டுதானே?"

"அதே. இத அதாளுக்கின்னா சொல்லன வேண்டியது அவசியம்."

இளனைச் சந்தித்து தகவலைச் சொல்லிவிட்டு இருவரும் கிளம்பினர். மேகக்கூட்டங்கள் மலையின் மீது முட்டி மோதின. திடீரென இருளாகிப் போனது. எங்கோ மழை பெய்யும் வாசமும், இதமான குளிர்ந்த தென்றல் காற்றும் அடித்தது. மழை நெருங்கி வரும் எனக் காட்டுராசா எதிர்பார்த்தான். அதுபோலவே சிறிது நேரத்தில் சுருண்டு வந்த மேகம் மழையைக் கொட்டத் துவங்கியது. மழையோடு காட்டுப்பாதையில் பொறுமையாக நடந்து சென்றனர்.

மழையோடு மூடுபனியும் சேர்ந்துவிட்டதால், எதிரில் இருக்கும் எதுவும் சரிவரத் தெரியவில்லை. சிறிது நேரத்திற்குப் பிறகு மழை சற்றுக் குறையவும், அருகேயிருந்த குகையை நோக்கிச் சென்றனர். வெகு சீக்கிரமே இருட்டிவிட்டது. விடிந்த பிறகு பதிக்குச்

செல்லலாம் எனப் படுத்த காட்டுராசா அசதியில் உறங்கிப் போனான்.

"காட்டா, காட்டா" எனப் பதட்டத்தோடு காட்டுராசாவைத் தேடியபடி மூப்பன் ஓடி வந்தார். குகைக்குள் உறங்கிக் கொண்டிருந்த காட்டுராசாவை அவர் தட்டி எழுப்பினார். தூக்கம் விலகாத விழிகளைத் தேய்த்தபடி காட்டுராசா கண்களைத் திறந்தான். படபடப்புடன் மூப்பன் நின்றிருந்தார்.

"ஏனாகியா?" தூக்கக் கலக்கத்தோடு காட்டுராசா கேட்டான்.

"சுந்தரி... சுந்தரிக்கு" மூப்பனுக்கு வாயடைத்தது. சுந்தரி என்ற வார்த்தையைக் கேட்டதும் அவனது தூக்கம் தொலைந்தது.

"சுந்தரிக்கு ஏனாகியா?"

மூப்பன் சொன்னதைக் கேட்ட காட்டுராசாவிற்கு இடி விழுந்ததைப் போல இருந்தது. கருமேகம் சூழ்ந்த வானம் போலக் கண்கள் இருண்டு நீர் பெருகியது. கண்ணீர் மழையாகக் கொட்டியது. சுந்தரியின் முகம் அவனது மனதில் மின்னலாய் மின்னி மறைந்தது. தன்னைத்தானே முகத்தில் அறைந்து கொண்டான். நெஞ்சிலே குத்திக்கொண்டான். கத்தினான். கதறினான். இருள், முள், கல், மேடு பள்ளம் எனப் பார்க்காமல் காற்று போலப் பதியை நோக்கிப் பறந்தோடினான்.

தலைச்சுற்றலாக இருந்ததால் சாளைக்குள் சுந்தரி போர்வையைப் போர்த்தியபடி படுத்திருந்தாள். மதியத்தில் இருந்து இரண்டு, மூன்று முறை வாந்தி எடுத்திருந்ததால், சோர்வோடு இருந்தாள். திடீரென வானம் இருட்டிக்கொண்டு வந்தது. பகல் பொழுது இரவு போல மாறியது. மழைச் சாரலாகப் பொழியத் துவங்கியது. மற்றவர்கள் எல்லாம் அலையை நோக்கிச் சென்றுவிட்டனர்.

தென்றலாக இருந்த காற்று புயலாகச் சுழன்றடித்தது. காற்றில் மரங்கள் பலமாக ஆடின. கிளைகள் எழுந்து தாழ்ந்தன. கார்மேகங்கள் இடையே தீப்பொறி போன்ற கண்ணைப் பறிக்கும் ஒளி வீச்சோடு, மின்னல்கள் வானில் கோடுகளாய்க் கிளைத்து நொடிப்பொழுதில் தோன்றி மறைந்தன. திடீரெனப் பேரொலியாய் முழங்கிய இடி எங்கோ போய் விழுந்து அடங்கியது. மரங்கள் ஒன்றோடு ஒன்று பலத்த சத்தத்தோடு மோதிக்கொண்டன. தனியாக இருந்த சுந்தரி பயந்து நடுங்கினாள்.

காட்டுராசா உடனில்லை என்பதை நினைத்து வருந்தினாள். கைகளைக் கூப்பியபடி வனதேவதையை வேண்டினாள்.

பொழுதைக் கணிக்க முடியாதபடி வானம் இருண்டிருந்தது. எங்கிருந்துதான் காற்றுக்கு அவ்வளவு வேகம் வந்ததோ தெரியவில்லை. அதீத வேகம். யானை பலத்தோடு கிழக்கிலிருந்து மேற்கு நோக்கி வீசியது. கீழிருந்து மேலெழும்பி வந்த காற்று சுந்தரி இருந்த சாளையின் கூரையைத் தூக்கி வீசியது. மேற்கூரை வெகு தொலைவிற்கு அப்பால் சென்று விழுந்தது. கூரை இல்லாத சாளைக்குள் மழை பொத்துக்கொண்டு ஊற்றியது. மரங்கள் ஒன்றோடொன்று மோதுவதும், மரக்கிளைகள் முறிந்து விழுவதுமாகச் சத்தங்கள் கேட்டன. வானத்தில் திடீர் திடீரென வெட்டி மின்னும் மின்னலும், பேரொலியாக எழுந்து முழங்கிய இடியும் அதிர வைத்தன. அலைக்குச் சென்றுவிடலாம் என நினைத்தபடி சுந்தரி வெளியே நடந்தாள்.

மின்னல் வானத்துக்கும் பூமிக்கும் வெளுத்தது. பயங்கரச் சத்தத்துடன் தீப்பொறியுடன் வீழ்ந்த மின்னல் தென்னை மரத்தைப் பற்றி எரிய வைத்தது. கொளுந்து விட்டு எரிந்த தீயைப் பார்த்து சுந்தரியின் உடல் அஞ்சி நடுங்கியது. அங்கிருந்து வேகவேகமாக நடந்தாள். ஒரு மரக்கிளை பெரும் சத்தத்துடன் முறிந்து அவளது கால்களுக்கு அடியில் விழுந்தது. அவள் பயத்தில் கண்களை மூடியவாறு அலறினாள். பலத்த இடியோசை காதை அடைத்தது. யாரேனும் உதவ வரமாட்டார்களா என நினைத்தபடி, உதவி கேட்டுக் கத்தினாள். மழையின் பேரோசையே எங்கும் ஒலித்தது. வேறு யாருடைய சத்தமும் கேட்கவில்லை. பயத்தில் கதறி அழுதாள். கண்களில் கசிந்த நீரை, முகத்தில் அடித்த மழை நீர் அடித்துச் சென்றது.

கனமழையில் பதிக்கு மேல் இருந்த மலையின் ஓரப்பகுதி அப்படியே சரிந்தது. பெரும்பாறைகளையும், மண்ணையும், கல்லையும் சேர்த்துக் கொண்டு பெரும் சத்தத்தோடு விழுந்தது. என்ன நடக்கிறது எனச் சுந்தரி ஊகிப்பதற்குள், சாளைகளோடு சேர்த்து அவளையும் அடித்துக்கொண்டு சென்றது. அவளது கதறல் மண்ணோடு புதைந்தது. எங்கு தேடியும் அவளைக் கண்டுபிடிக்க முடியவில்லை.

பதிக்கு காட்டுராசா சென்ற போது, மண்ணுக்குள் மண்ணாய் சுந்தரி புதைந்து போயிருந்தாள். அவளோடு 22 சாளைகளும், உடைமைகளும் சேர்த்து மண்ணில் புதைந்திருந்தன. மின்னல்

தாக்கிய தென்னை கருகிப் போயிருந்தது. பல மரங்கள் முறிந்து விழுந்து கிடந்தன. அடை மழையிலும் ஒவ்வொரு இடமாகக் காட்டுராசா தேடிப் பார்த்தான். எங்கும் அவளுடல் அகப்படவில்லை.

மறுநாள் காலையில் மழை ஓய்ந்திருந்தது. வனத்துறை, வருவாய்த்துறை, பொதுப்பணித்துறை, தீயணைப்புத்துறை எனப் பலர் அடுத்தடுத்து வந்தனர். வெகு தூரம் தேடியும் உடலைக் கண்டுபிடிக்க முடியவில்லை. ஜேசிபி இயந்திரங்கள் வரவழைக்கப்பட்டு, மண்ணைத் தோண்டி உடலைத் தேடும் பணிகள் துவங்கியது. நாற்பதுக்கும் மேற்பட்ட வனத்துறையினர், தீயணைப்புத் துறையினர் தேடும் பணிகளில் தொடர்ந்து ஈடுபட்டனர். இரவு வந்த பிறகே தேடுதல் பணிகள் நின்றன. தொடர்ந்து கொட்டிய கனமழையாலும், மின்சாரம் இல்லாததாலும் தேடுதல் பணிகள் நிறுத்தப்பட்டன.

மறுநாள் மீண்டும் தேடும் பணிகள் துவங்கின. சுந்தரியின் உடலைப் பசியோடும், பரிதவிப்போடும் பதியினர் தேடியலைந்தனர். அதிகாரிகள் கொண்டு வந்து கொடுத்த உணவுகளைக் கூட யாரும் தொட மறுத்துவிட்டனர். இடையிடையே கொட்டும் மழை இடையூறு கொடுத்து பணிகளை நிறுத்துவதும், மழை நின்றதும் மீண்டும் தேடுதல் வேட்டை தொடர்வதுமாக நான்கு நாட்கள் ஓடியது. ஐந்தாம் நாள் காலையில் பதியிலிருந்து நான்கு கிலோ மீட்டர் தொலைவில், மண்ணில் புதைந்து அழுகத் துவங்கியிருந்த சுந்தரியின் உடல் மீட்கப்பட்டது. அவளது உடலைப் பார்த்துப் பதியினர் கதறித் துடித்து அழுதனர்.

கருவைச் சுமக்கும் வயிற்றோடு சேறும் சகதியும் அப்பியிருந்த சுந்தரியின் உயிரற்ற உடலைப் பார்த்து, காட்டுராசாவின் உடல் பிளந்துவிடுவது போல நடுங்கியது. காட்டுராசா கைகளால் அவளது தலையை இழுத்துத் தூக்கி மடியில் போட்டுக்கொண்டு, கை கால்களைத் தொட்டுத் தடவி பார்த்தான். உடல் உறைநீரைப் போலக் குளிர்ந்திருந்தது. அவளது உடம்பில் அப்பியிருந்த சேற்றையும், சகதிகளையும் கைகளால் துடைத்துச் சுத்தம் செய்தான். அவளது வயிற்றைத் தடவிப் பார்த்தான். அதற்குள் அவனது குழந்தை சலனமற்று உறங்கிக்கொண்டிருப்பதைப் போல இருந்தது. குனிந்து அவளது வயிற்றில் முத்தமிட்டான்.

சுந்தரியின் உடலை இறுக்கமாகக் கட்டிப் பிடித்துக்கொண்டு, காட்டுராசா பெருங்குரலெடுத்து வாய்விட்டுக் கதறினான்.

அவனது கண்களிலிருந்தும் மூக்கிலிருந்தும் வாயிலிருந்தும் நீர் கொட்டியது. அவனது அழுகை இடியும், மின்னலுமாகப் பெருமழை கொட்டுவது போல மற்றவர்களுக்கு இருந்தது. பதியினர் சோகத்தில் ஆழ்ந்தனர்.

செய்தி சேகரிக்கும் நிருபர்கள் புகைப்படக் கருவிகளோடு எங்கும் சுற்றித் திரிந்தனர். மீட்புப்பணிகளையும், பதியையும், அங்கிருந்தவர்களையும், புகைப்படங்களாகப் பதிவு செய்தனர். சில தொலைக்காட்சிச் செய்தியாளர்கள் காட்டுராசாவிடம் மைக்கை நீட்டினார்கள். அவனால் எதுவும் பேச முடியவில்லை. வனச்சரகர் கிருஷ்ணனிடம் செய்தியாளர்கள் பேட்டியெடுத்துச் சென்றார்கள்.

சுந்தரியின் உடலை அடக்கம் செய்து காரியங்கள் முடிந்தன. காட்டுராசா கதறி அழுவதைப் பார்த்து, மூப்பன் கண்களிலும் கண்ணீர் கோடிட்டிருந்தது. கண்களைத் துடைத்துக்கொண்டு காட்டுராசாவை அரவணைத்துக் கொண்டார். நடக்க முடியாமல் நடந்த காட்டுராசாவைத் தாங்கியபடி மூப்பன் அழைத்துச் சென்றார். பதிக்கு வந்த பலரும் காட்டுராசாவிற்கு ஆறுதல் சொல்லிப் போனார்கள். என்னென்னவோ சொன்னார்கள். எவ்வளவோ சொன்னார்கள். எதுவும் அவனது காதில் விழவில்லை.

காட்டுராசாவை யாராலும் தேற்ற முடியவில்லை. அவனது அழுகையை நிறுத்த முடியவில்லை. வாழ்வே இருண்டு போனது போல உணர்ந்தான். காட்டுராசா அவளது நினைவுகளில் இருந்து மீளவில்லை. மீளவும் விரும்பவில்லை. சுந்தரியும், அவள் சுமந்து கொண்டிருந்த முகம் பார்க்காத அந்தக் குழந்தையின் நினைவுகளோடு மழை தீர்ந்து போன மேகம் போல வெறுமையாக நடந்துகொண்டிருந்தான்.

39

அடை மழை அடித்து ஓய்ந்திருந்தது. கொட்டித்தீர்த்த களைப்பில் மழை இரண்டு நாட்களாக ஓய்வெடுக்கச் சென்றிருந்தது. மாலை நேர வெயில் சுளீரெனக் காட்டின் மீது அடித்துக்கொண்டிருந்தது. மலைகளில் இருந்து கீழிறங்கி வந்த காட்டோடை செம்மண் நிறத்தில் ஓடிக்கொண்டிருந்தது. இது பதியினர் இளனிடம் சொன்ன தகவல்களை உறுதிப்படுத்துவதாக இருந்தது.

எவ்வளவு கனமழை பெய்தாலும் காட்டுத்தரையில் உள்ள மக்கிய மரங்களின் இலைகள் மழைநீரை வடிகட்டிய பின்னரே ஓடைக்கு அனுப்பும். மலையில் மரங்களை வெட்டியிருந்தால்தான் மழை பெய்யும் போது அது, மேல் மண்ணை மொத்தமாக அடித்துக் கொண்டு செம்மண் நிறத்தில் வரும். அதீத செம்மண் நிறத்திலிருந்த காட்டோடை அதிகளவு மரங்கள் வெட்டப்பட்டுள்ளன என்பதை இளனுக்கு உணர்த்தியது. இது புலி வேட்டை கும்பலைப் பிடித்ததும் பிரச்சினைகள் எல்லாம் ஓய்ந்தது என நினைத்திருந்த இளனுக்குப் புது தலைவலியாக மாறியது.

மான் வழக்கிற்குப் பிறகு இளனுக்கும், கிருஷ்ணனுக்கும் இடையே மெல்ல மெல்ல எழுந்த முட்டல், மோதல்கள் உச்சத்தை அடைந்திருந்தன. இளனின் ஒவ்வொரு செயலிலும், வேலையிலும் கிருஷ்ணன் எதொவொரு குறையைக் கண்டுபிடித்து, மற்றவர்கள் முன்னால் அவனை அவமானப்படுத்தும் நோக்கத்தில் பேசி வந்தார். எதற்கெடுத்தாலும் அவனிடம் எறிந்து விழுந்தார். சம்பந்தம் இல்லாத வேலைகளைச் செய்யச் சொன்னார். பற்களைக் கடித்துக்கொண்டு அதைப் பற்றியும் எல்லாம் கவலைப்படாமல் இளன் வேலைகளைச் செய்து வந்தான். திடீரென எந்தக் காரணமும் இன்றி பூனாச்சி வேலையை உதறி விட்டுச் சென்றுவிட இளன் தனியாய்த் தவித்துப் போனான்.

அடை மழைக்கு முன்பாகக் காட்டிற்குள் எங்கே ரோந்து செல்கிறேன் என இளன் வாக்கிடாக்கியில் சொல்லும் போது,

பொக்குபாறைக்குச் செல்ல வேண்டாமெனவும், வேறு இடத்திற்குச் செல்லுமாறும் கிருஷ்ணன் அலைக்கழித்தார். சில நாட்களாகப் பொக்குபாறைக்கு மட்டும் அவனையும், அவனது குழுவினரையும் செல்ல விடாமல், வேறு பகுதிக்கு வேண்டுமென்றே திசை திருப்பி விட்டது உறுத்தலாக இருந்தது. அதற்கேற்ப மரம் வெட்டிய தகவல் இளனின் சந்தேகத்தை உறுதி செய்தது. வாக்கிடாக்கியில் எங்கே செல்கிறோம் என்பதைச் சொல்லாமல் பொக்குபாறைக்கு இளன், ஐந்து வேட்டைத் தடுப்புக் காவலர்களுடன் கிளம்பினான்.

"நம்ம பீட்டுல யாரு வெட்டியிருப்பாங்க? எப்படி வந்திருப்பாங்க? கிருஷ்ணன் இதற்கும் உடந்தையா? மரத்த வெட்ட தா டைவர்ட் பண்ணுனானா? மழை வந்ததனாலதானே காட்டுக்குள்ள போக முடியல? என்ன பதில் சொல்லுறது? இதையே காரணமாகக் காட்டி கிருஷ்ணன் எதாவது தொல்லை கொடுப்பாரோ? இது வேலைக்கே உலை வைச்சிடுமோ?" என இளனின் எண்ணங்கள் பலவாறாக ஓடின.

செங்குத்தாக ஏறிய மலையின் மீதேறி நடந்தான். வெகுநேரம் நடந்து வெகுதொலைவு கடந்த பிறகு அவன் கண்ட காட்சி உலுக்கி எடுத்தது. காடு கட்டாந்தரையாகக் காட்சியளித்தது. மிச்சமிருந்த அடிக்கட்டைகளைச் சுற்றியெங்கும் செதில் செதிலாகச் சிதறிக்கிடந்த மரப்பட்டைகள், சந்தன மரங்களை வெட்டி எடுத்துச் செல்லப்பட்டு இருப்பதற்குச் சாட்சியாக இருந்தன. மரங்கள் வெட்டி கடத்தப்பட்டு இருந்தன.

பாறை இடுக்கில் மரம் அறுக்கும் வாள் இருந்தது. பெல்ட் போல உடலில் சுற்றிக் கொள்ளும்படியாக இருந்த அந்த வாளின் கைப்பிடியைத் துணியால் சுற்றி மரத்தை அறுத்து இருப்பது தெரிந்தது. ஓரிடத்தில் சமையல் செய்த அடுப்புக் கல்லும், அதற்கருகே கொஞ்சம் சிதறிக் கிடந்த அரிசிகளும், எண்ணெய், மசாலாப் பொடி பாக்கெட்டுகளும், கோடாரியைத் தீட்டியதற்கான தடயங்களும், சிகரெட் துண்டுகளும், சேற்றில் ஆங்காங்கே காலடித் தடங்களும் தென்பட்டன.

பதட்டமும், பரபரப்பும் இளனை தொற்றிக் கொண்டது. வனவர் நாகராஜை ஃபோனில் அழைத்துத் தகவலைச் சொன்னான்.

"தம்பி சாயந்தரம் ஆயிடிச்சு. இனி வந்து இருட்டுல காட்டுக்குள்ள போகமுடியாது. நாளீக்குப் பாத்துக்கலாம்."

இளனுக்கு சுர்ரெனக் கோபம் வந்தது. "சார், இது ரொம்ப முக்கியமான விசயம். கால்தடத்த பார்த்தா ஆட்கள் காட்டுக்குள்ள இன்னும் இருக்குற மாதிரி தெரியுது. நீங்க வரலனா நானே போயிக்குறேன்."

"ஏப்பா... கோபப்படுற? ஏற்கெனவே உன்மேல ரேஞ்சர் கோபத்துல இருக்காரு? இப்போ நீ எதாவது பண்ணுனா பெரிய பிரச்சினையாக்கிடுவான். எதுக்கும் அவருகிட்ட ஒரு வார்த்தை சொல்லிடு."

"சரிங்க சார்."

யாரும் உதவிக்கு வரமாட்டார்கள் என்பது தெளிவாகத் தெரிந்ததும், கிருஷ்ணனிடம் ஃபோனில் முழு விபரங்களையும் சொல்லி 'போர்ஸ்' உடன் வருமாறு இளன் கேட்டுக்கொண்டான். கிருஷ்ணன் வழக்கம்போலச் 'சரி' என்றார். போனைக் கட் செய்யும் முன்பு "அவன் கெடக்குறான்" எனக் கிருஷ்ணன் சொல்லியபடி உரக்கச் சிரித்தான். அந்தச் சிரிப்புச் சத்தம் அவனது காதில் ஒலித்துக் கொண்டேயிருந்தது. இளனுக்கு ஆத்திரம் ஆத்திரமாக வந்தது.

"என்னால் எதுவும் செய்துவிட முடியாது என்ற எண்ணமா? இல்லை அவனை மீறி இங்கே எதுவும் நடந்துவிடாது என்ற ஆணவமா? அவனா? நானானு? பார்த்திடலாம்" என இளன் தனக்குத்தானே சொல்லிக்கொண்டான். எதனையும் வெளிக்காட்டிக் கொள்ளாமல் நிதானமாகச் சேற்றில் பதிவாகி இருந்த காலடித்தடங்களைப் பின் தொடர்ந்து இளன் செல்ல, வேட்டைத் தடுப்புக் காவலர்கள் குழு அவனைப் பின் தொடர்ந்தனர்.

கூடடையும் பறவைகளின் சத்தங்களால் தளும்பியது காடு. பொழுது இருளத் தொடங்கியிருந்தது. மாலை வெயில் குறைந்து மலையில் இருள் விரைவாக வந்துவிட்டது. இருள் வானத்தையும், காட்டையும் ஒரு சேர மூடியது. வெளிச்சம் எதுவும் இல்லை. சிறு வெளிச்சமும் சந்தேகத்தை வரவழைக்கும். தப்பிக்க வழிவகுக்கும் என்பதால் டார்ச் லைட்டை வெளியே கூட எடுக்கவில்லை. நிலா வெளிச்சத்தில் காட்டிற்குள் தொடர்ந்து நடந்தனர். எங்கும் பூச்சிகளின் இரைச்சல். புதர்களில் சரசரப்புகள். மரங்களில் பறவைகள் எழுந்து கலைந்தன. யானைகளைக் காணவில்லை என்றாலும், அடிக்கடி கேட்ட பிளிறல்கள் இளனுக்கு உள்ளூர

நடுக்கத்தைத் தந்தது. அதனை வெளிக்காட்டிக் கொள்ளாமல் நடந்தான்.

மெலிந்த கட்டான உடலுடன் சாம்பல் நிறத்திலிருந்த பாறன் (மரநாய்) சுறுசுறுப்பாக ஓடிக் கொண்டிருந்தது. அதன் கால், காது, முகப்பகுதி கறுப்பு நிறத்தில் மயிரடர்ந்து சொரசொரப்பாகக் காட்சியளித்தது. சற்று தூரம் நடந்து சென்ற போது, புலியின் உறுமலில் காடு அதிர்ந்தது. கூடவே இளனும், அவனது குழுவினரும் அதிர்ந்து நடுங்கினர். மீண்டும் ஒருமுறை புலி உறுமியது. அவர்களுக்கு அருகாமையில்தான் புலி இருப்பது உறுதியானது. வெகுநேரம் அப்படியே அமைதியாகக் காத்திருந்தனர். வெகுதொலைவில் குரங்குகள் கத்தும் சத்தம் கேட்டது. ஆசுவாசப்பட்ட இளனும், வேட்டைத் தடுப்புக் காவலர்களும் நடையைத் தொடர்ந்தனர்.

ஒரு குன்று வரை சென்ற காலடித் தடங்கள் மறைந்துவிட்டன. சுற்றும் முற்றும் பார்வையைச் சுழலவிட்டான். மிதிபட்டுக் கிடந்த புற்களில் இருந்து கால்தடங்கள் விழாதபடி அவற்றின் மீது நடந்திருப்பது இளனுக்குப் புரிந்தது. இளன் குழுவினர் குன்றின் மீதேறிச் சென்றனர். இளன் டார்ச் லைட் அடித்துப் பார்த்தான். சந்தன மரக்கட்டைகள் குவித்து வைக்கப்பட்டு இருந்தன. கோடாரிகள், மரம் அறுக்கும் வாள்கள், கத்தி, பேட்டரி, ஓயர் ஆகியவை ஆங்காங்கே இருப்பது தெரிந்தது. ஆனால் ஆட்கள் யாரும் அகப்படவில்லை. சுற்றியெங்கும் தேடிப்பார்த்தும், ஒருவரும் கிடைக்கவில்லை.

மற்ற பீட்களுக்குள் சென்று பார்த்த போது, ஏக்கர் கணக்கில் வளர்ந்திருந்த சந்தன மரங்களில், ஒன்று கூட எஞ்சியிருக்கவில்லை. வனவிலங்குகளைக் கணக்கெடுக்க மரங்களில் பொருத்தப்பட்டு இருந்த தானியங்கி கேமராக்கள் வெட்டி எடுத்துச் செல்லப்பட்டு இருந்தன. இது அதிகாரிகளின் துணையில்லாமல் நடந்திருக்காது என்பதை உணர்ந்து இளன் அதிர்ந்தான். கடத்தல் கும்பல் விட்டுச் சென்றவற்றைச் சுமந்துகொண்டு ஏமாற்றத்துடன் இளனின் குழு மலையிறங்கியது. இந்தக் கும்பலை எப்படிப் பிடிப்பது என்பதே இளனின் யோசனையாக இருந்தது.

மறுநாள் காலை வனச்சரக அலுவலகத்திற்கு இளன் சென்றபோது, கிருஷ்ணன் அதற்கும், இதற்குமாக நடந்து கொண்டிருந்தார். முகம் கோபத்தில் சிவந்திருந்தது. இளனைப் பார்த்ததும்

அவனது கோபம், மேலும் அதிகமானது போல இருந்தது. இளன் அமைதியாக நின்றிருந்தான்.

"யாருய்யா? பத்திரிகைக்காரங்களுக்குத் தகவல் சொன்னது? நீ தானே சொன்ன?" இளனின் முகத்திற்கு அருகே கைகளை நீட்டியபடி கிருஷ்ணன் கேட்டார்.

"இல்லீங்க சார்."

"எங்க ரிப்போர்ட்?"

"நைட்டே எழுதி உங்க டேபிள்ல வைச்சிட்டுதான் போயிருக்கேன்."

"ஓ" என்றபடி டேபிள் மீது இருந்த காகிதத்தை எடுத்து வாசித்தான்.

"என்ன நீ தப்பிச்சுக்க ரிப்போர்ட் எழுதித் தந்து இருக்கீயா?"

"இல்லீங்க சார். என்ன நடந்ததோ அதை எழுதி வைச்சிருக்கேன்."

"அப்படியா?" என்றபடி அடுத்தடுத்துக் கேள்விகளை அடுக்கினார். அத்தனை கேள்விகளும் விசாரணையை அவன் பக்கம் திருப்புவது போலிருப்பதாக இளன் உணர்ந்தான்.

"உனக்குத் தெரிந்துதான் வெட்டினாங்களாம்? உனக்கு கமிசன் கொடுத்ததா சொல்லுறாங்க?" எனக் கிருஷ்ணன் அடிக்கக் கைகளை ஓங்கினார். ஏதோ திட்டத்தோடுதான் கோபப்படுத்திப் பார்க்கிறார் என்பது இளனுக்குத் தெளிவாகத் தெரிந்தது.

சுதாரித்துக் கொண்ட இளன் சிரித்துக் கொண்டே, "இல்ல சார். எனக்குத் தெரியாதுங்க. காட்டுக்குள்ள இருக்குற கேமராவில பாத்தா யாரு எல்லா வந்தாங்கன்னு தெரிஞ்சிடும். அவனுகள பிடிச்சு நோண்டுனா அவனுக கிட்ட வாங்கி திண்ணவங்க வரிக்கும் பிடிச்சடலாம் சார்" கிண்டலாகச் சொன்னான்.

"பத்திரிகைக்காரங்களுக்கும், எப்டிக்கும், நீதானே தகவல் சொன்ன? புலி கேசுல நாலு பேர சரண்டர் பண்ண வைச்சது நீதானே?" என கிருஷ்ணன் கோபத்தில் பொருமினார்.

"இல்ல சார். அதெல்லா எனக்கு எதுவும் தெரியாது."

"உன்னத் தவிர வேறு யாரு பண்ணியிருப்பா? நீதான் பண்னியிருக்கணும்."

“இல்ல சார். அதெல்லா எனக்கு எதுவும் தெரியாது.”

“எப்.டி.ய ஒருவழியா சரி கட்டியாச்சு. பத்திரிகைக்காரங்களுக்கு நா சொல்லுறது தா செய்தி. நீ ஒழுங்கா வேலை செய்யாததுதான் சந்தன மரத்த வெட்டிக் கடத்த காரணம். அதனால உன்ன பத்து நாளீக்கு சஸ்பெண்ட் பண்ன எப்.டி ஆர்டர் போட்டிருக்காரு. திரும்ப வரதுக்குள்ள டிரான்ஸ்பரும் வந்திடும்” என சஸ்பெண்ட் ஆர்டரைத் தூக்கி எறிந்தார்.

கிருஷ்ணன் சொன்னதைக் கேட்டு இளனுக்கு ஆத்திரம் ஆத்திரமாக வந்தது. அவரைக் கொன்று விட வேண்டும் என்பது போல இளனின் கைகளும் மனமும் பரபரத்தன. ஆனால் எதுவும் செய்ய முடியாமல் உறைந்து போய் நின்றிருந்தான். இதயத்தை முள் துளைத்தது போலத் தோன்றியது. அவனின் இதயத் துடிப்பு ஏறிக்கொண்டே போனது. கோபம் தலைக்கேறியது. வலியும் அவமானமும் அவனது உடம்பைக் குறுகச் செய்தன. கண்களில் நீர் திரண்டு நின்றது.

“வாங்குற சம்பளத்துக்குக் காட்ட காப்பாத்துனாலும் பரவால. காசுக்காக இப்படிக் காட்ட அழிச்சு நாசம் பண்ணாதீங்கடா” என்றபடி சஸ்பெண்ட் ஆர்டரை எடுத்துக்கொண்டு, கனத்த மனதுடன் வீட்டிற்குக் கிளம்பினான்.

காட்டுப்பாதையில் ஒரு ஜீப் வேகமாகச் சென்று கொண்டிருந்தது. அதில் அதீத சத்தத்துடன் “லூசுப்பெண்ணே, லூசுப் பெண்ணே. லூசுப் பையன் உன்மேல தான் லூசா சுத்துறான்” எனப் பாடல் இரைந்தது. அதில் இருந்தவர்கள் ஒரே குரலில் அதனைத் திரும்பப் பாடிக் கொண்டிருந்தனர். சாலையோரத்தில் கிடந்த வாழைப்பழத்தை எடுக்க வந்த குரங்கின் மீது, ஜீப் டயர்கள் ஏறியிறங்கின. குரங்கு துடிதுடித்து உயிரிழந்ததைப் பார்த்து “லூசுப் பயலுகளா” என இளன் கத்தினான். ஜீப் நிற்காமல் வேகமாகச் சென்றது. அடுத்தடுத்து வரிசையாகச் சென்ற கார்களும், ஜீப்புகளும் சாலையெங்கும் வழிந்தோடிய இரத்தத்தின் கறைகளை ஏந்திச் சென்றன.

கோபத்தில் இளன் கத்திய வார்த்தைகள் காற்றில் கரைந்து போயின. கோபமும், இயலாமையும் அவனை ஒருசேர வாட்டி வதைத்தன. சுற்றுலாப் பயணிகளுக்காகக் காட்டில் செய்து கொடுக்கப்பட்ட வசதிகள் எல்லாம் இளனின் நினைவில் வந்து போனது.

சுற்றுலாப் பயணிகளின் வருகைக்காகக் குண்டும், குழியுமாகக் கற்கள் பெயர்ந்து கிடந்த சாலைகள் எல்லாம் புத்தம் புதுப் பொலிவுடன் ஜொலித்தன. எங்கெங்கோ மண் பாதைகள் தார்ச்சாலைகளாக மாறியிருந்தன. பழைய விடுதிகள் புதுப்பிக்கப்பட்டன. குளியலறை, கழிவறை, படுக்கை, மின் வசதி, மின் விசிறி எனச் சகல வசதிகளும் விடுதிகளுக்குள் வந்திருந்தன. மண்ணைத் தோண்டி கற்களை வைத்துக் கட்டப்படும் விருந்தினர் மாளிகைகள், சுற்றுலா விடுதிகள், கண்காணிப்புக் கோபுரங்கள், பயிற்சி மையங்கள் எனப் புதிய புதிய கட்டடங்கள் முளைத்துக் கொண்டேயிருந்தது இளனில் மனக்கண்ணில் தோன்றி மறைந்தன. கூடவே புலிகள் காப்பகம் என்று சொல்லியே கால காலமாகக் காட்டையே நம்பி வாழும் பழங்குடிகளை வெளியே விரட்ட கிருஷ்ணன் செய்தது எல்லாம் நினைவுக்கு வந்து போனது.

ஒரு பக்கம் பழங்குடிகளைக் காட்டை விட்டு விரட்ட முயற்சிக்கும் அதே வேளையில், இன்னொரு பக்கம் காசைப் பெற்றுக்கொண்டு சுற்றுலாப் பயணிகளுக்குக் காட்டைத் திறந்து விட்டிருப்பது இளனுக்கு முரணாகத் தோன்றியது.

“காட்ட புலிகள் காப்பகமா மாத்தி காட்டுக்குள்ள இருக்குறவங்கள வெளிய தூரத்துறாங்க. ஒன்னு, ரெண்டு பேரு வந்திட்டு இருந்த இந்தக் காட்டுக்கு, இப்போ எவனவனோ கூட்டம் கூட்டமா எங்கிருந்தோ வரானுக... அவனுக வசதிக்கு ஏகோ டூரிசம், டிரெக்கிங், பாரெஸ்ட் ரெய்டு, ரெஸ்ட் ஹவுஸ் ஸ்டேயிங், சூட் ரூம், பாம்போ ஹட், ஷெல்டர், டிரெக்கிங் ஷெட் அதியிதுனு என்னென்னவோ பண்ணித் தாரங்க.

மனுசங்களும் விலங்குகளும் ஒண்ணா வாழ முடியாது. காடுனா அது விலங்குக வாழுறதுக்கு மட்டும்தான்னு சொன்னது எல்லா என்னாச்சு? இப்போ காட்டுக்குள்ள வரவீங்க எல்லா மனுசங்க இல்லீயா?... கேட்டா புலிகளும், காடும் நல்லா இருக்கதான் இதெல்லா பண்ணுறோம்னு கூசாம பொய் சொல்லுறானுக. இப்போ காட்டுல மனுசங்களும் நல்லா இல்ல. விலங்குகளும் நல்லா இல்ல. பின்ன எதுக்குத் தா இவீங்க பாடுறாங்களோ?... த்தூ...” என இளன் காறி உமிழ்ந்தான். சில நிமிடங்கள் சுற்றியிருந்த மலைகளையும் காடுகளையும் பார்த்துவிட்டுப் பெருமூச்சுவிட்டான். கசிந்த கண்களைத் துடைத்தபடி, இளன் அங்கிருந்து கிளம்பினான். சுற்றுலாப் பயணிகளின் கத்தல்களும், கூச்சல்களும் பேரிரைச்சலாகக் காடெங்கும் எதிரொலித்துக் கொண்டிருந்தன.

40

காலை நேரச் சூரிய ஒளி மலைகளைக் கடந்து பள்ளத்தாக்கு காட்டின் தரையில் விழாததால், காடு இருண்ட அறை போல இருந்தது. கொட்டித் தீர்த்த மழை வேங்கைப்பதியைப் புரட்டிப் போட்டிருந்தது. மலையில் இருந்து சரிந்து வந்த மண் சுந்தரியையும், 22 சாளைகளையும், அதிலிருந்த உடைமைகளையும் வாரிச் சுருட்டிப் போனது. வழிந்தோடி வந்த வெள்ள நீர், மண்ணையும், கற்களையும், பாறைகளையும் பதிக்குள் தள்ளி விட்டிருந்தது. பதிக்கு இடையே பூமி வெடித்து, சில அடி தூரத்திற்கு நிலம் பிளந்து கிடந்தது.

மழை பாகுபாடு இன்றி பதியில் உள்ள அனைவருக்கும் ஏதோவொரு இழப்பை ஏற்படுத்தி இருந்தது. மற்றவர்களுக்கு எல்லாம் சாளைகளும், உடைமைகளும்தான் பறிபோயிருக்க, காட்டுராசாவிற்கு உயிரே போனது போலிருந்தது. நடைப்பிணமாக மாறியிருந்தான். கருவளையமிட்ட அவனது கண்களில் துயரம் கவிழ்ந்திருந்தது. யாரோடும் சேராமல் தனியாக அவனது கால்கள் வெறுமனே அங்குமிங்குமாக உலாவிக் கொண்டிருந்தன.

வேங்கைப்பதியில் இனியும் இருப்பது ஆபத்து என மூப்பன் நினைத்தார். 'தொடர்ந்து அங்கேயே இருப்பதா?, வேறு இடத்திற்குச் செல்வதா?' எனக் குழப்பம் நீடித்தது. வனதேவதையை வேண்டி பூ கேட்டுப் பார்த்தார். வேறு இடத்திற்கு இடம் பெயர்ந்து செல்ல வனதேவதை பூ கொடுத்தது. "மடாலு என்ன சொல்லுகாளே? வேற எடத்துக்கு தங்கியா விடா?" எனப் பல கேள்விகள் மூப்பனுக்கு முன்பாக நின்றது. இருந்தாலும் அதைத்தவிர வேறு வழியில்லை என மூப்பன், சொன்னதைப் பதியினரும் ஏற்றுக்கொண்டனர்.

பதியில் இருந்து ஒரு கிலோ மீட்டர் தொலைவில் தங்களது பாரம்பரிய அறிவைக் கொண்டு பதியினர் ஓரிடத்தைத் தேர்வு செய்தனர். அது மண் சரிந்து வராத இடமாகவும் இருந்தது. வனவிலங்குகள் அதிகமாக வராத இடமாகவும், நீருக்கும்,

உணவுக்கும் அதிக தூரம் நடக்கத் தேவைப்படாத இடமாகவும் இருந்ததால், அனைவருக்கும் பார்த்த உடனே பிடித்துப் போனது. பாரெஸ்ட்காரர்களுக்குத் தகவலைச் சொல்லிவிட்டு, தார்பாயினைக் கொண்டு ஆறு சாளைகளைப் போட்டுத் தங்கினர்.

நான்காவது நாள் காலையில் நாய்கள் பலமாகக் குரைத்தன. காலை உணவைத் தயாரித்துக் கொண்டிருந்த பதியினர் வெளியே வந்து பார்த்தனர். வனச்சரகர் கிருஷ்ணனும், சில வனப்பணியாளர்களும் வந்தனர்.

"யாரைக்கேட்டு இங்க குடிசைய போட்டீங்க? இது டைகர் ரிசர்வ். உங்க இஷ்ட மயித்துக்கு எல்லாம் இங்க பண்ண முடியாது" எனக் கிருஷ்ணன் கத்தினார். மூப்பனும், பதியினரும் தங்களது நிலையைச் சொல்லியதைக் கிருஷ்ணன் பொருட்படுத்தவில்லை.

"நீங்க உங்க சவுரியத்துக்குப் பண்ணிட்டு இருந்தா எப்படி? செட்டு போட்டது யாரு?"

"நாங்க எல்லாரும் தாங்க சார்" என அங்கே தங்க அனுமதிக்குமாறு மூப்பன் கைகளைக் கூப்பி வேண்டினார்.

"வேங்கை என்.ஜி.ஓ. அகிலா போட்ட கேசுல பட்டா இல்லாதவங்கள காட்ட விட்டு வெளியேத்தனும்னு நேத்து ஆர்டர் ஆகியிருக்கு. இப்போ எங்களால எதுவும் பண்ண முடியாது. உங்கள இங்க தங்க வைச்சா எங்க வேலெ போயிடும். அதெ புரிஞ்சுக்கங்க" என்றபடி குடிசைகளை அகற்ற வனப்பணியாளர்களுக்கு உத்தரவிட்டார். அவர் சொன்னபடி வனப்பணியாளர்கள் தார்ப்பாயினைக் கட்டியிருந்த கயிறுகளை அரிவாளால் வெட்டிச் சாளைகளைப் பிய்த்து எறியத் துவங்கினர்.

"என் அப்பனே முருகா... முருகா..." என ஒருத்தி கத்தினாள்.

"சார்... வேணாம் சார்" எனப் பல கதறல் குரல்கள் சுற்றியெங்கும் ஒலித்தன.

தார்ப்பாயினைப் கிழித்து எறியப்படுவதைப் பார்த்து, பெண்கள் கதறி அழுதபடி ஒப்பாரி வைத்தார்கள். ஓலக்குரல்கள் ஓயாது ஒலித்தன. கோபத்தோடு கத்தியபடி தடுக்கச் சென்ற சின்னானை ஒருவன் கன்னத்தில் அறைந்து கீழே தள்ளினான். இன்னொருவன் மூங்கில் தடியால் அடித்து விரட்டினான்.

எழுந்து நின்ற சின்னான் மீண்டும் கத்தியபடி முன்னால் சென்றான். "நீ பொறத்த போ... போ" என மூப்பன் அவனைக் கட்டுப்படுத்தினார். அவரது சொல்லுக்குக் கட்டுப்பட்டு மற்றவர்களும் அமைதியாக நின்றனர். அழுகைகளும், ஓலக்குரல்களும் வனப்பணியாளர்களைச் சிறிதும் கூட அசைத்துப் பார்க்கவில்லை. சாளை அமைக்க நடப்பட்டு இருந்த மரக்கட்டைகளைப் பிடுங்கி எறிந்த பிறகே ஓய்ந்தனர்.

"பச்சக் கொழந்த கழுத்த நெறிக்கிற மாதிரி, எங்கச் சாளைகளை நெறிச்சு போட்டுட்டாங்களே" எனப் பெண்ணொருத்தி கத்திக் கதறி அழுதாள். ஒரு குழந்தை பசியில் அழுதது. இன்னொரு குழந்தை காய்ச்சலில் அழுதது. அழுகையும், கூக்குரல்களும் காடெங்கும் எதிரொலித்தன.

"ஒன்னு ஏற்கெனவே இருந்த எடத்துக்குப் போங்க. இல்லனா நாங்க சொல்லுற எடத்துக்கு வாங்க. எது உங்களுக்கு வசதியோ அதச் சொல்லுங்க. கோர்ட் ஆர்டர் வந்திருக்கிற இந்த நேரத்துல அநாவசியமா இங்க இருந்தீங்கனா உங்க மேல கேசு போட்டு உள்ள தள்ள வேண்டியிருக்கும்."

"..........."

"கொஞ்ச நாளைக்கு நீங்க சமுதாயக் கூடத்துல தற்காலிகமா தங்க ஏற்பாடு பண்ணுறேன். அப்புறம் ஏற்கெனவே உங்க ஆட்களுக்கு முதல்கட்டமா பத்து பேருக்குக் கொடுத்த மாதிரி, உங்களுக்கும் தேவையான வசதியோட வீடும், பணமும் சீக்கிரம் கிடைக்க நான் ஏற்பாடு பண்ணுறேன். இல்லனா நீங்க எங்க வேணா போயி, யாருகிட்ட வேணாலும் பேசுங்க. நான் வேணாம்னு தடுக்க மாட்டேன்" என்றார், கிருஷ்ணன். எங்கே சென்றாலும் கடைசியில் தன்னிடம்தானே வர வேண்டுமென நினைத்தபடி கிளம்பிச் சென்றார். அடுத்த இரண்டு நாட்களுக்கு ஒவ்வொரு அரசு அலுவலகமாகப் பதியினர் அலைந்து திரிந்தார்கள்.

"ஆர்.டி.ஓ.வ போயிப் பாருங்க, டி.எப்.ஓ.வ போயிப்பாருங்க" என அதிகாரிகள் மாற்றி மாற்றி அலைக்கழித்தார்கள்.

"அகிலா போட்ட கேசுல கோர்ட் ஆர்டர் போட்டிருக்குற இந்த நேரத்துல எங்கனால எதுவும் பண்ணமுடியாது. அந்தக் கேசுல ஸ்டே ஆர்டர் வாங்கப் போறதா சொல்லுறாங்க. அது வர வரைக்கும் நீங்க ஏற்கெனவே இருந்த எடத்துல இருங்க, இல்லனா

காட்ட விட்டு வெளிய வாங்க" என்ற ஒரே பதிலைப் பல விதங்களாக அரசு அதிகாரிகள் சொன்னார்கள்.

இறுதியில் கிருஷ்ணன் சொன்னதை ஏற்பதைத் தவிர மூப்பனுக்கும், வேங்கைப் பதியினருக்கும் வேறு வழி இருக்கவில்லை. ஏனெனில் அவர்களுக்கு முன்னால் அந்த ஒரேயொரு வழி மட்டுமே இருந்தது. மீண்டும் வேங்கைப்பதிக்குச் செல்வது எந்த வகையிலும் பாதுகாப்பில்லை. எதாவது நடந்தால் மொத்தப் பதியினரும் அழிந்து போக வேண்டியிருக்கலாம். ஏற்கெனவே எண்ணிக்கை குறைந்து கொண்டிருக்கும் பதியில் காட்டை விட்டு வெளியேற மாட்டேன் எனப் பிடிவாதம் பிடித்து, மிச்சமிருக்கும் சிலரும் ஒரே நாளில் அழிந்து போகத் தானே காரணமாக இருந்துவிடக்கூடாது என மூப்பன் நினைத்தார்.

அந்த நினைப்பு எங்கேனும் உயிர் பிழைத்திருந்தால் கூட போதும் என்ற மனநிலைக்குத் தள்ளிவிட்டது. வனதேவதை காட்டிய வழியில் செல்வோம் என மூப்பன் நடந்தார். தான் கலங்கி மொத்தப் பதியினரையும் கலங்கடித்து விடக்கூடாது என்ற உறுதியோடு, பெருந்துயரை மனதிற்குள் மூடி மறைத்துக் கொண்டார். அவரது உடலைப் பிரிந்து உயிர் போவது போன்ற வேதனையோடு நடந்துகொண்டிருந்தார்.

அடர்ந்த வனத்தினூடாகச் சிறிய கூட்டம் எஞ்சியிருந்த உடைமைகளைச் சுமந்துகொண்டு வரிசையாக மலையிறங்கி நடந்தனர். காட்டுராசா மூப்பனுக்குப் பின்னால் நடந்து கொண்டிருந்தான். அவனது கன்னங்களில் ஓடிய கண்ணீர் காய்ந்திருந்தது. காட்டை விட்டு வெளியேறுவோம் என ஒரு நாளும் அவன் நினைத்துப் பார்த்திருக்கவில்லை. ஓரிரு நாட்களுக்கு முன்பு யாராவது சொல்லியிருந்தால், அதை நமட்டுச் சிரிப்புடன் நடந்து கடந்திருப்பான். இப்போது நடந்துவிட்டது. அவனது கால்கள் காட்டை விட்டு வெளியேற நடந்துகொண்டிருந்தது.

'இது என் காடு. இந்த மலை, மரம், கொடி, செடி, பாறை எல்லாம் என்னுடையது. விலங்குகள், தாவரங்கள், வானம், ஓடை, அருவி எல்லாம் என்னுடையது' எனக் காட்டுராசா நினைத்தான். காடு இல்லாத வாழ்வைக் காட்டுராசாவால் நினைத்துக் கூடப் பார்க்க முடியவில்லை. என்ன செய்வது எனப்புரியவில்லை. அவன் எதையெதையோ நினைத்துக்கொண்டிருக்க, அவனது கால்கள்

மட்டும் நிற்காமல் நடந்துகொண்டிருந்தன. மலைச்சரிவிலிருந்து பலமாக வீசிய காற்றில் புற்கள் அலையென அசைந்தன.

மலையிறங்கி அடிவாரத்தை அடைந்து கொண்டிருந்தவர்களுக்கு எதிரே நான்கு பேர் மூட்டை முடிச்சுகளுடன் மலையேறி வந்து கொண்டிருந்தனர். ஒரு ஆண், ஒரு சிறுவன், கைக்குழந்தையுடன் ஒரு பெண் வருவதைக் காட்டுராசா பார்த்தான். மலையேறி வருவது யாரெனத் தெரியாமல் குழம்பியபடி முன் நகர்ந்து சென்று பார்த்தான். தொலைவிலிருந்து வரும்போதே அது, பழனிச்சாமி குடும்பம் என்பது காட்டுராசாவிற்குத் தெரிந்தது. வனத்துறை கொடுத்த இடத்தையும், பணத்தையும் பெற்றுக்கொண்டு சமவெளிக்குச் சென்றுவிட்ட அவன், குடும்பத்துடன் எதற்காகக் காட்டிற்குள் வருகிறான் என்பது காட்டுராசாவிற்குப் புரியவில்லை. மலையிறங்கி வந்துகொண்டிருந்தவர்களைப் பார்த்து அதிர்ந்த பழனிச்சாமி கலங்கி நின்றான். எதற்காக குடும்பத்தோடு மலையேறி வருகிறான் என மூப்பன் விசாரித்தார்.

“மூப்பா, ஞாங்களே அதாளு ரேஞ்சர் ஏமாத்திச்சு. புறம்போக்கு நெலத்துல வூடு கட்டித்தந்து மோசம் செய்து. கட்டுற வூட்டுக்கு கரெண்ட் கனெக்சன் கொடுக்கான் பட்டில்லனு ஈபிக்காரங்க சொன்னப்போதான், அவன் அணாவு எல்லா எடத்து ஏமாத்துனது அறியுன்னது. இப்ப எந்து செய்யானமேன்னு எனிக்கறியில்லா. எனிக்குப் பறக்கானுள்ள ஆகரம் நஷ்டப்பட்டு” எனப் பழனிச்சாமி கண்ணீர் விட்டான்.

பழனிச்சாமி சொன்னதைக் கேட்டு அதிர்ந்த பதியினர், செய்வதறியாது கலங்கினர். பெண்கள் பெருங்குரலெடுத்துக் கதறினார்கள். காட்டுராசாவின் மனதில் அடுக்கடுக்காக எழுந்த எந்தக் கேள்விகளுக்கும், அவனிடம் பதில் இருக்கவில்லை. எந்தப் பக்கம் செல்வது என்பது தெரியாமல் காட்டுராசாவின் கால்கள் அப்படியே உறைந்து நின்றன. சூரியன் மலை மடுவின் இருளில் விழுந்துவிட மெல்ல மெல்ல இருள் திரண்டு கவிழ்ந்தது.